શુક્ર-મંગળ

ભાગ-૧

કાજલ ઓઝા વૈદ્ય

મુખ્ય પ્રાપ્તિસ્થાન

નવભારત સાહિત્ય મંદિર

જૈન દેરાસર પાસે, ગાંધી રોડ, અમદાવાદ-૧
ફોન : (૦૭૯) ૨૨૧૩૯૨૫૩, ૨૨૧૩૨૯૨૧
૨૦૨, પૅલિકન હાઉસ, આશ્રમ રોડ, અમદાવાદ-૯
ફોન : (૦૭૯) ૨૬૫૮૦૩૬૫, ૨૬૫૮૩૭૮૭
E-mail : info@navbharatonline.com
Web : www.navbharatonline.com
fb.com/NavbharatSahityaMandir

બીજા માળે ... વિનસ
એટલાન્ટિસ ... દ-૧૫

Shukra-Mangal-1
(Novel)
Written By : Kajal Oza Vaidya
Navbharat Sahitya Mandir, Ahmedabad
2016

ISBN : 978-81-8440-541-5

પ્રથમ આવૃત્તિ : ૨૦૧૧
પુનર્મુદ્રણ : ૨૦૧૨
પુનર્મુદ્રણ : ૨૦૧૬

₹ ૧૫૦-૦૦
સેટનું મૂલ્ય : ₹ ૩૦૦-૦૦

પ્રકાશક
મહેન્દ્ર પી. શાહ
નવભારત સાહિત્ય મંદિર
જૈન દેરાસર પાસે, ગાંધી રોડ,
અમદાવાદ-૩૮૦ ૦૦૧
ફોન નં. : (૦૭૯) ૨૨૧૩ ૯૨૫૩, ૨૨૧૩ ૨૯૨૧
E-mail : info@navbharatonline.com
Web : www.navbharatonline.com

ટાઇપ સેટિંગ : ભાવિન પરમાર / નલીન સોલંકી

તસવીર : વિવેક દેસાઈ

મુદ્રક
યશ પ્રિન્ટર્સ
અમદાવાદ

અર્પણ

મારાં ખૂબ વહાલાં, સ્નેહી...

સુરત જેમનું વતન છે તેવાં

રૂપાબહેન અને શૈલેષભાઈને

સ-આદર...

પ્રસ્તાવના

થ્રીલર મારો સ્વભાવ નથી... થ્રીલર લખવું એ મારી પ્રકૃતિ પણ નથી...

પણ, જે ક્યારેય નથી કર્યું તે કરવું એવું નક્કી કરીને આ નવલકથા લખવાની શરૂ કરી. શ્રી બી. કે. પંડ્યા, શ્રી બકુલ ટેલર અને શ્રી ભરત રેશમવાલાએ મને મારી રીતે સાવ છૂટા હાથે કામ કરવા દીધું.

પહેલાં જ્યારે નવલકથાની જાહેરાતમાં વાંચતી, 'પાનેપાને જકડી રાખતી, અવનવા વળાંકો સાથે સરકતી અને દિલ ધડકાવતી નવલકથા' ત્યારે એમ થતું કે આવી વાર્તા કઈ રીતે લખી શકાય !

'શુક્ર-મંગળ' લખતાં લખતાં સમજાયું કે થ્રીલર લખતાં લખતાં જાતે પણ એક ક્રિમિનલ અનુભવમાંથી પસાર થવાની મજા લઈ શકાય છે. જિંદગીના એવા અનુભવો મળે કે જેમાંથી પસાર થવાનું ભાગ્યે જ વિચારી શકાય !

'ગુજરાતમિત્ર'માં પ્રકાશિત થતી આ નવલકથાએ મારે માટે એક નવા વિચારના અને નવા પ્રકારનાં દ્વાર ઉઘાડી નાખ્યાં છે એવું મારે સ્વીકારવું જોઈએ. હવે પછીની મારી તમામ થ્રીલર નવલકથાઓ 'ગુજરાતમિત્ર'ને આભારી રહેશે.

મારામાં શ્રદ્ધા રાખીને મને મારી રીતે આ કામ કરવા દેવા બદલ બકુલભાઈ, ભરતભાઈ અને પંડ્યાસાહેબની આભારી છું.

મારા વાચકોએ પૂરા હૃદયથી અને પ્રેમથી મારા આ નવા પ્રયોગને આવકાર્યો એ માટે મારા વાચકોનો પણ નતમસ્તક આભાર માનું છું.

કાજલ ઓઝા-વૈદ્ય

૩૦૮, સુપર પ્લાઝા
'સંદેશ' પ્રેસ રોડ,
વસ્ત્રાપુર, અમદાવાદ
E-mail : kaajalozavaidya@gmail.com
Website : kaajalozavaidya.com

કાજલ ઓઝા-વૈદ્યનાં પુસ્તકો

નવલકથા

- **કૃષ્ણાયન :** કૃષ્ણના જીવનની ત્રણ સ્ત્રીઓ. રાધા, રુક્મિણી અને દ્રૌપદી - પ્રેયસી, પત્ની અને મિત્ર... માણસ થઈને જીવી ગયેલા ઈશ્વર સાથે પોતાના મનની વાત કરે છે. અંગ્રેજી, મરાઠી, હિન્દી ભાષામાં અનુવાદિત થયેલી અને ગુજરાતીમાં ત્રણ વર્ષમાં ચાર આવૃત્તિ જીવી ચૂકેલી ધબકતી નવલકથા.
- **યોગ-વિયોગ (ભાગ ૧-૨-૩) :** 'યોગ-વિયોગ' છે સંબંધોના તાણાવાણા ઉકેલતી એક કથા. 'ચિત્રલેખા'ના પાના ઉપર ૭૬ પ્રકરણ સુધી સફળતાપૂર્વક વાચકોને જકડી રાખનાર અદ્દ્ભુત નવલકથા ટૂંક સમયમાં બે આવૃત્તિ.
- **મધ્યબિંદુ :** જે સ્ત્રીને પતિ અને પ્રેમીની વચ્ચે બે જિંદગી જીવતાં આવડે છે એવી સ્ત્રીના પ્રણયની સંવેદનશીલ અને છતાં હૃદયમાંથી નીકળતી સાચી વાત. 'દિવ્ય ભાસ્કર'ના વાચકોને સ્પર્શી ગયેલી પહેલી બોલ્ડ ગુજરાતી નવલકથા.
- મૌનરાગ : અંજલિ પોતે જ પોતાની કેદી છે ! અંજલિ અને એની આ પીડા... સાથે સાથે વહેતા અનિરુદ્ધ અને અક્ષયની બંધ હોઠોમાં કહેવાતી લગ્નજીવનથી લંબાઈને ભૂતકાળના પ્રેમસંબંધ સુધી ફેલાતી વ્યથા-કથા.
- **છલ (ભાગ ૧-૨) :** નિયતી અને રેવતી... એક જેવી દેખાતી બે ટ્વીન બહેનોની તદ્દન જુદી જિંદગીની રસપ્રદ વાર્તા.
- પારિજાતનું પરોઢ : ધર્મની ગાદી પર બેઠેલા એક એવા માણસની કથા જે ધર્મની વ્યાખ્યા ધરમૂળથી બદલવા માગે છે. 'ધર્મ પ્રેમ છે કે પ્રેમ જ ધર્મ ?' એ સવાલ સૌને પૂછતી એક વિધર્મી પ્રેમીઓની સ્વધર્મ કથા.
- **એક સાંજના સરનામે :** આથમતી સંધ્યાએ પાંગરતા પ્રણયની એક એવી વાત, જેમાં પ્રેમની વ્યાખ્યા નવેસરથી લખવાનો પ્રયાસ છે. અનેક જુદા સ્થળ અને સંવેદનોમાં જીવતી સ્ત્રીઓના મનોભાવોના તાણાવાણા ગૂંથીને બનાવેલું એક ભાતીગળ પોત એટલે નવા સમયની નવલકથા.
- **તારા વિનાના શહેરમાં :** જાતથી ભાગતી રાધિકાના પ્રવાસની એવી વાત જેમાં પડાવ તો અનેક આવે છે, પરંતુ મંઝિલ ક્યાંય મળતી નથી. પ્રેમ પામવાનો પ્રયત્ન ખરેખર આટલી બધી પીડા આપતો હશે ? 'મુંબઈ સમાચાર'ના વાચકોએ વખાણેલી નવલકથા.
- **પોતપોતાની પાનખર (ભાગ ૧-૨) :** અનાહીતા અને શિવાંગી વચ્ચે જીવતા કરણને પોતાનું અસ્તિત્વ શોધવું છે. અસ્તિત્વની આ શોધમાં નીકળી પડેલા ત્રણેય જણાના રસ્તામાં સવાલોની સાથે સાથે સંબંધો અને સત્યો એવી રીતે સેળભેળ થઈ જાય છે કે ત્રણેય એકબીજામાં ગૂંથાઈને એકસાથે જીવવા મજબૂર થઈ જાય છે. સમય સાથે વહેતી સંબંધોની સંવેદનશીલ નવલકથા.
- **લીલું સગપણ લોહીનું :** શૈલરાજ અને સિકંદર... લોહી એક ને સગપણ કાંઈ

નહીં ! વેરમાંથી વહાલ સુધીના વિસ્તૃત પ્રવાસની વેદના એક પછી એક એવા વળાંક લે છે જેમાં માણસના માણસ સાથેના સંબંધની એક સુંદર વાર્તા સર્જાય છે. 'સંદેશ'ના પાના ઉપર વાચકોની સાથે વહેતી રહેલી નવલકથા.

- **દરિયો એક તરસનો :** માનસશાસ્ત્રના પ્રશ્નો પર નવલકથાઓ ગુજરાતી ભાષામાં ઓછી લખાઈ છે. 'પર્સનાલિટી ડિસઑર્ડર' ઓછાવત્તા અંશે બધામાં હોય છે. 'દરિયો એક તરસનો' વિક્ષિપ્ત-વિખંડિત-વિખરાયેલાં વ્યક્તિત્વોની એક એવી જીગ્સો છે જેના કેટલાક ટુકડાઓ ખોવાઈ ગયા છે. આપણી ઇચ્છા અને સંબંધના સત્ય વચ્ચેની ખાલી જગ્યા એટલે 'દરિયો એક તરસનો'.

નવલિકા

- **સંબંધ તો આકાશ :** સ્ત્રી-પુરુષના સંબંધોને આવરી લેતી બાર ટૂંકી વાર્તાઓ જેમાં મા-દીકરાથી શરૂ કરીને લગ્નેતર સંબંધ સુધીના આકાશને કલમથી આંબવાનો એક સંનિષ્ઠ પ્રયાસ પ્રત્યેક વાર્તામાં વિસ્તરે છે.
- **કાજલ ઓઝા-વૈદ્યની વાર્તાઓ :** આ ટૂંકી વાર્તાઓનો બીજો સંગ્રહ છે. ત્રણ લઘુનવલ અને બીજી ટૂંકી વાર્તાઓ સાથે આ સંગ્રહમાં જુદા પ્રકારની, જુદા અવાજની ટૂંકી વાર્તાઓ સંકલિત કરવામાં આવી છે.

કવિતા

- **શેષયાત્રા :** એકમાત્ર કવિતાસંગ્રહ જે મનની પીડામાંથી ઉદ્‌ભવતી સ્ત્રી સંવેદનાની કવિતાઓને ઉજાગર કરે છે.

નાટક

- **પરફેક્ટ હસબન્ડ :** ગુજરાતી ભાષાનાં બે એવાં નાટકો જે રંગમંચ પર ધૂમ મચાવી ચૂક્યાં છે.

નિબંધો - લેખો

- **સર્ચલાઈટ :** આ લેખો અણસમજમાંથી પ્રગટેલી એક એવી સમજ છે જે કદાચ કોઈના અંધરાઈ રહેલા રસ્તાઓ ઉપર પ્રકાશ પાથરીને એમને દિશા બતાવી શકે. આ લેખો 'ફૂડ ફોર થૉટ' છે, વિચાર માટેનું અમૂલ્ય ભાથું...
- **એકબીજાને ગમતાં રહીએ :** 'સંદેશ'ના પાના ઉપર 'સંબંધોનાં સમીકરણ' નામે ઉકેલાતી રહેલી સમસ્યાઓનો એક એવો સંગ્રહ જે સુખી થવાની નાની નાની ફૉર્મ્યુલાઝ તમારા સુધી લઈને આવે છે. ગુજરાતી ભાષામાં પ્રેમ અને પરિણયની છણાવટ કરતો પહેલો મૌલિક લેખસંગ્રહ.
- **મન - માઈનસથી પ્લસ :** લાગણીનાં બંધનોમાં બંધાતા પહેલાં કે સંબંધમાં પ્રવેશતા પહેલાં સમજવાં જ જોઈએ એવાં કેટલાક સત્યોની નાનકડી હેન્ડબુક ! અપેક્ષાઓના લિસ્ટની બહાર નીકળીને સંબંધને સમજવાની, ફરિયાદોના લિસ્ટને ટૂંકું કરવા માટેની સાવ સરળ, છતાં ખૂબ જ ઉપયોગી એવી નાની નાની વાતોનો એવો

સંગ્રહ જે આપણે બધા જ જાણીએ છીએ જરૂર છે તો માત્ર એને ઓળખીને આવકારવાની.

- **ગેટ વેલ સૂન :** મન સાથે જોડાયેલી કેટલીક સર્વસામાન્ય સમસ્યાઓ વિશેના લેખો. મોટા ભાગના સહુ જે વાતને જાણે છે, પણ સમજી શકતા નથી એવી સાદી વાતોની સમજણપૂર્વક કરાયેલી છણાવટ. નાના-મોટા સહુને ઉપયોગી નીવડે તેવી, સંબંધો સુધારવાની, જિંદગીને વધુ રસપ્રદ બનાવવાની સાવ સરળ ફૉર્મ્યુલા. દરેક પ્રકરણ સાથે એક એવું પ્રશ્નપત્ર જેના પ્રામાણિક જવાબો તમને એક નવા અજવાળા સાથે જોડી દેશે.

અનુવાદ

- **પ્રેમની પાંચ ભાષા :** ડૉ. ગેરી ચૅપમૅનના વર્લ્ડ બેસ્ટ સેલર 'ફાઈવ લવ લેંગ્વેજીસ'નો અનુવાદ. તમારા પ્રિયજનને હૃદયની વાત કહેવાનો સાચો અને સરળ રસ્તો.

સંકલન

- **પ્રેમ - ચુંબન - પ્રાર્થના - આંસુ - સ્મિત :** ત્રણ ભાષામાં સંકલિત કરાયેલી સર્વપ્રથમ ફોટો બુક. પરિકલ્પના અને સંકલન દ્વારા દૃશ્ય અને શબ્દને નજીક લાવી જીવનના વિવિધ વિષયોને એકબીજા સાથે સાંકળતી ભેટ આપવા લાયક ઉત્તમ પુસ્તિકાઓ.

પત્રો

- **વ્હાલી આસ્થા, :** પિતાએ પુત્રીને લખેલા આ પત્રો એક નાજુક સંબંધના બદલાતા રંગોને આલેખવાનો પ્રયાસ છે. સ્ત્રીલેખકે લખ્યા હોવા છતાં આ પત્રો એક પિતાના હૃદયની લાગણીઓને વર્ષોવર્ષ વાચા આપે છે. ૭થી ૨૫ વર્ષની ઉંમર સુધી પુત્રીને સંબોધીને લખાતા પિતાના આ પત્રોમાં દરેક પિતાએ પોતાની પુત્રીને કહેવાની વાતો છે.

ઓડિયોબુક

- **તારા ચહેરાની લગોલગ :** આદિત્ય, નીશા અને આકાશ એકબીજાંની સાથે ફક્ત પત્રોમાં વાત કરે છે... એકબીજા સુધી પહોંચવાના પ્રયાસમાં એક ન સમજાય તેવી અસમંજસ સર્જાય છે. એકબીજાને લખાતાં પત્રોમાંથી સર્જાતી એક ઝંઝાવાતી પ્રણયત્રિકોણ.
- **પ્રેમપત્રો :** અહીં એક એવો અંગત સંવાદ જાહેરમાં વંચાયો છે, જે આપણા બધા માટે સાવ જાણીતો સંવાદ છે. બંધ આંખે કે ટોળાની વચ્ચે એકાદ ક્ષણ માટે એકલા પડીને આપણે બધાએ આ સંવાદ અનુભવ્યો છે. અહીં લખાયેલાં ગીતો સાચા અર્થમાં યુગલગીતો છે. બે જણાંના કંઠે ગવાતાં એવાં ગીતો, જેમાં બે જણાની વાત કહેવાઈ છે.
- **ત્રણ પેઢીની કવિતા :** કવયિત્રી પન્ના નાયક, કાજલ ઓઝા-વૈદ્ય અને એષા દાદાવાલાના સ્વમુખે ઉદ્‌ઘાટિત થતી આ કવિતાઓમાં ચિક્કાર અને ભરપૂર જીવનનો ચિત્કાર છે. ક્યાંક વતનઝુરાપો છે, ક્યાંક તનઝુરાપો છે અને ક્યાંક મનઝુરાપો છે. પ્રિય અને આત્મીય વચ્ચે આ કવિતાઓ લાગણીનો ઓવરબ્રિજ છે.

૧

રઘુ હાંફતો હાંફતો ટ્રેનમાં ચડ્યો ત્યારે એનું શર્ટ ફાટી ગયું હતું. પરસેવે રેબઝેબ... મોઢા પર કાળા કાળા ડાઘા... પરસેવાની સાથે સાથે લાળ ટપકતી હતી. આંખો ભરાઈ આવી હતી. છાતી ધમણની જેમ હાંફતી હતી. શ્વાસ એટલો ફૂલી ગયો હતો કે પ્લૅટફૉર્મ છોડી ચૂકેલી ટ્રેનને પકડીને એ અંદર કૂદતાવેંત પેસેજમાં જ ફસડાઈ પડ્યો. બાથરૂમની પાર્ટીશન વૉલને અઢેલીને એણે પગ લંબાવી દીધા અને ઊંડા ઊંડા શ્વાસ લેવા લાગ્યો.

ટ્રેને બરાબર ગતિ પકડી પછી એણે ધીમેથી વાંકા વળીને જોયું. "દૂર સુધી કોઈ દેખાતું નથી. હાશ...!" એણે ફાટેલા શર્ટની બાંયથી કપાળ પરનો - ચહેરા પરનો પરસેવો લૂછ્યો. લાળ સાફ કરી, "મારા હાળા પોલીસડા... પ્લૅટફૉર્મ પર જ રહી ગ્યા... આ રઘલાને પકડવો કંઈ સહેલી વાત નથ... કેટલાયને હાથતાળી દઈને આમ કેટલીયે વાર ભાગ્યો છું. ઊભા હશે હાથ ઘસતા... હું તો હમણાં સવાર પડતાં મુંબઈ ભેગો થઈ જવાનો. છો ગોત્યા કરે મારા બેટા..." એના ચહેરા પર સ્મિત આવી ગયું. એણે ઊભા થઈને બાથરૂમનો દરવાજો ખોલી જોયો. બંને તરફના દરવાજા બંધ હતા એટલે બીજી તરફના સેકન્ડ એ.સી.ના ડબામાં પ્રવેશી ગયો. ત્યાંના બાથરૂમમાં જઈ, આરસીમાં જોઈ મોઢાના ડાઘ સાફ કર્યા. સુગંધી સાબુનું ફીણ લઈ મોઢું ધોયું. આંગળીઓથી વાળ સમાર્યા ને પછી અરીસામાં જોઈ સ્મિત કરીને બહાર નીકળ્યો.

સામે ઊભેલા ટિકિટચેકરે એને જોયો, પણ રઘલાએ હાથ જોડીને કહ્યું, "આગલા સ્ટેશને ઊતરી જઈશ માઈબાપ... ટ્રેન ચાલુ થઈ ગઈ એટલે આંય ચડી ગ્યો... એક સ્ટેશનનો સવાલ છે."

એનું ફાટેલું શર્ટ અને હાલત જોઈને ટિકિટ ચેકરને દયા આવી. એણે આંખથી જ ચેતવણી આપી અને આગળ વધી ગયો.

રઘલો ફરી પેસેજમાં પગ લાંબા કરીને ગોઠવાઈ ગયો, "આગલું સ્ટેશન તો બે કલાકે આવશે. મજાની ઊંઘ ખેંચી લઉં. પછે જોયું જશે." એણે આંખો મીંચી દીધી.

એની બંધ આંખો સામે થોડી મિનિટો પહેલાં ભજવાયેલું દશ્ય સિનેમાની પટ્ટીની જેમ દોડવા લાગ્યું.

રુકમણિના નાનકડા ઓરડામાં રઘલો તદ્દન વિવસ્ત્ર દશામાં પડ્યો હતો. લાકડાના પાર્ટિશન ઠોકી ઠોકીને બનાવાયેલી સાત બાય સાતની આ ખોલીઓ વરિયાળી બજારના એક ખખડધજ મકાનમાં ગૂંગળામણ થઈ જાય એટલી સંકડામણમાં માંડ માંડ શ્વાસ લેતી હતી. માયાબાઈના કોઠા પર છોકરીઓની હાલત બીજા કોઠાઓ કરતાં ઘણી સારી હતી. કુલ સાત છોકરીઓ હતી. ચંદા, પૂજા, અલકા... નામથી શું ફરક પડે છે ? એના સાચા નામની આમેય કોઈને ખબર નહોતી.

"રોમા..." પહેલી વાર રઘલો જ્યારે રુકમણિને મળ્યો ત્યારે એણે લિપસ્ટિકવાળા હોઠ પર જીભ ફેરવતાં પોતાનું નામ ખોટું જ કહેલું.

પછી તો રઘલો ત્યાં નિયમિત જવા માંડ્યો. શનિવારે પૈસા હાથમાં આવે કે સીધો રુકમણિને ત્યાં પહોંચી જતો. એક અડધી બાટલી ને રુકમણિની માદક કાયાની ગરમાહટમાં રવિવારની સવાર ક્યાં પડી જતી એની બેઉને ખબર રહેતી નહીં.

ધીમે ધીમે રુકમણિ ખૂલવા માંડી. એણે પોતાના ગામની, બાળપણની અને બીજી વાતો રઘલાને કહેવા માંડી. શરૂઆતના દિવસોમાં રઘલાને 'પૈસા વસૂલ' કરવાની જેટલી લ્હાય રહેતી એટલી હવે નહોતી રહેતી. એ પણ રુકમણિની વાતો સાંભળતો. પોતાની વાતો કહેતો...

"ચાલ, તને ભગાડી જાઉં." એ ક્યારેક દાણો દબાવી જોતો.

"જા, જા... તારી જોડે ભાગીને ભૂખે મરું !" રુકમણિ આંખો નચાવતી, "અમારે ત્યાંથી પદ્મા ભાગી હતી. પેલાએ ફરી વેચી દીધી તે હરીફરીને પાછી સામેના કોઠામાં બેસે છે. બધા મરદ એક જેવા. દિલ ભરાઈ જાય પછી થૂંકવાય ન આવે."

"હું ક્યાં એવો છું ?" રઘલો લાડ કરતો.

"જો રઘલા, અહીં ખાઈ-પીને ખુશ છું. મારી પોતાની ખોલી છે. માયાબાઈ મને દીકરીની જેમ રાખે છે. રાંધેલા રોટલા ખાઉં છું. તારે ઘેર રોટલા ટીપવાની તૈયારી નથી મારી." રુકમણિ જીવનનું કડવું સત્ય સહેજે અચકાયા વિના કહી નાખતી.

"રૂકલી..." એની લીસ્સી રેશમ જેવી માદક કાયા પર હાથ ફેરવતો રઘલો એને ડરાવતો, "કાલે ઊઠીને આ બધું નહીં રહે ત્યારે ?"

"કાલની વાત કાલે રઘલા, આજની વાત કર." રુકમણિ પાસે જીવનની અજબ જેવી ફિલૉસૉફી હતી. એ તદ્દન વર્તમાનમાં જીવતી. એને ભવિષ્યનો ડર લાગતો નહીં કે પછી લાગતો હોય તો એ દેખાવા દેતી નહીં. એના કોઠા પરની અને આસપાસની કેટલીયે છોકરીઓ લગ્ન કરવા ને ઘર માંડવા ફાંફા મારતી, પણ રુકમણિ રઘલાની આટઆટલી વિનંતી છતાંય એ દિશામાં વિચારવા સુધ્ધાં તૈયાર નહોતી.

સોમથી શુક્ર સુધી રઘલાની એક એક રાત તરફડાટમાં વીતતી. રુકમણિના કોઠા પર રોજ રાત્રે આવતા જુદા જુદા ગ્રાહકોના વિચારમાત્રથી એનું લોહી ગરમ થઈ જતું, માથું ફરી જતું. પોતાની રુકમણિ એને બીજાના બાહુપાશમાં લપેટાયેલી દેખાતી. એ મરવા-મારવા તૈયાર થઈ જતો...

★

અત્યારે ટૂંટિયું વાળીને સૂતેલો રઘલો રુકમણિના વિચારમાત્રથી ઉત્તેજિત થઈ ગયો હતો. અત્યારે રુકમણિને કારણે જ ભાગવું પડ્યું હતું એને. શનિવારે રાત્રે રુકમણિના કોઠા પર એ કડકડતી નોટો લઈને પહોંચ્યો ત્યારે કોઈ પોલીસ ઇન્સ્પેક્ટર પહેલેથી જ રુકમણિની ખોલીમાં દાખલ થઈ ગયો હતો.

માયાબાઈએ સમજાવ્યો એને, "આટલી છોકરીઓ છે, બીજા કોઈનો વિચાર કરને..." પણ રઘલો જેનું નામ, એક અક્ષર બોલ્યા વિના સડસડાટ દાદરા ઊતરીને ચાલી ગયો. પછી કોણ જાણે શું ભેજું ફર્યું એનું તે કાવસના ગરાજ પર જઈને બાટલી ખોલીને પીવા બેઠો.

દારૂ બરાબર ચઢી ગયો પછી ઊભો થઈને લથડિયાં ખાતો ફરી માયાબાઈના કોઠા પર આવ્યો.

"ખોલ..." એણે રુકમણિની ખોલીના પાર્ટિશનના બંધ દરવાજા પર હથેળી ઠોકી. માયાબાઈ અને કોઠા પરના બે-ત્રણ રખેવાળોએ એને રોકવાનો પ્રયાસ કર્યો પણ રઘલાનું મગજ ફરી ગયેલું હતું. સોમથી શુક્ર તો એ માંડ માંડ કાઢતો. આજે શનિવારની રાત્રે પણ રુકમણિ એને ન મળે એ વાત એને માટે અસહ્ય હતી, "ખોલ છીનાળ... તારી જાતની..." એણે ગંદી ગાળ દીધી.

ધડાક ! બારણું ખૂલી ગયું. ચણિયો-ચોળી પહેરેલી રુકમણિ સામે ઊભી હતી. એના બ્લાઉઝનાં બે બટન ખુલ્લાં હતાં. લીસ્સી ત્વચા અને કાયાના કમનીય વળાંકો જોઈને રઘલો ભાન ભૂલી ગયો. અંદર સૂતેલો ઈન્સ્પેક્ટર એને દેખાયો તોય એણે રુકમણિને બેય હાથે બાહુપાશમાં લેવાનો પ્રયત્ન કર્યો. એને બંને હાથે ધક્કો મારીને આઘો કરતાં રુકમણિએ ધીમેથી કહ્યું, "જોતો નથી... અંદર મહેમાન છે ? જા, ઘેર જા..."

"હવે તો તને લઈને જ ઘેર જઈશ. રોજ રોજ ગામનાં કૂતરાં આમ મોઢાં મારી જાય એ મને નહીં પોસાય." એણે રુકમણિનો હાથ પકડીને ખેંચ્યો, "ચાલ."

"ગાંડો થયો છે ?" રુકમણિએ હવે લાડમાં, હળવાશથી નહીં, પણ જોરથી ધક્કો માર્યો. પીધેલો રઘલો જમીન પર ફસડાઈ ગયો. રુકમણિ બારણું બંધ કરવા જતી હતી કે રઘલાએ લાત મારીને પ્લાયવૂડના પાર્ટિશનનો દરવાજો મિજાગરામાંથી છૂટો કરી નાખ્યો. રુકમણિને બાજુએ હડસેલીને એ અંદર દાખલ થઈ ગયો. ખાટલામાં ગંજી અને અંડી પહેરીને સૂતેલા ઈન્સ્પેક્ટરને એણે ઊંચકીને ઊભો કરી દીધો. પેટમાં એવા બે મુક્કા રસીદ કર્યા કે પેલો બંને હાથે પેટ દબાવતો કપડાં પહેરવા લાગ્યો. લાતો અને મુક્કા વરસાવતો રઘલો ગાળાગાળ કરતો હતો.

એ વધુ કંઈ કરી શકે તે પહેલાં સાત-આઠ પોલીસવાળા ઉપર ધસી આવ્યા. એમણે રઘલાને પકડીને ધોવા માંડ્યો. ત્યાં પડેલી લાકડી ઊંચકીને રઘલાએ બધાને ધોવા માંડ્યા.

જાન બચાવીને રઘલો ભાગ્યો, પણ જતાં જતાં એણે ફૂટેલા આયનાનો ટુકડો લઈને રુકમણિના પેટમાં ખોસી દીધો, "તું મારી નહીં તો કોઈનીય નહીં, એટલું યાદ રાખજે." એણે ભાગતાં ભાગતાં બૂમ પાડી.

પાછળ વળીને એક વાર જોયું તો રુકમણિના ખુલ્લા પેટમાંથી લોહીનો ફુવારો વછૂટતો હતો. એની ઘાટીલી કમર, નાભી નીચે પહેરાયેલો ચણિયો અને ફર્શ સુધ્ધાં લાલચોળ થઈ ગઈ હતી.

એકથી બીજા છાપરે કૂદતો રઘલો સીધો રેલવે સ્ટેશન પહોંચ્યો.

હજી પોલીસ એને પકડી શકે તે પહેલાં પ્લૅટફૉર્મ છોડી રહેલી ટ્રેનમાં એ ચડી બેઠો...

અત્યારે એ ટ્રેન મુંબઈ તરફ ધસી રહી હતી ને રઘુ આંખ મીંચીને બનેલી ઘટનાને વાગોળતો રુકમણિનો વિચાર કરતો હતો.

★

રઘુ આમેય ઘણા દિવસથી મુંબઈ જવાનો વિચાર કરતો હતો. અહીં નાની-મોટી ચોરીઓ કરીને એનો કંઈ બહુ મોટો ફાયદો નહોતો થતો. એનાં સપનાં મોટાં હતાં. આલીશાન ગાડી, ગળામાં સોનાની ચેઈનો, આંગળીઓમાં સોનાની વીંટીઓ, મોબાઈલ ફોન...

આ બધું એને સુરતમાં રહે-રહે મળે એમ નહોતું. એનો દોસ્ત માવજી એને વારંવાર કહેતો, "તું તો મુંબઈના અંડર વર્લ્ડમાં ચમકી ઊઠે એવો હીરો છે. મુંબઈ પહોંચી જા. તું કહે તો નાસીરભાઈ સાથે વાત કરી લઉં."

રુકમણિના મોહમાં અંધ રઘલો ગમે તેટલી મોટી લાલચ મળે તો પણ સુરત છોડવા તૈયાર નહોતો. આજે નસીબે એને રુકમણિને લીધે સુરત છોડાવ્યું.

"સાલ્લી આનું નામ જ જિંદગી... જેને લીધે જીવતો હતો એનું જ ખૂન કરી નાખવું પડ્યું." રઘુના ચહેરા પર કડવું સ્મિત આવી ગયું ને આંખમાં પાણી ઊભરાયાં, "માની ગઈ હોત તો ? રાણી કરીને રાખત..."

બરાબર એ જ વખતે સેકન્ડ એ.સી.નો દરવાજો ખૂલ્યો. એક વીસેક વર્ષની ઊંઘરેટી છોકરી ઊંઘમાં જ બાથરૂમ તરફ જઈ રહી હતી. એનો પગ રઘુને અથડાયો. ઠેસ વાગતાં એનું સમતુલન ગયું અને સીધી નીચે પછડાઈ. સાવધ રઘુએ એને પોતાના બે હાથમાં ઝીલી લીધી. છોકરીના કમર સુધીના વાળ વિખરાઈ ગયા હતા. એણે ચહેરા પરથી વાળ હટાવ્યા ને રઘુ એની સામે જોઈને બેહોશ થવાની તૈયારીમાં હતો.

"રુકલી ?" રઘુથી પુછાઈ ગયું.

"વ્હોટ ?" પેલી છોકરી સ્વસ્થ થઈને ઊભી થઈ ગઈ. એણે વાળ સરખા કર્યા, "વ્હોટ ડીડ યુ સે ?"

"તમે... તમારું નામ..."

"નેઈમ ? મારું નામ રિન્કુ..." એણે કહ્યું, "થેન્ક યુ, તમે મને બચાવી." એ છોકરીનાં ઉચ્ચારણો વિદેશી હતાં. એણે રઘુનો હાથ છોડાવ્યો અને બાથરૂમ તરફ જવા માંડી.

ફાટી આંખે ડઘાયેલો રઘુ એને જતી જોઈ રહ્યો. પેલી છોકરી બાથરૂમમાં ગઈ, થોડી વારે બહાર નીકળી. ત્યાં જ ઊભા રહીને જોતા રઘુ સામે સ્મિત કરીને ફરી પાછી એ.સી.નો દરવાજો ખોલી અંદર દાખલ થઈ ગઈ.

રઘુ હવે મુંબઈ સુધી જઈ શકે તેમ નહોતો. આ છોકરીનો ચહેરો જોયા પછી નસીબ પર કે ઈશ્વરમાં કે પછી ચમત્કારમાં વિશ્વાસ કર્યા વિના એનો છૂટકો નહોતો.

તદ્દન વિદેશી ઉચ્ચારણો ધરાવતી નખશિખ સોફિસ્ટિકેટેડ આ છોકરી અને માયાબાઈના કોઠા પર ગંદી ગાળો બોલતી, શરાબ પીતી રુકમણિમાં કોઈ ફેર નહોતો.

પોતાના સગા હાથે રુકમણિને અરીસાનો ટુકડો ન ઘોપ્યો હોત તો રઘુ માટે આ છોકરી અને રુકમણિ જુદાં હતાં એ સ્વીકારવું પણ અઘરું થઈ પડત. એણે વાંકા વળીને જોયું.

નવસારી સ્ટેશનની બત્તીઓ દેખાવા લાગી હતી. ટ્રેન જેવી પ્લૅટફૉર્મ પર દાખલ થઈ અને પૂરી ઊભી પણ રહે તે પહેલાં રઘુ પ્લૅટફૉર્મ પર કૂદી પડ્યો અને દોડતો સ્ટેશનની બહારના અંધારામાં વિલીન થઈ ગયો.

✷

૨

નવસારી સ્ટેશને અંધાધૂંધ દોડતો રઘુ સ્ટેશનની બહાર નીકળવા જતો હતો કે એક ઇન્સ્પેક્ટર સાથે ત્રણ હવાલદારને એણે દાખલ થતાં જોયા.

"સાલા કૂતરા... અહીં પણ પહોંચી ગયા." એણે પાછા પગે ડબા તરફ જવા માંડ્યું. એ ઊંધા પગે ટ્રેન તરફ જઈ રહ્યો હતો કે પાછળ કોઈ જોડે અથડાયો.

"સૉરી..." હાથમાં વેફરનું પૅકેટ પકડીને રિન્કુ હસી રહી હતી.

રઘલો ફરી પાછો એ જ ડબામાં ચડી ગયો. મૂરખની જેમ જાણે સપનું જોતો હોય એવી રીતે રઘુ એ છોકરી સામે જોઈ રહ્યો હતો. એ.સી. કંપાર્ટમેન્ટનો દરવાજો ખોલીને અંદર જતાં એ છોકરી રિન્કુ ફરી એક વાર રઘુ સામે હસી...

રઘુને અચાનક સમજાયું કે એ છોકરી રુકમણિ નહોતી. રુકમણિનો ચહેરો પોતાની નજર સામે જોતો જોતો ઊંઘવાનો પ્રયત્ન કરી રહેલા રઘુને એ છોકરી રુકમણિ જેવી લાગી હતી. અત્યારે એણે ધ્યાનથી જોયું. એની સ્વચ્છ બેદાગ ત્વચા ઝગારા મારતી હતી. નમણું નાક અને માપસરના હોઠની વચ્ચેથી મોતીની માળા જેવા એકસરખા સફેદ દાંત દેખાતા હતા. ચોખ્ખા હાથ અને ફાઇલ કરેલા નખની સાથે નેઇલ પૉલિશ કરીને હાથમાં પહેરેલી ચાર-પાંચ હીરાની વીંટીઓ એ છોકરી કોઈ ઉચ્ચ મધ્યમ વર્ગની હશે એ વાતની ચાડી ખાતી હતી.

લૂઝ લૉ વેસ્ટ જીન્સની ઉપર લાંબું ઢીલું ટી-શર્ટ પહેર્યું હોવા છતાં એના શરીરના વળાંકો સ્પષ્ટ હતા.

"તમે... વ્હાય આર યુ હિયર ?" દરવાજો ખોલીને કંપાર્ટમેન્ટમાં દાખલ થતાં પહેલાં એ છોકરીએ રઘુને પૂછ્યું.

"આગલા સ્ટેશને ઊતરી જઈશ, ભૂલમાં ચડી ગયો હતો." રઘુએ કહ્યું. પછી ખિસિયાણું હસવાનો પ્રયત્ન કરતાં રઘુએ કહ્યું, "ચોર નથી હોં મૅડમ..."

"ઓહ ! ધેટ્સ ઓ.કે." રિન્કુએ ફરી સ્મિત કર્યું, "બ્લૅન્કેટ જોઈએ છે ?"

"આંય ક્યાં ઠંડી છે ?" રઘુએ ફરી સ્મિત કર્યું, "ઠંડક તો તમારે ત્યાં છે... અંદર."

"ઓહ યાહ..." પેલી છોકરી કંપાર્ટમેન્ટમાં દાખલ થઈ ગઈ. કોણ જાણે કેમ, રઘુનું મગજ ચકરાવે ચડી ગયું. આ છોકરીના ચહેરામાં કંઈક એવું હતું, જે એને રુકમણિની યાદ અપાવતું હતું. એનું સ્મિત, એના માપ લઈને કોતર્યા હોય એવા હોઠ અને નમણું નાક જોઈને રઘુ ફરી એક વાર ભૂરાયો થઈ ગયો હતો. એને રુકમણિ યાદ આવતી હતી. રુકમણિના પેટમાંથી ધગધગતું લોહી જે રીતે બહાર રેડાયું હતું એ દૃશ્ય યાદ આવતાં એને ફરી કમકમાં આવી ગયાં, પણ હવે એની પાસે કોઈ રસ્તો નહોતો.

"સાલી... મરી ગઈ ને ? સારું જ થયું." એ થૂંક્યો, "આવી બાઈઓના તો કટકા કરી નાખવા જોઈએ." ફરી એક વાર એને રુકમણિ સાથે ગાળેલી પળો યાદ આવી ગઈ. એનું આખું શરીર થરથરી ગયું. ટૂંટિયું વાળીને એણે ફરી એક વાર ઊંઘવાનો પ્રયત્ન કરવા માંડ્યો, પણ આંખો મીંચતો કે તરત જ રુકમણિનું એ લોહી નીતરતું શરીર એની સામે આવી જતું...

કંપાર્ટમેન્ટની દીવાલ પર ટેકો દઈને બેઠેલો રઘુ મુંબઈ જઈને શું કરવું એ વિચારવા લાગ્યો. એને અચાનક માવજી યાદ આવી ગયો. એણે ખિસ્સામાંથી મોબાઇલ કાઢી માવજીને ફોન લગાડ્યો.

"સાલા ગધેડા..." માવજીના અવાજમાં ચિંતા હતી, "તું છે ક્યાં ?" સાથે જ સંભળાતો ટ્રેનનો અવાજ માવજીથી છાનો રહી શક્યો નહીં, "કઈ બાજુ ઊપડ્યો છે ?"

"મુંબઈ. નાસીરભાઈ જોડે વાત કરી લે. હમણાં જ... પહોંચીને ક્યાં જવું એની ખબર નથી મને."

"અરે ગાંડા, ફિકર શું કરે છે ? મુંબઈ તો આપણો એરિયો છે. નાસીરભાઈનો માણસ તને લેવા આવી જશે. હોટલમાં લઈ જશે હોટલમાં... બે-ચાર દિવસ ખાઈ-પી લે, આરામ કર... પછી નાસીરભાઈ જોડે ધંધે લાગી જા."

"જો યાર, મારે ખાવા-પીવા ને આરામ કરવા નથી જવું ત્યાં. રૂપિયા કમાવા છે. એટલા રૂપિયા કમાવા છે કે સુરત શહેરની બધી રંડીઓને..." ફરી એક વાર એના મોઢામાં કડવાશનો સ્વાદ ઊભરાઈ રહ્યો.

"ચિંતા ના કર, તારી કબૂતરી મરી નથી ગઈ." માવજી ગંદું હસી રહ્યો હતો.

"શું વાત કરે છે..."

"હા, હા... એ એમ સહેલાઈથી મરે એવી ક્યાં છે ? માયાબાઈના માણસો તાત્કાલિક હૉસ્પિટલ લઈ ગયા એને. ત્રણ ટાંકા આવ્યા છે પેટ પર..." માવજી ફરીથી ગંદું હસ્યો, "બહુ પ્રેમ ! એટલો હલકો છરો માર્યો છે કે ત્રણ ટાંકામાં તો પતી ગયું."

"હાશ !" રઘલાને જાણે પાપનું પોટલું ઊતરી ગયાનો અહેસાસ થયો, "ઠીક તો છે ને ?"

"હજી માયા છૂટતી નથી ?" માવજી ફરી હસ્યો, "બે-ચાર દા'ડામાં તો..." એ હજી હસી રહ્યો હતો, "ટનાટન... સમજ્યો કે નહીં ?"

"ચૂપ રહે."

"એલા, એને ઘરવાળી બનાવવાના ચક્કરમાં તારું પોતાનું ઘર છૂટી ગયું... તોય મગજ ઠેકાણે નથી આવ્યું તારું ? આ બાઈઓ કદી કોઈની થાય નહીં, સમજ્યો ?"

"મારે નથી સાંભળવું. તું નાસીરભાઈને ફોન કર અને એના માણસને મારો નંબર આપ. કયા સ્ટેશને ઊતરવાનું ને ક્યાં ઊભા રહેવાનું... બધું બરાબર પૂછી લે." રઘલાને વાત ટૂંકાવી. એની વાત પૂરી થાય તે પહેલાં તો સ્ટેશન આવી ગયું હતું. રઘલો આમતેમ જોઈને ઊતરવા જતો હતો ત્યાં ફરી પાછી પેલી રિન્કુ નામની 'બલા' બહાર નીકળી.

"હેલો !" રઘલાએ આમતેમ જોયું. એના હાથમાં ફોન નહોતો,

એને નવાઈ લાગી, પણ આ રિન્કુ એને જ બોલાવતી હતી, "પ્લીઝ, મને એક પાણીની બોટલ લાવી આપોને... મને નીચે ઊતરતાં ડર લાગે છે." એણે પચાસની નોટ ધરી.

"સાલી..." રઘુને ગુસ્સો ચડ્યો, "આની આગલા સ્ટેશને વેફરનું પડીકું ઝુલાવતી હતી ત્યારે બીક ના લાગી, કેમ ?" એને પૂછવાની ઇચ્છા થઈ ગઈ, પણ કંઈ બોલ્યા વિના એણે આમતેમ જોયું, પ્લૅટફૉર્મ સૂમસામ હતું. ભાગ્યે જ કોઈ અવરજવર હતી. સ્ટેશન પર ઊભેલાં લેમ્પપોસ્ટનાં પીળાં-ગોળ ચકરડાં અને ટાંટિયા લંબાવી ઊંઘી રહેલાં કૂતરાંઓ સિવાય બેન્ચ પર માથે ઓઢીને સૂતેલા રડ્યા-ખડ્યા માણસો સિવાય કોઈ દેખાતું નહોતું.

રઘુએ અચકાતાં નોટ લીધી, નીચે ઊતર્યો અને લાંબી લાંબી ડાંફો ભરતો જઈને પાણીની બોટલ લઈ આવ્યો. એ પૈસા પાછા આપતો હતો ત્યારે રિન્કુએ ફરી એક વાર મોતીની માળા ચમકાવીને કહ્યું, "ઈટ ઈઝ ઓ.કે."

"પાંત્રીસ રૂપિયા છે, મૅડમ..."

"ઓ.કે. છે." પેલીએ કહ્યું અને પાણીની બોટલની ઠંડકને ગાલ પર અડાડતી ફરી પાછી અંદર જવા લાગી. રઘુ એને જતી જોઈ રહ્યો. એની લચકાતી ચાલ, નિતંબને ઢાંકતા વાળ અને સ્મિત કરવાની એ અદા... રઘલો એના પર ખુશ થઈ ગયો હતો, "ફટાકડી છે !" એણે માથાના પાછળના ભાગમાં પોતાની જાતે જ ટપલી મારી, "આ બધી મહેલોની રાણીઓ આપણી સામેય ના જુએ..." એ હસતાં હસતાં ત્યાંથી નીકળીને ખીચોખીચ ભરેલા જનરલ ડબામાં ધક્કામુક્કી કરીને ચડી ગયો. ગમેતેમ કરીને થોડી જગ્યા કરી સાવ બારણા પાસે હવા આવે એવી રીતે ગોઠવાઈ ગયો. ઉભડક બેસીને એણે ઊંઘવાની તૈયારી કરવા માંડી.

આંખો મીંચી કે તરત રુકમણિને બદલે આ વખતે પેલી રિન્કુનો ચહેરો દેખાયો.

રઘુએ આંખો ઉઘાડી નાખી. એ ગાંડાની જેમ હસવા માંડ્યો, "રઘલા... રઘલા, તારું શું થશે ?" એણે જાતને જ કહ્યું અને પછી પોતાના જ માથામાં ટપલીઓ મારતો ફરી એક વાર ઊંઘવાની તૈયારી

કરવા માંડ્યો. એણે આંખો મીંચી કે ફરી એક વાર રિન્કુ !

રઘલાને પોતાને પણ નવાઈ લાગી. હજી કલાક પહેલાં તો રુકમણિની પાછળ પાગલ હતો પોતે ! એનું ખૂન કરવાનો પ્રયત્ન કરવા છતાં રુકમણિ ભુલાતી નહોતી ને આ અચાનક રુકમણિની જગ્યાએ રિન્કુ ક્યાંથી ગોઠવાઈ ગઈ ?

વધુ વિચાર્યા વિના એણે આંખો મીંચી લીધી. મુંબઈ, નાસીરભાઈ અને હવે શરૂ કરવાના નવા કામ અંગે વિચારવાનો પ્રયત્ન કરવા માંડ્યો...

ધડબડ ધડબડ કરતી ટ્રેન દોડી રહી હતી. સમસમાટ આવતી હવા રઘુના ચહેરા પર અથડાતી હતી. એના વાળ ઊડતા હતા. શર્ટનાં ખોલી નાખેલાં બટનમાં હવા ભરાઈને ફુગ્ગાની જેમ શર્ટને ફુલાવી નાખતી હતી. આખા દિવસનો થાકેલો અને ઉપરાઉપરી બનેલી ઘટનાઓથી સહેજ ડઘાયેલો રઘલો ધીમે ધીમે કરતાં નીંદરમાં સરી પડ્યો.

એની જ્યારે આંખ ખૂલી ત્યારે ટ્રેન મુંબઈ શહેરની હદમાં પ્રવેશી ચૂકી હતી. મલાડ, ગોરેગાંવ, જોગેશ્વરી, અંધેરીનાં પાટિયાં વાંચતો રઘુ વહેલી સવારના મુંબઈને જોઈ રહ્યો હતો. હજી માંડ સૂરજ ઊગ્યો હતો પણ સ્ટેશન પરની ભીડ માથું ઘુમાવી દે એવી હતી. એણે ખિસ્સામાંથી ફોન કાઢ્યો. લગભગ દસ મિસ્ડ કોલ હતા - માવજીના... મનોમન ગાળ બોલી એણે માવજીનો નંબર જોડ્યો.

"ગધેડા... મને તો થયું કે તું મરી ગયો."

"જલદી બોલ... બૅટરી પતી જવાની છે." રઘુ જીભાજોડીના મૂડમાં નહોતો.

"મુંબઈ સેન્ટ્રલ સ્ટેશન પર નાસીરભાઈનો માણસ આવશે. કાળું પઠાણી પહેરીને, હાથમાં ફૂલ લઈને ઊભો હશે એનો માણસ. એની પાસે જઈને પૂછજે - 'ક્યા યહી પ્યાર હૈ ?' "

"તને બીજો કોઈ સંદેશો ના મળ્યો ?" રઘુ અકળાયો.

"અરે ભાઈ, જે સૂઝ્યું તે કહી દીધું. આમેય આ બધું તારા પ્રેમમાંથી જ થયું છે ને ?" માવજી ફરી હસ્યો. રઘુએ ગુસ્સામાં ફોન કાપી નાખ્યો. ઊભો થઈને બાથરૂમમાં ગયો. જનરલ ડબાનો આ બાથરૂમ એટલો બધો ગંદો અને ભીનો હતો કે રઘુને ઊબકો આવ્યો. છતાં નળ ચાલુ કરી, થોડું

પાણી લઈ એણે ચહેરો ધોયો. જીંથરા જેવા સૂકા વાળમાં ભીનો હાથ ફેરવ્યો. અરીસામાં જોયું. શર્ટનાં બટન બંધ કરી બહાર આવીને ઊભો ઊભો મુંબઈ સેન્ટ્રલ સ્ટેશન પહોંચવાની રાહ જોવા લાગ્યો.

★

મુંબઈ સેન્ટ્રલમાં ટ્રેન પ્રવેશી ત્યારે રઘુની ઊંઘ પૂરેપૂરી ઊડી ગઈ હતી.

એણે કાળું પઠાણી પહેરીને ઊભેલા માણસને આમતેમ શોધવા માંડ્યો. જ્યાં એની ટ્રેન ઊભી રહી એનાથી લગભગ દસ મીટર દૂર એક માણસ હાથમાં ફૂલો લઈને ઊભો હતો. કાળું પઠાણી પહેરેલો એ છ ફૂટથી વધુ ઊંચાઈ ધરાવતો માણસ મોઢા પરથી જ ક્રૂર અને ભયાનક દેખાતો હતો.

રઘલો કૂદકો મારીને પ્લૅટફૉર્મ પર ઊતર્યો. પેલા માણસ પાસે જઈને ઊભો રહ્યો. માણસે રઘુની સામે આંખ ઝીણી કરીને જોયું. રઘલો હસ્યો. એના ચોખ્ખા દાંત અને સ્વચ્છ આંખોને કારણે કદાચ પેલાના ચહેરા પરની ક્રૂરતા થોડીક ઓછી થઈ ગઈ.

"ક્યા યહી પ્યાર હૈ ?" રઘલાએ પૂછ્યું, પછી ફરી હસ્યો, "રઘુ નામ છે, મારું."

"જાનતા હૂં." એણે હજી હાથમાં ફૂલો પકડી રાખ્યાં હતાં. એની નજર સેકન્ડ એ.સી.ના એ જ ડબા તરફ હતી, જેમાંથી રઘુ ઊતર્યો હતો. બે-ચાર મિનિટમાં ટ્રોલીબૅગ સરકાવતી, નાનકડું હેન્ડલગેજ અને પર્સ ઊંચકીને રિન્કુ આવીને ઊભી રહી.

"વેલ કમ મૅડમ..." પેલા માણસે રિન્કુના હાથમાં ફૂલો આપ્યાં. રિન્કુએ ફૂલો પોતાના હાથમાં લીધાં તો ખરાં, પછી આમતેમ રમાડીને પેલા માણસને જ પાછાં આપી દીધાં.

"ભાઈજાન ક્યારે સુધરશે ? એમને ખબર છે કે મને રજનીગંધા સિવાય કોઈ ફૂલો ગમતાં નથી." ટ્રોલીબૅગ ત્યાં જ છોડીને, હેન્ડલગેજ પટકીને એણે લચકાતી ચાલે ચાલવા માંડ્યું. છ ફૂટનો પેલો માણસ લગભગ હક્કોબક્કો થઈને ટ્રોલીબૅગને સરકાવતાં, હેન્ડલગેજને ઊંચકીને રિન્કુની પાછળ નીકળી ગયો. ત્યાં જ ઊભેલા રઘલાને એણે ડોકું હલાવીને સાથે આવવાનો ઇશારો કર્યો.

આગળ જતી રિન્કુ, એની પાછળ ગળામાં પટ્ટો બાંધ્યો હોય એવી રીતે દોરવાતો પેલો છ ફૂટનો રાક્ષસ ને એની પાછળ રઘલો...

મુંબઈ સેન્ટ્રલ સ્ટેશનેથી નીકળેલું આ સરઘસ કઈ દિશામાં જવાનું હતું એની રઘલાને પોતાનેય ખબર નહોતી.

✷

3

“કેટલા દિવસ આમ ને આમ પડી રહીશ ? નાનો અમથો ઘા પડ્યો છે પેટમાં. કંઈ આકાશ નથી તૂટી પડ્યું.” માયાબાઈએ રુકમણિની ખોલીની બહાર ઊભા રહીને છણકો કર્યો. ચણિયા-ચોળી પહેરીને સૂતેલી રુકમણિ છત તરફ જોઈ રહી હતી. એની આંખો પથ્થરની જેમ સ્થિર થઈ ગઈ હતી. ચહેરા પર અજબ જેવા ભાવ હતા. હજી હમણાં જ ખૂબ રડી હોય એમ એના ચહેરાની ત્વચા અને નાકનું ટોપકું લાલચોળ થઈ ગયાં હતાં. એણે છત પરથી નજર ફેરવીને માયાબાઈના ચહેરા સામે જોયું, “જુએ છે શું ? રોજ ઘરાક આવીને પાછા જાય છે.”

“તો જવા દો પાછા. હું એક જ નથી. પૂજા, અલકા, ચંદા... બધીયે છે.”

“પણ જેને તારો સ્વાદ લાગે એ બીજે નથી બેસતા ને...” માયાબાઈના ચહેરા પર ખંધુ સ્મિત આવી ગયું, “રઘલોય બિચારો એમાં તો મર્યો.”

હજી રઘુનું નામ સાંભળ્યું’તું કે રુકમણિની આંખોમાં પાણી આવી ગયાં. એ કશું જ બોલી નહીં. બંને હાથે આંખના ખૂણે ધસી આવેલાં આંસુ લૂછીને એ બેઠી થઈ ગઈ. બાજુમાં પડેલી ઓઢણી છાતી પર નાખીને સ્મિત કરવાનો પ્રયત્ન કર્યો, “બે-ચાર દિવસ રોકાઈ જાવ, જરા સાજી થઈ જાઉં પછી... હજી ટાંકા દુઃખે છે...”

“જો બહેન, દુઃખ તો આપણા નસીબમાં લખેલું જ છે. અઠવાડિયાથી આમ પડી છે તું.” માયાબાઈએ થોડું લાડમાં ને થોડું તોછડાઈથી કહ્યું, “આજનો દિવસ આરામ કરી લે. કાલ સાંજથી તૈયાર થઈ જજે, સમજી ?”

“નહીં થાય મારાથી.” જેટલું ચોખ્ખું માયાબાઈએ કહ્યું હતું એટલું

જ ચોખ્ખું કહ્યા વિના હવે છૂટકો નથી એવું લાગતાં રુકમણિએ પણ કહી જ નાખ્યું.

"નહીં થાય એટલે ?" માયાબાઈનાં ભવાં તણાઈ ગયાં, આંખો ઝીણી થઈ ગઈ.

"નહીં થાય એટલે નહીં થાય. આ રોજ રોજ નવા માણસ પાસે શરીર ચૂંથાવાનું મને નહીં પોસાય." રુકમણિ બોલી તો ખરી, પણ માયાબાઈના ચહેરા પર જે ભાવ આવ્યા એ જોઈને એ નખશિખ થરથરી ઊઠી. શરૂઆતમાં અહીંયાં આવી ત્યારે એના માણસોએ રુકમણિને જે રીતે ધબેડી હતી એ હજી ભુલાયું નહોતું. માયાબાઈની આંખોમાં ઊતરી આવેલું ઝનૂન જોતાંની સાથે જ રુકમણિને ફરી એક વાર એ દિવસો યાદ આવી ગયા.

"ઓહો ! તારે પણ લગન કરીને ઘર માંડવું હશે, નહીં ?" માયાબાઈએ એના લાલચોળ દાંત દેખાડતાં ગંદું હસવા માંડ્યું, "ભાગી જવું'તુંને પેલા રઘલા સાથે... એ તો કરગરી કરગરીને મરી ગયો બિચારો..."

"ભૂલ થઈ ગઈ મારી." રુકમણિએ દાંત નીચે હોઠનો ખૂણો દબાવ્યો. આંખમાં આવતાં આંસુ રોકવા માટે એટલા જોરથી દબાઈ ગયો એનો હોઠ કે લોહીનો ટશિયો ફૂટી નીકળ્યો.

"તો હવે ભોગવ..." માયાબાઈએ ફરી એક વાર છણકો કર્યો, પછી લાડ ઉમેરીને રુકમણિને પટાવી, "તેં ના પાડી તો આપણે પોલીસ ફરિયાદ પણ નથી કરી. પેલા મૂઆ ઇન્સ્પેક્ટરે એના માણસ દોડાવ્યા, એનેય સમજાવી-પટાવીને ગાંઠના રૂપિયા દબાવીને ચૂપ કર્યો મેં. તારું માન રાખ્યું કે નહીં ? હવે તું મારું માન રાખ."

"માયાબાઈ..." રુકમણિએ આજીજી કરી, "બીજું કોઈ પણ આ શરીરને અડે છે તો જાણે ચીતરી ચડે છે મને. હું રઘુની થઈ ગઈ છું."

"આ બધી પળોજણ મૂક. રઘલો તો ગયો હવે. આ તરફ ફરીને જોશેય નહીં તને." પછી અંતિમ સત્ય ઉચ્ચારતી હોય એમ કહી નાખ્યું, "સીધેસીધી કામ પર ચડી જા, બાકી લાત મારીને કાઢી મૂકીશ તો માથેથી છત ને પગ નીચેથી જમીન જતી રહેશે, સમજી? આ બધાં નખરાં છોડ ને

સીધેસીધી ધંધા પર બેસી જા." રુકમણિ માયાબાઈની સામે આગઝરતી નજરે જોઈ રહી. એ જાણતી હતી કે એની પાસે માયાબાઈનું કહ્યું માન્યા સિવાય બીજો કોઈ ઉપાય નહોતો.

પેટની ભૂખ અને માયાબાઈનો માર ફરી એક વાર એને ત્યાં જ લાવીને ઊભી રાખવાના હતા, જ્યાંથી આ દુઃખદાયક સફર શરૂ થઈ હતી.

★

સ્કૂલમાં ભણતી રુકમણિ બે ચોટલા વાળીને દફતર ઉલાળતી સ્કૂલના મકાનની પછીતે મધુને મળતી. આખા ગામમાં સૌથી દેખાવડા અને ફિલ્લમના હીરો જેવો દેખાતા મધિયા પર સ્કૂલની બધી છોકરીઓ મરતી. રુકમણિને પણ મધિયો બહુ ગમતો. નીતનવા બુશ્કોટ પહેરતો અને હાથની મુઠ્ઠી વાળી સિગરેટ પીતા મોઢામાં ધુમાડાની રિંગો કાઢતા મધિયાને જોતાં રુકમણિની આંખો ધરાતી નહીં. મધિયાએ એક દિવસ સ્કૂલેથી ઘેર જતી રુકમણિનો પીછો કરી એને રસ્તામાં આંતરી, "બેસી જા સાઇકલ પર..."

"મને કહે છે ?" રુકમણિને નવાઈ લાગી.

"અહીંયાં તારી કાકી-માસી છે કોઈ બીજી ?" અંતરિયાળ એકાંત વગડામાં નજર પહોંચે ત્યાં સુધી બીજું કોઈ નહોતું દેખાતું. રુકમણિ સાઇકલના કેરિયર પર બેસવા જતી હતી કે મધુએ ચોટલો ઝાલીને અટકાવી. આંખો ઉલાળીને ઈશારાથી આગળ બેસવાનું કહ્યું. કપાળે વળતા પરસેવા, સુકાતા હોઠ અને ધડકતા હૃદયે રુકમણિ આગળ ગોઠવાઈ ગઈ. એની ગરદન પર મધુના શ્વાસ અડતા હતા. પેડલ મારતા એની પીઠ પર મધુના ખભા અથડાતા હતા. જાણી જોઈને કે પછી ઊબડખાબડ રસ્તાને કારણે, પણ મધુની સાઇકલમાં વારંવાર બ્રેક મારવી પડતી હતી. જેટલી વાર બ્રેક લાગતી એટલી વાર મધુની દાઢી રુકમણિની સુંવાળી ગરદન પર ઘસાઈ જતી. એના હોઠ રુકમણિની કાનની બૂટને અડી જતા... પગથી માથા સુધી જાણે વીજળીનો કરંટ લાગ્યો હોય એમ રુકમણિ થરથરી ઊઠતી. રૂંવાડે રૂંવાડું ઊભું થઈ જતું...

પછી તો એ રોજનો નિયમ થઈ પડ્યો. ગમે તે બહાનું કાઢીને રુકમણિ સંગાથ કરતી બહેનપણીઓની પાછળ રહી જતી. રસ્તો બદલીને

બે ખેતરવા વટાવી મધુને મળતી... સાઈકલસવારી રોજ થવા લાગી.

સ્કૂલની પ્રછીતે રોજ બપોરે મધુ મળવા આવતો. ક્યારેક બાફેલા ચણા, ક્યારેક ચૉકલેટ તો ક્યારેક ઠંડા પીણાની બૉટલ... મધુ અને રુકમણિ એક જ બોટલને હોઠ લગાડીને પીતાં ! મધુની હથેળીમાંથી વાંકી વળીને કબૂતરની જેમ રુકમણિ ચણા ખાતી...

નવરાત્રીના દિવસોમાં એક દિવસ મધુએ રુકમણિને પૂછ્યું, "સુરત આવવું છે ?"

"તારી જોડે ?"

"ના, મારા બાપુજી જાય છે. તને મોકલાવી દઉં." મધુએ આંખ મારી.

"લુચ્ચો..." રુકમણિએ લાડ કર્યાં, "મારા ઘેર શું કહું ?"

"કહેવાની શી જરૂર છે ? તું તારે ગરબા રમવા નીકળી પડજે. હું તને ઉઠાવી લઈશ. સવાર પડતાં તો પાછી લઈ આવીશ."

"સાચું કહે છે ? મારી માને ખબર પડશે તો મારી નાખશે હોં..."

"ખબર પડશે તો ને ?" મધુના અવાજમાં રહેલા કંપે રુકમણિને મજબૂર કરી નાખી. રાતનું અંધારું અને મધુની સાથે મોટરસાઈકલ પર સુરત જવાનું પ્રલોભન, આખી રાત રખડવાનો રોમાંચ રુકમણિ ટાળી શકી નહીં. સત્તર વર્ષની રુકમણિ મધુની પાછળ બેસીને સુરત જવા નીકળી તે નીકળી...

માયાબાઈના કોઠા પર 'માસીને ત્યાં ચા પીવા'ના બહાને એને દાખલ કર્યા પછી મધુ ક્યાં ખોવાઈ ગયો એની રુકમણિને આજે પણ ખબર નહોતી.

માયાબાઈના કોઠા પર રુકમણિને જેટલી વાર માર પડ્યો, જેટલા દિવસ ભૂખ્યા રહેવું પડ્યું એ બધી જ ક્ષણોએ એણે મધુને આપી શકાય એટલા શાપ આપ્યા... રુકમણિ ખાસ્સી સખત હતી. માર અને અત્યાચાર સામે તૂટી નહીં. ઘણા દિવસ સુધી માર ખાતી રહી. માયાબાઈના પાળેલા છોકરાઓ રુકમણિને મારતા ખરા, પણ એવી રીતે કે શરીર પર ડાઘ ન પડે. આ બજારમાં શરીરની જ તો કિંમત હતી ! એને ભૂખી રાખવામાં આવતી, પણ વિટામિનનાં ઇન્જેક્શન નિયમિત અપાતાં.

સામે સારી જિંદગીની, પોતાની ખોલીની અને બીજી કેટલીયે લાલચોથી માયાબાઈ એને ખરીદવાનો પ્રયાસ કરતી રહેતી. એકાદ વાર ભાગવાનો પણ પ્રયત્ન કરી જોયો હતો રુકમણિએ. એ પછી ત્રણ દિવસ સુધી એના પગ ખાટલા સાથે બાંધી રાખવામાં આવ્યા. સાંકળ એટલી લાંબી હતી કે એ બાથરૂમ સુધી જઈ શકે, પરંતુ તાળું તોડીને ભાગવાની એની તાકાત નહોતી.

સમય સાથે રુકમણિએ પોતાના નસીબને સ્વીકારી લીધું. ભૂખ અને મારથી ઢીલી પડી ગયેલી રુકમણિએ જ્યારે માયાબાઈની વાત સ્વીકારી લીધી ત્યારે પહેલી રાત્રે એની 'નથ ઉતારવા' આવેલા માણસે એકાવન હજાર રૂપિયા ચૂકવ્યા હતા માયાબાઈને...

ધીમે ધીમે રુકમણિને પોતાની કિંમત સમજાવા લાગી હતી. અઢાર-વીસ મહિનામાં જાત વેચીને નફ્ફટ થઈ ગયેલી રુકમણિએ માયાબાઈની સાથે સોદો કર્યો હતો. બીજી છોકરીઓને ખાવા-પીવા-રહેવાની સાથે પગાર મળતો. રુકમણિ કમિશન પર ધંધો કરતી. ઘરાકે આપેલા પૈસામાંથી સાઈઠ ટકા રુકમણિના અને ચાળીસ ટકા માયાબાઈના... ખાવા-પીવાનું માયાબાઈના માથે ! ઘરાક ખુશ થઈને ટીપ આપે તો એના પર માયાબાઈનો કોઈ હક નહીં.

ટૂંકમાં, રુકમણિને જિંદગીની આ ઘરેડ માફક આવી ગઈ હતી, જ્યાં સુધી એને રઘલો નહોતો મળ્યો. રઘલાએ એની જિંદગીમાં આવીને બધું ઊથલપાથલ કરી નાખ્યું. જે સપનાને રુકમણિએ પોતાના હૃદયમાં સાત ફૂટ ઊંડું દાટ્યું હતું એને રઘલાએ એક ઝાટકે બહાર ખેંચી કાઢ્યું.

રુકમણિ રઘલાને ના પાડતી, ઘણોય ટાળતી, પણ એના મનમાં રઘલાની આ રોજની વિનંતીઓથી એક રોમાંચ થતો એની ના નહીં. શનિવારની રાતોએ થોડું પીને લાડમાં આવી ગયેલો રઘલો એને ઘરવાળી, બૈરી કે મિસીસ કહીને બોલાવતો ત્યારે રુકમણિને બત્રીસ કોઠે દીવા થયાની લાગણી થતી. રઘલાનાં સપનાં હવે રુકમણિની આંખોમાં પણ અંજાવા લાગ્યાં હતાં. અહીંથી ભગાડી જવાના રઘલાના પ્રસ્તાવને એણે ઘણી વાર ચકાસી જોયો હતો. હજી એના મનમાં પાકી ખાતરી નહોતી. મધુના અનુભવ પછી એના મનમાં કુશંકા ઊઠતી, "મૂઓ મુંબઈ જઈને વેચી મારે

તો ઊલમાંથી નીકળીને ચૂલમાં પડવા જેવું થાય.'' એ રઘલાને ચકાસવા માગતી હતી. જો ખરેખર વાતમાં તથ્ય હોય અને કંઈ થઈ શકે એમ હોય તો એણેય ભાગી છૂટવાની તૈયારી મનોમન કરી જ રાખી હતી.

જે રાત્રે રઘલા અને પોલીસ ઇન્સ્પેક્ટરની માથાકૂટ થઈ એ રાત્રે રુકમણિ ખરેખર તો રઘલાની જ રાહ જોતી હતી. વચમાં પેલો પોલીસનો બચ્ચો આવી ચડ્યો ત્યારે રુકમણિના મનમાં એમ હતું કે બને એટલું જલદી આ બધું પતાવીને એ પોલીસડાને વિદાય કરશે, પણ એવું થયું નહીં... પેલો તો પીવા બેઠો ને પીને લાંબો થઈ ગયો... રુકમણિએ ઘણુંય પૂછ્યું... થોડું લાડથી ને થોડું ચીડથી, "હેં સાહેબ, તમારે જવું નથી ? કામ તો હશે ને..."

"તારે મને અહીંથી કાઢવો છે ? બીજું કોઈ આવવાનું છે કે શું ?"

"એવું કંઈ નથી સાહેબ, આ તો..."

"બહુ કમાઈ જવું છે, કેમ ?"

"એવું છે ને સાહેબ, તમારો ને મારો બેઉનો ધંધો ટૂંકા સમયનો ધંધો છે. અમારું શરીર ને તમારી સત્તા... હોય ત્યાં સુધી હોય સાહેબ, પછી ઠનઠન ગોપાલ... શું કહો છો ?"

"સાલી... મને તારી જોડે સરખાવે છે ?" પીધેલો ઇન્સ્પેક્ટર હસતો હસતો બોલી રહ્યો હતો, પરંતુ રુકમણિને વારંવાર એટલી ખીજ ચડતી હતી કે આને ચાર-પાંચ લાફા ચોડી દે... કંઈ બોલ્યા વિના એ ખાસ્સી વાર સુધી પોલીસનાં અડપલાં સહન કરતી રહી.

એણે સાડી ઉતારી અને પોતાનું શર્ટ-ગંજી ઉતારીને ઇન્સ્પેક્ટર આગળ વધે તે પહેલાં તો રઘલાનો મુક્કો એની ખોલીના દરવાજા પર પછડાયો હતો.

★

અત્યારે કલાકોથી પડી પડી રુકમણિ એ જ વિચારી રહી હતી કે રઘલા પાસે પહોંચવાનો એવો કયો રસ્તો હોઈ શકે, જે એને આ નરકમાંથી છોડાવે. રઘુ જે રીતે એના પેટમાં કાચ ખોંપીને બરાડ્યો હતો, "તું મારી નહીં તો કોઈનીય નહીં, એટલું યાદ રાખજે." એ અવાજ એના કાનમાં ગૂંજ્યા કરતો હતો. પોતાને આટલો બધો પ્રેમ કરનાર માણસ આવી રીતે

છૂટી ગયો એ વાતનો અફસોસ કેમેય કરીને ઓછો થતો નહોતો.

એણે મનોમન નક્કી કર્યું, 'હવે તો હું રઘલાની થઈને રહીશ.'

રઘલાને શોધવા માટે એની પાસે એક જ નામ હતું - માવજી... એણે પોતાનો મોબાઈલ ફોન ઉપાડી માવજીને લગાડ્યો. આઠ-દસ વાર પ્રયત્ન કરવા છતાં પણ માવજીએ ફોન ઉપાડ્યો નહીં. રુકમણિએ કંટાળીને ફોન પછાડ્યો, "સાતમા પાતાળમાંથી ગોતીશ તને તો, રઘલા ! હવે તો તારા માટે રોટલા ન ઘડું તો મારું નામ રુકલી નહીં."

*

૪

"તારી કબૂતરીનો ફોન હતો." માવજી ગંદી રીતે હસી રહ્યો હતો.

"નામ નહીં લે સાલીનું." અઠવાડિયાથી મુંબઈમાં ગોઠવાઈ ગયેલો રઘલો હવે ધીમે ધીમે રુકમણિમાંથી બહાર નીકળી ગયો હતો. જેટલી પણ વાર એને રુકમણિનો વિચાર આવતો એટલી વાર એની નજર સામે પારકા પુરુષ સાથે ચણિયો ને ચોળી પહેરીને ઊભેલી પોતાની બેવફા પ્રેમિકા તરવરી ઊઠતી. એને લાગતું હતું કે રુકમણિએ એને છેતર્યો અને આ વિચાર માત્ર એને ખળભળાવી મૂકતો હતો. પોતે કાચ ખોંપી દીધા છતાં રુકમણિ બચી ગઈ એ વાતે પણ એને ઘણો ક્રોધ ઊપજ્યો હતો.

ઘણી વાર અડધી રાત્રે એને વિચાર આવતો કે પોતે સુરત જાય અને નિરાંતે ઊંઘતી રુકમણિના સુંદર ચહેરા પર ઓશીકું દબાવી એનું ખૂન કરી નાખે... એને તડપાવી તડપાવીને મારે... "એક પ્યાલો પાણી નહીં પીવડાવે કોઈ... રિબાઈ રિબાઈને મરશે સાલી." એના હૃદયમાંથી શાપ નીકળી જતો. એના પ્રેમની, એની લાગણીની, એની સચ્ચાઈની કોઈ કિંમત નહોતી કરી એણે...

આજે માવજીએ ફરી એનું નામ લીધું ત્યારે રઘલાનું લોહી ગરમ થઈ ગયું, "શું કહેતી હતી ?" એનાથી પૂછ્યા વિના રહેવાયું નહીં.

"મેં ફોન ઉપાડ્યો જ નહીં. તારી જોડે વાત કર્યા વિના પાછી નવી ઘો ક્યાં ઘાલવી ?"

"એટલે ?"

"સમજી લઉંને કે તારે જોડવું છે કે તોડવું છે..."

"જોડવાની તો વાત જ નહીં કરતો. મારે માટે એ મરી ગઈ."

"તો પછી કહી દઉં એને ?"

"હા, હા... બિન્દાસ્ત કહી દે. સાથે એમ પણ કહેજે કે રઘલો તો ફર્સ્ટ ક્લાસ સેટલ થઈ ગયો. લાખ્ખો રૂપિયા કમાય છે, એશ કરે છે મુંબઈમાં..." થૂંક ગળા નીચે ઉતારીને એણે ઉમેર્યું, "ગર્લફ્રેન્ડ પણ શોધી લીધી છે એવુંય કહી દેજે. કોઈ જરૂર નથી મારે એની..."

"હાશ... તારામાં સદ્‌બુદ્ધિ આવી ખરી. મને તો એમ કે આ રુકમણિ તને બરબાદ કરીને છોડશે."

"એને કહી દેજે કે આજ પછી મને ભૂલી જાય. સમજ્યો ?"

એ પછી માવજીએ ખાસ્સી લાંબી વાતો કરી. રઘલાના નવા કામ વિશે, એને મળેલી ખોલી વિશે અને નાસીરભાઈ વિશે...

નાસીર અથવા નાસીરખાન અથવા નાસીરભાઈ મુંબઈની સડકો પર રાજ કરતો. બોરીવલીથી શરૂ કરીને ચર્ચગેટ અને ઉપર કોલાબા સુધીની આખી પટ્ટી નાસીરના નામથી થરથરતી. પ્રોટેક્શન મની, હપતા અને જમીનો ખાલી કરાવવાનો એનો મોટો ધંધો હતો. બિલ્ડર લૉબીમાં ફેવરિટ હતો નાસીર. ઝાઝી હો-હા કર્યા વિના, લોહી રેડ્યા વિના કામ કરી આપવાની એની આવડત હતી. રાજકારણીઓ સાથે પણ સારો એવો ઘરોબો હતો એનો. કોઈને બેસાડી દેવા, કોઈને ઊભા રાખવા, બૂથ કેપ્ચર કરવા કે ધારાસભ્ય ખરીદવા જેવાં નાનાં-મોટાં કામ કરી આપતો... બદલામાં બિલ્ડરોનાં કામ કરાવતો અને બંને બાજુથી પૈસા લેતો.

ખૂનખરાબાથી દૂર રહેવું એને ગમતું. પાંચ વખતનો નમાઝી હતો. દર શુક્રવારે હાજીઅલી જતો. હિન્દુજા હૉસ્પિટલથી આગળ વરલી પાસે રોજના સો-બસો ફકીર જમાડી નાખતો...

મોતનો ભય નહોતો એને. હથિયાર રાખતો નહીં. બસ, એક જ નબળાઈ હતી એની, અને એ હતી એની બહેન...

આખી દુનિયાને ધ્રુજાવતા નાસીરખાનને રિન્કુ પોતાના ઈશારા પર નચાવતી, ધાર્યું કરાવતી. ભલભલાને કુનેહપૂર્વક ડરાવી-ધમકાવીને પોતાનું ધાર્યું કરાવતો નાસીરખાન બહેનની સામે ઢીલોઢફ થઈ જતો. રિન્કુ અને નાસીર વચ્ચે સત્તરેક વર્ષનો તફાવત હતો. નાસીરના અબ્બુની બીજી પત્નીનું સંતાન હતી રિન્કુ. અબ્બુને ગોળી વાગી ત્યારે આખરી શ્વાસ છોડતા પહેલાં એમણે ત્રણ વર્ષની રિન્કુને વીસ વર્ષના નાસીરને હવાલે કરી હતી.

નાસીર માટે રિન્કુ બહેન ઓછી ને દીકરી વધારે હતી.

રિન્કુની ઇચ્છા પૂરી કરવી એ જ જાણે નાસીરના જીવનનું પરમ ધ્યેય બની જતું કેટલીક વાર. ભાઈના ધંધા વિશે બધું જ જાણતી રિન્કુ ભાઈના માણસોથી ઘેરાયેલી રહેતી. મોટે ભાગે એને ક્યાંય એકલી જવા દેવામાં આવતી નહોતી. નાસીરનો સગાંવહાલાં સાથે પણ ખાસ સંબંધ નહોતો. રિન્કુની અમ્મી સુરતમાં રહેતી. એટલે અવારનવાર એમને મળવા રિન્કુ સુરત જતી. એ સિવાય રિન્કુ આંખથી અળગી થાય એ નાસીરને પોસાતું નહીં.

★

નાસીરનો માણસ કાળું પઠાણી પહેરીને મુંબઈ સેન્ટ્રલ સ્ટેશન પર રઘલાને મળ્યો ત્યારે રિન્કુ પણ એમની સાથે જ ઘરે આવી. અલબત્ત, રઘલાં અને રિન્કુ માટે આવેલી ગાડીઓ જુદી હતી. એમને પહોંચાડવાનાં સ્થાન પણ જુદાં જ હતાં. પણ રિન્કુએ પાછા આવીને ભાઈની સામે જે રીતે રઘલા વિશે વાત કરી એનાથી નાસીરખાનના મનમાં રઘુને મળતા પહેલાં જ રઘુ વિશે એક 'પોઝિટિવ' છાપ ઊભી થઈ ગઈ.

કોણ જાણે કેમ રિન્કુને રઘુ ગમી ગયો હતો. બીજી કોઈ રીતે નહીં, પણ એની સાદગી અને ભોળપણ, એની સરળતા અને અસહાયતાએ રિન્કુના મનમાં રઘુ માટે વગર કારણે એક જગ્યા ઊભી કરી હતી. એણે સ્ટેશન પર રઘલાને પાંત્રીસ રૂપિયા એટલે જ આપેલા કે કદાચ એની પાસે પૈસા ન હોય તો રઘલો જઈને કંઈક ખાવાનું ખરીદી શકે. આખી સિલબંધ પાણીની પૅક બાટલી હોવા છતાં એણે રઘલા પાસે પાણી મંગાવ્યું !

એ સ્ટેશન પર ઊતરી જ શકે એમ હતી, પણ રઘુને પૈસા આપવાના ઇરાદાથી એણે આ કર્યું... એ પછી એણે બે-ત્રણ વાર રઘુને જોયો. દરેક સ્ટેશન પર આંટા મારતો, રઘવાયો રઘવાયો રઘુ એને ગમી ગયો.

રઘલો હતોય એવો... ફિલ્લમના હીરો જેવો. છ ફૂટ ઊંચો, એકવડિયું શરીર, પહોળા ખભા ને પાતળી કમર... આમ ગંધારો રહે, ફાટેલાં કપડાં પહેરે એટલે દીઠો ગમે નહીં. બાકી નાહી-ધોઈને શેમ્પૂ કર્યો હોય, ફાંકડુ ટી-શર્ટ ને ડેનિમ પહેરાવ્યું હોય તો હિન્દી સિનેમાના સ્ટાર કરતાં ઊતરે નહીં ! એની આંખો ભૂખરી હતી - કાળા ને કથ્થઈ વચ્ચેનો

કોઈ શૅડ... પાતળી અને દઢ જૉ લાઈન - જડબું... તડકામાં રખડી રખડીને તપી ગયેલી તાંબાવર્ણી ત્વચા, મજબૂત મહેનતકશ બાવડાં અને લાંબી-પાતળી આંગળીઓ.

રિન્કુને આ રૂપાળો પણ એકલવાયો અને દુ:ખી છોકરો જાણે પોતાની જ મદદ માગતો હોય એવું લાગ્યા કર્યું. એણે સ્વપ્નેય આશા નહોતી કે રઘુ એને જિંદગીમાં ફરીથી મળશે. પરંતુ જ્યારે નાસીરનો જ માણસ રઘુને લેવા આવ્યો ત્યારે રિન્કુને લાગ્યું કે એમાં ખુદાનો જ કોઈ સંકેત હશે.

રસ્તામાં એણે પેલા રાક્ષસ જેવા રસૂલને પટાવીને બધું જાણી લીધું. પછી ભાઈને મળી ત્યારે રઘુએ કરેલી મદદની વાતો એવી રીતે કરી કે નાસીરના મનમાં રઘુ માટે એક ચોક્કસ સ્થાન ઊભું થઈ જાય.

આ બધું રિન્કુએ શું કામ કર્યું એની એને પોતાનેય ખબર નહોતી, પણ એક અજાણ્યા - 'બિચારા' માણસને મદદ કર્યાનો સંતોષ એને થયો એ નક્કી.

રસૂલને પટાવીને રઘલાને ક્યાં રાખ્યો છે એ પણ એણે જાણી જ લીધું અને રસૂલને જ સાથે લઈને ફળોનો ટોકરો, થોડી મીઠાઈ અને ખાવાની ચીજવસ્તુઓ ગાડીમાં મુકાવી એ રઘલાની ખોલી પર પણ જઈ જ આવી. ઓઢવા-પાથરવાની સગવડ જાતે ચૅક કરી...

સાંજે નાસીરને બીજું કોઈ કહે એ પહેલાં પોતે જ કહી દીધું. રિન્કુ જાણતી હતી કે નાસીર બીજું બધું સહન કરી જાય, પણ જો રિન્કુ વિશે અછડતો પણ ઘસાતો શબ્દ એના કાને પડે તો પહેલાં બોલનાર માણસને ને પછી રિન્કુને મારી નાખ્યા વિના નાસીરને ચેન પડે નહીં.

બહેનને સોનાનો કોળિયો ખવડાવતો નાસીર એને કોઈ છૂટ લેવા દે એમ નહોતો. સામે રિન્કુને પણ રઘલામાં કોઈ ખાસ રસ નહોતો પડ્યો હજુ. ભાઈના તાપથી સતત ફફડતી રહેતી રિન્કુ કોઈ છોકરા સામે ઊંચી આંખે જોઈ શકે એટલી પણ એની હિંમત નહોતી.

★

રઘુને જ્યારે ખબર પડી કે રિન્કુ જાતે આવીને એની સગવડો ચૅક કરી ગઈ, ફ્રૂટ, મીઠાઈઓ અને ખાવાનું મૂકી ગઈ... ત્યારે ઉપકારના બોજ હેઠળ એનું હૈયું દબાઈ ગયું. સ્ત્રી માત્રને મા-બહેન-ભાભીના રૂપમાં

જોનારો રઘલો રિન્કુના આ નાનકડા કાળજીભર્યા વર્તનને કારણે એટલો તો આભારવશ થઈ ગયો કે એને એકાંતમાં મળવાની તક શોધીને બેય હાથ જોડી ઝૂકી પડ્યો, "તમારો આભાર કઈ રીતે માનું ? તમે આ અજાણ્યા શહેરમાં મારા માટે મધર ટૅરેસાની જેમ આવ્યાં છો."

"ઈટ્સ ઓ.કે. મેં એવું કંઈ કર્યું નથી. તમે મારી મદદ કરી ને મેં તમારી. ઈન્સાનિયત એને જ કહેવાય ને ?" પછી સ્મિત કરીને ઉમેરી દીધું, "કંઈ આડુંઅવળું નહીં ધારતા હોં, ભાઈજાન ચીરી નાખશે તમને."

"ના રે... તમારી સામે એવી દૃષ્ટિએ જોવાની મારી હિંમત જ નથી."

"એવી એટલે કેવી ?" રિન્કુ તોફાને ચડી.

"એવી એટલે..." માથું ખજવાળતો, શરમાતો રઘલો નીચે જોઈ રહ્યો હતો, "આમ... પેલી રીતે... સમજોને હવે... બધા બોય્ઝ ગલીના નાકે છોકરીઓને જુએને એવી રીતે..."

"કેમ, હું સુંદર નથી ?" રિન્કુને આ ભલાભોળા માણસને છંછેડવાની મજા પડી રહી હતી.

"ના, ના, બહુ સુંદર છો." રઘલો ગભરાઈ ગયો હતો, "પણ તમે તો નાસીરભાઈનાં બહેન છો."

"નાસીરની બહેન છું, તમારી નહીં." હસતી હસતી રિન્કુ ત્યાંથી ચાલી ગઈ હતી ને ડઘાયેલો રઘલો જાણે કોઈ સપનાની રાજકુમારી કે પરી જતી હોય એમ રિન્કુને જતી જોઈ રહ્યો હતો.

એ દિવસથી રઘલો રાત પડે રિન્કુનાં સપનાં જોતો થઈ ગયો હતો. જોકે એના સપનામાં રિન્કુની જોડે જોડે નાસીરભાઈ પણ આવી જ જતા. ક્યારેક ગોળીઓની રમઝટ પણ વરસી જતી. રસૂલ અને સુખિયા જોડે સિનેમા જોઈને આવ્યો એ રાત્રે આખી ફિલમ એને પોતાની અને રિન્કુની વાર્તા હોય એમ સપનામાં ફરી દેખાઈ હતી...

એ ક્યારેક હસતો, ક્યારેક જાતને ગાળો દેતો તો ક્યારેક કોઈને ખબર પડશે તો જીવ ખોવો પડશે એમ વિચારીને જાતને અટકાવતો. પણ આ રિન્કુ નામની છોકરી તો લાલ રંગમાં 'સ્ટોપ' લખેલી સાઈન વાંચતી જ નહોતી !

★

માવજીએ રુકમણિને સામેથી ફોન લગાડ્યો.

"ક્યાં છે તારો દોસ્ત ?" પૂછતાં પૂછતાં તો રુકમણિને ડૂમો ભરાઈ ગયો.

"એ જાણીને તારે શું કરવું છે ? એણે જે કહ્યું તે સાંભળી લે..." માવજીએ રઘલાનો સંદેશો અક્ષરશઃ કહી સંભળાવ્યો. માવજીનું પહેલું વાક્ય સાંભળતાં જ રુકમણિની આંખમાંથી આંસુ વહેવા લાગ્યાં હતાં. સંદેશો પૂરો થયો ત્યાં સુધીમાં તો રુકમણિ ડૂસકે ચડી ગઈ, "હવે શું કામ રડે છે ? બિચારો તારી પાછળ ગાંડા કાઢતો હતો ત્યારે તો એને હડધૂત કર્યો તેં... તમારા જેવી બાઈઓને તો..." માવજી હોઠ સુધી આવેલી ગાળને ગળી ગયો.

"ચૂપ રહે..." રડતા અવાજે રુકમણિ બરાડી, "તને ખબર શું છે કે મેં એને કેટલો પ્રેમ કર્યો છે."

"હવે રહેવા દે પ્રેમવાળી... બિચારાને અહીંથી કાઢ્યો તેં. ગામ છોડાવ્યું ને હવે..."

"હવે હુંય છોડીશ." રુકમણિનો અવાજ જાણે અચાનક પથ્થર જેવો વજનદાર અને મજબૂત થઈ ગયો, "કહી દેજે તારા દોસ્તારને... સાતમા પાતાળમાંથીયે ગોતીને સાત ફેરા ફરીશ એની જોડે."

"રુકમણિ... તું એને ગોતી નહીં શકે."

"તું મુંબઈની વાત કરે છે ? આખી દુનિયામાં ક્યાંય પણ છુપાયો હોય રઘલો, આ રુકમણિ એને ગોતી કાઢશે એટલું જ નહીં, હવે એની જોડે સંસાર માંડશે, એનાં છોકરાં જણશે... કહી દેજે એને. બે-ચાર દિવસમાં હું નીકળું છું અહીંથી. તૈયાર રહે."

માવજીએ ગભરાઈને ફોન મૂકી દીધો, પણ રુકમણિના અવાજમાં રહેલો રણકો એને ડરાવી ગયો હતો, 'આ બૈરાની જાત... સાલી કોઈ દિવસ સમજણ જ ના પડે કે એમના મનમાં શું છે... જ્યારે પેલો જીવ કાઢવા તૈયાર હતો ત્યારે એને આઘો ધકેલ્યો ને હવે પેલો છૂટવા માગે છે ત્યારે એની પાછળ પડી છે.'

એણે રઘલાનો નંબર જોડ્યો.

✷

૫

માવજીએ ગભરાઈને રુકમણિનો ફોન તો મૂકી દીધો, પણ રુકમણિનો અવાજ જાણે એનો પીછો કરી રહ્યો હતો, "તું મુંબઈની વાત કરે છે ? આખી દુનિયામાં ક્યાંય પણ છુપાયો હોય રઘલો, આ રુકમણિ એને ગોતી કાઢશે એટલું જ નહીં, હવે એની જોડે સંસાર માંડશે, એનાં છોકરાં જણશે... કહી દેજે એને. બે-ચાર દિવસમાં હું નીકળું છું અહીંથી. તૈયાર રહે."

એણે રઘલાનો નંબર જોડ્યો.

"તારી લયલા તને ગોતે છે."

"તને કહ્યું છે ને એનું નામ નહીં લેતો, તોયે રહી રહીને કેમ એના સંદેશા પહોંચાડે છે મને ?" રઘલો ખિજાઈ ગયો, "ક્યાંક તું નથી ચાલુ થઈ ગયોને એની સાથે ?"

માવજી પણ છંછેડાઈ ગયો, "એ મને ફોન કરે છે. હું એને ફોન નથી કરતો અને આ નંબર પણ તારી પાસેથી જ લીધો છે ને એણે ? ત્યારે તો ઘેલા થઈને જે માગે એ આપવા તૈયાર હતો. હવે મારા પર જોર શાનો કાઢે છે..."

"અરે માવજી, નારાજ નહીં થા યાર... હું તો..." શું કહેવું એ રઘલાને સૂઝ્યું નહીં, પણ એ એટલું ચોક્કસ સમજી ગયો કે રુકમણિ એનો પીછો એટલી સહેલાઈથી નહીં છોડે. એટલે એણે માવજીને કહી નાખ્યું, "તું મારું એક કામ ના કરે ?"

"બધાંય કામ કર્યાં, હજુ શું બાકી છે ?" માવજીએ છાશિયું કર્યું.

"એને કહી દે કે હું દુબઈ જતો રહ્યો."

"એનાથી શું થાય ? એ તો દુબઈ આવશે."

રઘલાથી હસ્યા વિના ના રહેવાયું, “મૂર્ખા માવજી... દુબઈ આવશે નહીં, દુબઈ જશે.”

“એટલે ?”

“હું તો મુંબઈમાં જ છું ને એ પહોંચશે દુબઈ...”

“ઓહ !” હવે માવજીના મગજની ટ્યૂબલાઇટ સળગી, “આઇડિયો ખોટો નહીં... કહી દઈએ.”

“તું એક વાર એને દુબઈ ભેગી કરી દે. પછી મુંબઈ આવશે. આપણે અહીંયાં જલસા કરીશું. નાસીરભાઈ પાણીની જેમ પૈસા વેરે છે. પર્સનલ ખોલી છે આપણી ને બાટલીની તો આંય ખોટ જ નથી.”

“ઠીક છે. કરું છું.” માવજીએ ફોન મૂકી દીધો. એનું મગજ કામે લાગી ગયું. રુકમણિને જો દુબઈ જ મોકલવાની હોય તો એમાંથી ત્રીસ-ચાળીસ હજાર રૂપિયાની રોકડી કરી લેવાય એ બાબત માવજીના મગજમાં આવી ગઈ. એણે સૌથી પહેલાં ગામના ઉતાર જેવા પાપડીને ફોન કર્યો. દૂબળો-પાતળો, ફૂંક મારો તો ઊડી જાય એવો ‘પાપડી’ સૂરતથી છોકરીઓની ખેપ અખાતના દેશોમાં ઉતારતો. એના ધર્મ વિશે કે સાચા નામ વિશે કોઈને ખબર નહોતી. સહુ એને ‘પાપડી’ના નામે ઓળખતા. એની આગળ કે એની પાછળ કોઈ કશું જ જાણતું નહોતું. દર મહિને ફોન નંબર બદલી નાખતો. બહુ ઓછા અને નજીકના લોકો જાણતા કે એનો બદલાયેલો નંબર ક્યાંથી મળી શકે... એના ગ્રાહકોને એ જ સામેથી ફોન કરતો. પાપડીનો સંપર્ક કરવો લગભગ અશક્ય હતો. પરંતુ માવજીને એવી કોઈ મુશ્કેલી નડી નહીં. એણે ફોન લગાડ્યો.

“એક પેસેન્જર લઈ જવાનું છે.”

“ફાઇવસ્ટાર જોઈએ કે સસ્તી હોટેલ ?” છોકરી કેવી દેખાય છે એ માટેના આ કોડવર્ડ હતા.

“આમ તો ફાઇવસ્ટાર છે, પણ અત્યારે સસ્તી હોટેલમાં રહે છે.”

“નામ-સરનામું આપી દે. જોઉં પછી ટિકિટ કઢાવું.” પાપડી એમ સહેલાઈથી વાત માની જાય એવો નહોતો. અરબી શેખોની પસંદ અને મિજાજ એ બરાબર જાણતો. એટલે દોસ્તનો ફોન હોય તો પણ ધંધામાં દોસ્તી કરવી એને પોસાય એમ નહોતી.

"રુકી... માયાબાઈની ખોલીમાં."

"અરે યાર ! એના પર તો મારી કે દા'ડાની નજર છે, પણ એ તો આપણા રઘલા પાછળ પાગલ છે તે..."

"રઘલો તો ઊડી ગયો."

"હુ કેય છ ? કિયારે ગિયો ?"

"થોડા દિવસ થયા. રુકીના પેટમાં ચપ્પુ ખોસીને ભાગી ગયો."

"એને તો પ્રેમ કે'વાય કે ની ?" પાપડી હસ્યો, "તે હવે આ ફટાકડીને દુબઈ કેમ જવું છે ?"

"આપણો હીરો દુબઈ ગયો છે."

"શું વાત કરે છ ?"

"હા..."

"દુબઈમાં ક્યાં છે ? હું જવાનો... મલીસ એને..." હવે માવજી સલવાયો. દુબઈ વિશે માવજી પાસે મોં-માથાની માહિતી નહોતી. રઘુ ક્યાં છે એ પાપડીને કહેવું કેવી રીતે ? માવજીએ હથિયાર નાખી દેવાનો ફેંસલો કરી દીધો અને ટુકડે ટુકડે... ગોઠવી ગોઠવીને, પણ પાપડીને આખી વાત કહી દીધી. વાત પૂરી થયા પછી પાપડી ક્યાંય સુધી હસતો રહ્યો ને ધીમેથી એણે માવજીને વચન આપી દીધું, "આપણે આ ફટાકડીને એવી જગ્યાએ ફિટ કરી દઈશું કે ત્યાંથી પાછી આવવાનો વિચાર પણ કરશેને તો એની સજા સાંભળીને એની સાત પેઢી હેબતાઈ જશે."

માવજીને નિરાંત થઈ ગઈ. એણે પાપડીને રુકમણિનો ફોન આવશે વગેરે વિગતો સમજાવી દીધી અને પછી રુકમણિનો નંબર લગાડ્યો, "બોલ..." રૂપાની ઘંટડી જેવો છતાં તોછડો અને બિન્ધાસ્ત અવાજ પાણીની છાલકની જેમ માવજીને અથડાયો.

"તારો હીરો તો દુબઈ ગયો."

"સાચું બોલે છે ?"

"હું શું કામ જૂઠું બોલું ? ઊલટાનો તારી મદદ કરું છું. તારે મુંબઈમાં એને શોધતાં ભટકવું ના પડે એટલે આ કહું છું તને. ના માનવું હોય તો તું મુંબઈ જ જજે..." માવજીએ બેફિકર થઈને પત્તું ફેંક્યું.

"પણ દુબઈ કેમ ગયો ?"

"ભાઈનું કામ કરે છે. જ્યાં મોકલે ત્યાં જવું પડે." રુકમણિ થોડી વાર ચૂપ રહી. માવજી સમજી શક્યો કે એના મનમાં કોઈ ગડમથલ ચાલતી હશે. એણે રુકમણિને પોતાનો સમય લેવા દીધો.

પછી રુકમણિએ જ સામેથી કહ્યું, "મારે દુબઈ જવું છે." માવજીનું મોઢું હસું હસું થઈ ગયું. એણે તાકેલું તીર બરાબર નિશાના પર લાગ્યું હતું. ઝાઝી મહેનત વગર બધું જ બરાબર ગોઠવાયું હતું.

એ પોતાની હોશિયારી પર મુસ્તાક થઈ ગયો, "મોકલી દઈએ..."

"કેટલા પૈસા લાગે ?" રુકમણિએ મનોમન પોતાની પાસે હતી તે બધી બચત ગણવા માંડી.

"એક પૈસોય નહીં લાગે, જા..." માવજી મોટો દાનવીર-સખાવતી શેઠ હોય એમ બોલ્યો, "ગોઠવી દઈશ તારું."

"તું મને રઘુ પાસે પહોંચાડ, હું તારો ઉપકાર નહીં ભૂલું માવજી."

"એણે તો મને ના જ પાડી છે." માવજીએ હજી પોતાની પીઠ થાબડવાનો મોકો છોડ્યો નહીં, "ખૂબ ગુસ્સામાં છે તારા પર. કહેતો હતો કે જો તેં એને મારી ખબર આપી તો દોસ્તી ખલ્લાસ..." મનોમન ખુશ થતાં એણે રુકમણિને લપેટવા માંડી, "પણ તારો પ્રેમ જોયો એટલે મારાથી રહેવાયું નહીં."

રુકમણિની આંખમાં પાણી આવી ગયાં, "માવજી, ખરું કહું છું... મને રઘલા માટે પહેલેથી પ્રેમ છે. હા, એને ચકાસી જોયો મેં... પણ જરા ગફલત થઈ ગઈ. મોડું થઈ ગયું માવજી, બાકી હું એની સાથે જ ઘર માંડવાની હતી."

"લુચ્ચી... આ બાઈઓ કેટલી આસાનીથી પલટી મારે છે !" માવજીએ મનોમન રુકમણિને ગાળ દીધી. પછી મીઠી મીઠી વાતો કરીને પાપડીના માણસનો નંબર આપ્યો. ફોન મૂકીને મનોમન ખુશ થતાં એણે રઘુને ફોન જોડ્યો.

"રઘલા, તારું કામ થઈ ગયું."

રઘુ એ સમયે એક બિલ્ડરની ઑફિસમાં ઊભો હતો. હાથમાં ઘોડો લઈને બિલ્ડરના ટેબલ પર મુકાયેલી નોટોની થપ્પીઓ સાથે લાવેલી બેગમાં બરોબર ભરાય છે કે નહીં એનું ધ્યાન રાખતો હતો. માવજીનું નામ વાંચીને

એણે ફોન ઉપાડ્યો તો ખરો, પણ એનું ધ્યાન વાતમાં નહોતું, "શાનું કામ ?"

"તારી કબૂતરી દુબઈ જવા તૈયાર થઈ ગઈ છે. એને પાપડી સાથે ભટકાડી દીધી છે. પાપડી એવી જગ્યાએ મોકલી દેશે કે ત્યાંથી એની લાશ પણ પાછી નહીં આવે. અમીના-શકીના-સલીમા નામ થઈ જશે એનું."

"સારું કર્યું." રઘુએ ફોન મૂકી દીધો. માવજીને નવાઈ તો લાગી, પણ આ ધંધામાં આવી વાતો સામાન્ય હોવાને કારણે એ ઝાઝી લપ કર્યા વિના પોતાના કામે લાગ્યો.

★

નાસીરના ટેબલ પર લાખ્ખોનું ઝવેરાત પથરાયેલું હતું. ઉત્તમ હીરા, માણેક, જડાઉ નેકલેસ, કંગન...

ભાઈની બાજુમાં બેસીને રિન્કુ ખરીદી કરી રહી હતી. રિન્કુની સહેલીનાં લગ્ન હતાં દુબઈમાં... રિન્કુ એ લગ્નમાં જવા માગતી હતી. પહેલાં તો નાસીરે દૃઢતાથી ના પાડી દીધી. હમણાં થોડા સમયથી ચાલી રહેલી ગેંગવોર અને પોલીસના કડક થતા જતા સકંજાને કારણે નાસીરના માણસો ટપોટપ મર્યા હતા. વળી, ધંધા પર પણ અસર થઈ હતી. એટલે થોડો અકળાયેલો ને થોડો ગૂંચવાયેલો નાસીર પોતાના પ્રશ્નોમાં એટલો બધો વ્યસ્ત હતો કે રિન્કુને દુબઈ મોકલી નવા પ્રશ્નો ઊભા કરવા માગતો નહોતો.

રિન્કુની બાળપણની સહેલી મહેતાબનાં લગ્ન હતાં. જે દિવસથી ફોન આવ્યો એ દિવસથી રિન્કુએ જવાની જીદ પકડી હતી. નાસીરે ના પાડી દીધી હોય અને છતાંય રિન્કુએ જીદ કરી હોય એવા ભાગ્યે જ બે-ચાર પ્રસંગો બન્યા હશે આજ સુધીમાં. મહેતાબ અને રિન્કુ સાવ નાના-ત્રણ-ચાર વર્ષનાં હતાં ત્યારથી જોડે રમીને મોટા થયાં. મહેતાબનો દુલ્હો દુબઈમાં વસતો હતો. એટલે છોકરાવાળાએ ત્યાં લગ્ન કરવાની જીદ પકડી હતી. અહીંથી પચાસ માણસનો કાફલો લગ્ન કરવા દુબઈ જવાનો હતો. મહેતાબ ઇચ્છતી હતી કે રિન્કુ સાથે આવે. મહેતાબની અમ્મી - રિન્કુની અમ્મી બધાએ વારાફરતી નાસીરને વિનંતી કરી જોઈ, પણ નાસીર ટસનો મસ નહોતો થતો.

રિન્કુએ જોઈ લીધું કે હવે ભાઈજાન હા નહીં જ પાડે એટલે એણે ખાવાપીવાનું છોડી દીધું. બાર કલાક પણ ભૂખી નહીં રહી હોય રિન્કુ અને પથ્થરનું કાળજું ધરાવતો ભાઈ મીણ થઈને બહેન સામે ઘૂંટણિયે પડી ગયો. પોતાના હાથે કોળિયા ભરાવતાં એણે વચન આપ્યું, "તું દુબઈ જાએગી..." સાથે જ એણે નક્કી કરી લીધું કે એક એવા મજબૂત - વિશ્વાસુ માણસને બહેનની હિફાઝત માટે સાથે મોકલશે, જેને હજી સુધી કોઈ ઓળખતું ન હોય.

પોલીસની નજરે હજી એ માણસનો ચહેરો ઝાઝો ચડ્યો ન હોય અને દુશ્મનના માણસો તો એને બિલકુલ જ ઓળખતા ન હોય.

દુબઈ જવાનું નક્કી થયા પછી બહેનને નવા દાગીના અપાવવા નાસીર અત્યારે ઝવેરીને ત્યાં લઈને આવ્યો હતો. ચાર-પાંચ વર્ષની છોકરી ઢીંગલી ખરીદતી હોય એટલી સ્વાભાવિકતાથી રિન્કુએ દોઢ-બે કરોડના દાગીના ખરીદ્યા. ખુશખુશાલ થતી રિન્કુ ભાઈની બૂલેટપ્રૂફ પજેરોમાં પાછી આવવા નીકળી ત્યારે બીજી તરફ ત્રણ ખોખાં (કરોડ) સાદી ઍરબેગમાં ભરીને ક્વોલિસમાં ગોઠવાઈ રહેલો રઘુ માવજીના ફોન વિશે વિચારી રહ્યો હતો.

"રઘુ..."

"હા ભાઈ..." રઘુએ સતર્ક થઈને જવાબ આપ્યો. નાસીર હંમેશાં કોઈ અજાણ્યા નંબર પરથી ફોન કરતો. 'પ્રાઈવેટ નંબર' અથવા તો કોઈ નવો જ નંબર સ્ક્રીન ઉપર ફ્લૅશ થતો. એટલે કોનો ફોન છે એ ખબર પડવી અઘરી હતી.

"તેરા પાસપૉર્ટ હૈ ક્યા ?"

રઘુથી હસ્યા વિના રહેવાયું નહીં, "ભાઈ, મેરે કો સૂરત સે મુંબઈ આને કા વાંધા થા... આપ પાસપૉર્ટ કી ક્યા બાત કરતે હો..."

"ઠીક હૈ, હો જાએગા... તેરે કો દુબઈ જાના હૈ..."

"ક્યા ?"

"નામ નહીં સુના પહેલે ક્યા ? દુબઈ..." નાસીરે ફોન કાપી નાખ્યો. પોતાના બોલાયેલા શબ્દો આ રીતે સાચા પડી જશે એવી રઘુને સ્વપ્નેય કલ્પના નહોતી. હજી તો થોડા કલાકો પહેલાં એણે માવજીને

અડસટ્ટે જ દુબઈનું નામ દીધું અને થોડા કલાકો પછી ભાઈનો ફોન...

ભાઈની બાજુમાં બેઠેલી રિન્કુએ વાત સાંભળી છતાં ધ્યાન ન હોય એમ બારીની બહાર જોઈ રહી હતી. એને મનોમન કોણ જાણે કેમ, પણ આનંદ થઈ ગયો. રઘુ પોતાની સાથે આવશે એ વિચાર એને ગમ્યો.

એ પછી ફોન કરીને રઘુના પાસપૉર્ટ અને ટ્રાવેલ ડોક્યુમેન્ટની ડિટેઇલ આપી રહેલા ભાઈ તરફ એણે ઝાઝું ધ્યાન ન આપ્યું, પરંતુ હવે દુબઈનો પ્રવાસ એણે ધાર્યો હતો એટલો કંટાળાજનક કે અરસિક નહીં રહે એ વાતની એને ખાતરી થઈ ગઈ.

તો, ત્રીજી તરફ રુકમણિએ પાપડીના માણસને ફોન કરીને દુબઈ જવાની હિલચાલ શરૂ કરી હતી.

*

૬

પોતાની સામે બેઠેલી રુકમણિને પાપડી ધ્યાનથી જોઈ રહ્યો હતો. નમણો ચહેરો, મારકણી આંખો, ભરેલા સુંદર હોઠ અને ફિગર સિનેમાની કોઈ હીરોઈન કરતા ઓછું નહીં...

''ઓછામાં ઓછો લાખ દિરહમનો માલ છે. દસ-અગિયાર લાખ રૂપિયા તો ક્યાંય નથી ગયા.'' પાપડીએ સૂક્કા હોઠ પર જીભ ફેરવી.

''બોલને ? લઈ જઈશ મને ?'' રુકમણિ પોતાના શરીર પર ફરતી નજરોથી અજાણ હતી એવું નહોતું. એણે પાપડીને શાંતિથી પોતાને જોઈ લેવા દીધા પછી નખરો કરીને પૂછ્યું.

''લઈ તો જઈશ, પણ ત્યાં કામ કરવું પડશે.''

''જો પાપડી, કામ કરવાનું મને આળસ નથી, પણ...'' એણે ઊંડો શ્વાસ લીધો, ''શરીર નહીં વેચું હવે. તું કહે તો બારમાં ડાન્સ કરીશ.'' સહેજ અચકાઈને ઉમેર્યું, ''કોઈ હાથ ના લગાડે તો કપડાં ઉતારવામાં પણ વાંધો નથી મને. તું કહે તો મસાજ કરીશ.''

''સમજી ગયો હું.'' પાપડીનું ખંધુ હાસ્ય એના ચહેરા પર વેરાઈ ગયું, ''તું પેલા રઘલાની પાછળ જીવ આપવા તૈયાર થઈ છે એ દેખાય છે મને, પણ તું પહોંચે ત્યાં સુધી એ કોક બીજી જોડે ગોઠવાઈ ગયો હશે તો ?''

''તો મારી નાખીશ. ખૂન કરી નાખીશ.'' રુકમણિના ડોળા ચકળવકળ થઈ ગયા.

''કોને ? રઘલાને ?''

''ના. એ બીજી બાઈને... રઘલો મારો છે. મારી એકલીનો.

દુનિયાની કોઈ પણ બાઈ એની સામે આંખ ઉઠાવીને જોશે તો મરશે.'' કહી દઉં છું.''

''મને શું કામ કહે છે ?'' પાપડીએ ખભ્મા ઉલાળ્યા. ''ને આ બધું તો રઘલાને અહીંથી તગેડી મૂકતા પહેલાં વિચારવાનું હતું. કોણ જાણે ક્યાંય ફરતો હશે. દુબઈ કંઈ પાંચ મકાનની સોસાયટી નથી... જુદા જુદા દેશો છે, અબુધાબી, શારજાહ... કોણ જાણે ક્યાંય સંતાયો હશે. મળે તો ઠીક છે, બાકી...'' પાપડીએ પોતાની એક એક પાંસળી ગણાય એવી છાતી ઉપર હાથ ફેરવવા માંડ્યો.

''ચલ, હટ...'' રુકમણિને આટલી બધી ગરજ હતી તેમ છતાં પાપડીનો ઈશારો સમજીને એણે તરત જ ખંખેરી કાઢ્યો, '' હવે રઘલા સિવાય કોઈ નહીં. મળે તોય એની, ને ન મળે તોય હવે હું રઘલાની જ છું.''

''આ બુદ્ધિ સહેજ વહેલી આવી હોત તારામાં...''

''ફાલતુ વાતો બંધ કર અને બોલ, મને ક્યારે લઈ જઈશ ?''

''સોદો તો થવા દે.''

રુકમણિ થોડું સમજી ને થોડું સમજ્યા વગર એણે ડોકું ધુણાવી દીધું, ''સારું ત્યારે. મોબાઈલ કરજે મને.'' એ ઊભી થઈને બહાર જવા લાગી. કમ્મરની નીચે પહેરેલી સાડી, એમાંથી દેખાતા વળાંક અને ગોરી ચામડી જોઈ પાપડીને ફરી એક વાર લાખ દિરહામ યાદ આવી ગયા.

★

રઘલો કશું સમજે એ પહેલા એનો પાસપૉર્ટ અને વિઝા એના હાથમાં હતા. રિન્કુને લઈને એણે દુબઈ જવાનું હતું. નાસીરની સામે ઊભેલો રઘુ અદબ વાળીને ઊભો હતો. એના પહોળા ખભા, પાતળી કમ્મર, સુદઢ બાંધો અને આંખોમાં દેખાતી આત્મવિશ્વાસની ચમક નાસીર ધ્યાનથી જોઈ રહ્યો હતો, ''મેરી જાન સે ભી જયાદા અઝીઝ હૈ મેરી બહેન.''

''જાણું છું ભાઈ.''

''તને એટલા માટે મોકલું છું કે તને કોઈ ઓળખતું નથી. પોલીસ અને સામેવાળાની નજરે હજી તું પડ્યો નથી. એટલે તું રિન્કુની સાથે હોઈશ તો...''

‘‘ભાઈ, તમે ચિંતા છોડી દો.’’ રઘુ ભાગ્યે જ નાસીરની સામે મોઢું ખોલતો. નાસીરને પણ એવું જ ગમતું. સૂચનાઓ સાંભળી લેવી અને બનેલી ઘટના વિશે માહિતી આપવી... એના માણસો આટલું જ કરે એવી નાસીરની અપેક્ષા રહેતી. એણે ફરી એક વાર રઘુને ધ્યાનથી જોયો.

‘‘રઘુ, તારી ટિકિટ બિઝનેસ ક્લાસની છે... રિન્કુથી એક જ પેસેન્જર દૂર તારે બૉર્ડિંગ પાસ લેવાનો... આમ એની જોડે રહેવાનું, પણ આમ એનાથી દૂર. કોઈને ખબર ના પડવી જોઈએ કે રિન્કુ બોડીગાર્ડ સાથે જાય છે, સમજ્યો ? ઈન્શાહઅલ્લાહ... કોઈ તકલીફ નહીં પડે.’’

‘‘જી, ભાઈ.’’

‘‘જાઓ. ખુદા હાફીઝ.’’ નાસીરે હવામાં દુઆ માટે હાથ ઉઠાવીને બંને હાથ મોઢા પર ફેરવ્યા.

રઘુ ત્યાંથી બહાર નીકળ્યો ત્યારે હાથમાં પાસપૉર્ટ અને ટિકિટ હતી. પાસપૉર્ટ ખોલીને એ પોતાનો ફોટો જોઈ રહ્યો હતો. અંદર અંગ્રેજીમાં લખેલું પોતાનું નામ ઉકેલવાનો પ્રયત્ન કરતો હતો ત્યાં અચાનક કોઈકે ઝાપટ મારીને એનો પાસપૉર્ટ છીનવી લીધો. એક ખડખડાટ હાસ્ય એની સામે વેરાઈ ગયું.

‘‘એક નાનો પાસપૉર્ટ સાચવી શકતા નથી, મને શું સાચવવાના ?’’ સામે ઊભેલી રિન્કુ ખભા ઉલાળીને હસી રહી હતી. રઘુનો પાસપૉર્ટ એના હાથમાં હતો, ‘‘આમ જ કોઈ ઝાપટ મારીને મને ઉઠાવી જશે. તમે જોતા રહી જશો.’’ રિન્કુ હંમેશા દ્વિઅર્થી વાક્યો બોલતી. રઘુને સમજાતું નહોતું કે એ મજાક કરતી હતી કે સાચે જ કોઈ ગૂઢ-ગંભીર ઈશારો બનીને એના સુધી કંઈ પહોંચાડવાનો પ્રયત્ન કરતી હતી. એ રિન્કુ સામે જોઈ રહ્યો, ‘‘જુઓ છો શું ? આવી જ રીતે લઈ જશે કોઈ મને. તો ?’’

‘‘જીવ આપી દઈશ... પણ તમને કંઈ નહીં થવા દઉં.’’

‘‘બોલવું સહેલું છે... આ મકાનની બહાર કદમ કદમ ખતરો છે, ખબર છે તમને ?’’ રિન્કુ એને ચીડવતી હતી કે પછી કંઈ કહેવાનો પ્રયત્ન કરતી હતી !

‘‘તમને કંઈ નહીં થાય. આ મારું વચન છે. લાવો મારો પાસપૉર્ટ.’’ એણે હાથ લંબાવ્યો.

"લઈ લો." રિન્કુએ પાસપૉર્ટ સહેજ ઊંચો કરીને હવામાં અધ્ધર લટકાવ્યો. એક ક્ષણ માટે રઘુ રિન્કુ સામે જોઈ રહ્યો. એની રમતિયાળ આંખો, બેદાગ ત્વચા અને ચહેરા પર રમી રહેલું નિર્દોષ છતાં મારકણું સ્મિત... એને અચાનક જ રુકમણિ યાદ આવી ગઈ.

એણે બાજની જેમ તરાપ મારીને પાસપૉર્ટ ઝૂંટવી લીધો. પછી રિન્કુ સામે જોઈને સ્મિત કર્યું, "ઇચ્છું તો માત્ર અવાજ સાંભળીને માણસને ઉડાવી દઉં... પણ પોતાના માણસને ક્યારેક ધાર્યું કરવા દેવાની પણ મજા હોય છે." રઘલાએ રિન્કુને કહ્યું ને આંખો નચાવી, "તમે હાથમાંથી પાસપૉર્ટ લીધો, કારણ કે મેં તમને લેવા દીધો... આ ઘરમાં મારે સાવધાન રહેવાની કોઈ જરૂર નથી. એક વાર ઘરની બહાર પગ મૂકો મારી સાથે, ને પછી જોજો..." રઘુ પાસપૉર્ટ લઈને સિંહ જેવી ચાલ ચાલતો ત્યાંથી નીકળી ગયો. રિન્કુ એને જતો જોઈ રહી. છેલ્લા થોડા દિવસથી રિન્કુને રઘુમાં રસ પડવા માંડ્યો હતો. એ દેખાવડો તો હતો જ. હવે સગવડો વધવાને કારણે ચામડીનો રંગ ઊઘડ્યો હતો. સારાં કપડાં અને સારી જિંદગીને કારણે એના આત્મવિશ્વાસમાં વધારો થયો હતો. મુંબઈ શહેરની ગલી-કૂંચીઓમાં ભટકવાને કારણે એક ચપળતા અને ચાલાકી ઉમેરાઈ હતી એના વ્યક્તિત્વમાં... પણ હિન્દુ હતો. રિન્કુનો ભાઈ નાસીર મુંબઈ શહેરનો ડૉન હતો. બહેન માટે દેશની બહાર દુલ્હા શોધી રહ્યો હતો. મુંબઈ શહેરમાં પોતાના જ હાથ નીચે કામ કરતા એક અદના હિન્દુ માણસમાં એની બહેનને રસ પડ્યો છે એટલી પણ જો ખબર પડે તો રઘુ આ શહેરમાંથી જ નહીં, આ દુનિયામાંથી પણ ગુમ થઈ જાય એની રિન્કુને ચોક્કસ ખબર હતી. રઘુ પ્રત્યે અનુભવાઈ રહેલા આ ખેંચાણને એ કોઈ પણ રીતે નાથવા માગતી હતી. પોતાની નહીં, તો રઘુની ભલાઈ માટે થઈને, પણ જેવો રઘુ એની સામે આવતો કે રિન્કુ બધું ભૂલી જતી... ભાઈનો ખૌફ અને રઘુનો ધર્મ વિસરીને રિન્કુ પોતાની જાત પરનો કાબૂ ગુમાવી બેસતી.

એ જાણતી હતી કે પ્રત્યેક ડગલું એને વધુ ને વધુ મુશ્કેલીમાં મૂકવાનું છે, પણ જાતને અટકાવવી જાણે એના હાથમાં જ નહોતું રહ્યું. એ એકાંતમાં વારંવાર પોતાના મન સાથે સંવાદ કરતી. જાતને એવું સમજાવવાનો પ્રયત્ન

કરતી કે આ પ્રેમ નથી... હોઈ શકે પણ નહીં, ને તોય રખડીફરીને એનું મન રઘુનો સાથ માગતું.

★

રઘુએ રિન્કુથી છૂટા પડીને માવજીને ફોન કર્યો.

"બોલ... તારી કબૂતરી તો દુબઈ જવા તૈયાર થઈ ગઈ છે."

"અરે માવજી, ગોટાળો થયો છે." રઘુ અકળાયેલો હતો, "ભાઈ મને દુબઈ મોકલે છે."

"આ રુકીનો પ્રેમ જબરદસ્ત લાગે છે. ગમે તેમ કરીને તને ભટકાશે આ કબૂતરી."

"અરે યાર, હું રિન્કુને લઈને જાઉં છું."

"મને ખબર જ હતી તારાથી છોકરી વિના બહુ લાંબું રહેવાય નહીં... પર્સનલ ખોલી હોય, બાટલી હોય પછી..."

"ચૂપ મર, ગધેડા. નાસીરભાઈની બહેન છે."

"લાંબો હાથ માર્યો તેં તો યાર..." માવજી હજીયે હસી રહ્યો હતો.

"તારામાં અક્કલ ક્યારે આવશે ? હું રિન્કુને લગનમાં લઈ જાઉં છું, દુબઈ. એનું ધ્યાન રાખવાનું છે, બોડીગાર્ડ તરીકે. બીજું કંઈ નહીં."

"જો આવી તક ફરી નહીં મળે. તારો દોસ્ત છું એટલે કહું છું. પાડી દે છોકરીને... કરોડો છે, નાસીર પાસે ને એની બહેન માટે કોઈ સંત-મહાત્મા કે ઉદ્યોગપતિના ઘરમાંથી છોકરો નથી મળવાનો." માવજીએ હસતાં હસતાં ઉમેર્યું, "નાસીર હોશિયાર છે. ભલું હશે તો તમને બેને એટલે જ ભેગાં મોકલતો હશે. મૂરખા, હવે લક્ષ્મી ચાંદલો કરવા આવી છે ત્યારે મોઢું ધોવા નહીં જતો." ફોન મુકાઈ ગયો. રઘુ ઊંડા વિચારમાં પડી ગયો. માવજીની વાતે એને સાચે જ વિચારતો કરી મૂક્યો. રિન્કુ જે રીતે એની સાથે વર્તતી હતી એ રીતે એને બીજા કોઈ માણસો સાથે વર્તતી રઘુએ નહોતી જોઈ એ સાચું.

'એની આંખોમાં દેખાતાં ખુલ્લાં આમંત્રણ કે એના શબ્દોમાં રહેલા ગર્ભિત ઈશારાઓ શું આ જ કારણે હશે ?' રઘુનું મગજ કામે લાગી ગયું, *'જો એમ ન હોય તો સાવ નવાસવા છોકરાને પોતાની એકની એક બહેનના*

બોડીગાર્ડ તરીકે કોઈ મોકલે ? કેટલાય વિશ્વાસુ અને જૂના માણસો છે નાસીરભાઈ પાસે... હું જ શા માટે ? ' વિચારતાં વિચારતાં રઘુનું મગજ થાકવા લાગ્યું. એણે વાત ત્યાં જ છોડી દીધી, પણ માવજીએ એના મનમાં એક કીડો સળવળતો કરી દીધો એ નક્કી.

★

રાતના સાડા અગિયારની લૂફ્થાન્ઝાની ફ્લાઇટમાં બિઝનેસ ક્લાસમાં રિન્કુથી એક જ સીટ દૂર બેઠેલા રઘુની બાજુની સીટ ખાલી હતી. વિમાન ઊપડ્યા પછી થોડી વાર રહીને રિન્કુ એની બાજુમાં આવીને ગોઠવાઈ ગઈ. રઘુ કશું બોલ્યા વિના વ્હિસ્કીની ચુસ્કીઓ ભરતો રહ્યો. રિન્કુ મૅગેઝિનનાં પાનાં ઉથલાવતી રહી. પગ લાંબા કરીને આરામથી ગોઠવાયેલા રઘુ માટે વિમાનમાં ઊડવાનો આ પહેલો જ અનુભવ હતો. બિઝનેસ ક્લાસની સવલતોથી અજાણ રઘુને સ્મિત સાથે મદદ કરી રહેલી ઍરહોસ્ટેસને જોઈ રિન્કુએ મજાક કરી, ''આને તમે ગમી ગયા લાગો છો ?''

''હું તો કોઈને પણ ગમી જાઉં એવો જ છું.'' વ્હિસ્કીના બે પૅગ પેટમાં પડ્યા પછી હલકો સૂરૂર રઘુની નસોમાં દોડવા લાગ્યો હતો.

''એમ કે ?'' રિન્કુ હજીયે મજાકના મૂડમાં જ હતી, ''આવું તમે જ માનો છો કે કોઈ છોકરીએ કીધું છે ?''

''એક છોકરી છે. કહેતી નથી, પણ...''

''પણ ?''

''પણ મને ખબર છે...''

''શું ખબર છે ?''

''એ જ કે હું એને ગમું છું.''

રિન્કુનો અવાજ સહેજ થથર્યો, ''ને એ ? એ ગમે છે તમને ?''

''બહુ ગમે છે.'' રઘુ સહેજ નશામાં હતો, પણ એટલો બધો નહીં જેટલો એ દેખાવ કરી રહ્યો હતો. એણે નક્કી કરી લીધું હતું કે નશાની અસર હેઠળ પોતાની વાત કહી જોવી. જો રિન્કુ નકારી કાઢે કે ખખડાવી નાખે તો બીજે દિવસે નશાની અસર હેઠળ હોવાના બહાના નીચે માફી માગી લેવી, ને જો પાસા પોબાર પડે તો પછી... જોયું જશે !

''તો કહેતા કેમ નથી ?'' રિન્કુની આંખો વગર પીધે નશીલી થઈ

ગઈ હતી. ભાઈના માણસોથી સતત ઘેરાયેલી રહેતી રિન્કુ સ્કૂલ કે કૉલેજમાં પણ મિત્રો બનાવી શકી નહોતી. એક-બે બહેનપણીઓને છોડીને એની આસપાસ નિકટનું કહી શકાય એવું કોઈ નહોતું. છોકરાની તો વાત જ થઈ શકે એમ નહોતી. કોઈ એક પુરુષની નજીક આવવાનો એની જિંદગીનો આ પહેલો પ્રસંગ હતો.

''ડર લાગે છે.'' રઘુએ સમજી-વિચારીને પત્તાં ફેંકવાં માંડ્યાં, ''લાફો મારી દે તો ? હું એને ના ગમતો હોઉં તો ? મારામાં છે શું ? ભણેલો નથી કે નથી એવા પૈસા...''

''છોકરીને પૈસા જોઈએ છે એવું તમને કોણે કીધું ?'' રિન્કુ સહેજ નજીક સરકી આવી.

''ખબર કેમ પડે કે એને શું જોઈએ છે ?''

''તમારા મનની વાત કહી દો એને...''

''ને મારે તો ?''

''નહીં મારે.'' રિન્કુની આંખોમાં સાવ સ્પષ્ટ વાંચી શકાય એવું આમંત્રણ હતું. કોઈ ગેરસમજ માટે જગ્યા નહોતી અહીં.

''તમે... તમે મને ગમો છો.'' રઘુએ કહી નાખ્યું. પછી ત્રીજા પૅગમાં વધેલી વ્હિસ્કી મોઢે માંડીને એક જ ઘૂંટડે ગ્લાસ પૂરો કર્યો. આંખો મીંચી દીધી.

''તમે પણ મને બહુ ગમો છો.'' કહેતાં કહેતાં તો રિન્કુના રોમરોમ ઊભા થઈ ગયા હતા. એનો અવાજ જાણે ઊંડી ગુફામાંથી આવતો હોય એમ ખૂબ ક્ષીણ થઈ ગયો હતો. એણે પણ કહીને આંખો મીંચી દીધી. રઘુએ હાથ લંબાવી રિન્કુનો હાથ પકડી લીધો. બંને જણાં આંખો મીંચી સ્પર્શના અલૌકિક આનંદને અનુભવતા વગર શબ્દે એકબીજાને અનેક વાતો કહેતા હવામાં ઊડતાં રહ્યાં.

*

૭

રુકમણિ બૅન્કમાંથી બધા પૈસા ઉપાડી લાવી હતી. એણે માયાબાઈને લાખ રૂપિયા આપી દીધા હતા. અહીંથી છૂટવાની તમામ માનસિક અને આર્થિક તૈયારી કરીને રુકમણિ દુબઈ ઊડવા તૈયાર હતી. પાપડીએ એને સારી એવી આમલી-પીપળી બતાવી હતી, ''દુબઈમાં મારો એક દોસ્ત છે. એ તને જરૂર રઘલા સુધી પહોંચાડશે'' એવું એણે વચન આપ્યું હતું, પણ ખરેખર તો એણે રુકમણિનો સોદો ત્યાંના એક એવા માણસ સાથે કરી નાખ્યો હતો જે સ્ટ્રીપટીઝ (એક પછી એક વસ્ત્રો ઉતારવા)ના પ્રાઈવેટ શૉ ગોઠવતો હતો.

ચંદુ લાલવાણી એક જાડો-ભદ્દો, કદરૂપો માણસ હતો. ચળકતા કપડાં પહેરતો. ગળામાં સોનાની ત્રણ-ચાર ચેઈન અને હીરાજડિત મોટું 'ૐ'નું લૉકેટ એની છાતી પર ઝૂલતું રહેતું. નાની નાની વાતમાં ભગવાનના સોગંદ ખાતો અને ભારતથી આવતી ડાન્સરને બહેન કહીને બોલાવતો. એને માટે એનો ધંધો - એનો વ્યવસાય અગત્યનો હતો. સ્ત્રીઓમાં એને સહેજ પણ રસ નહોતો, પણ એ સ્ત્રીઓ જે પૈસા કમાઈ આપતી એ એને બહુ વહાલા લાગતા.

ભારતથી આવતી છોકરીઓને સારી સગવડ આપી વ્યવસ્થિત રીતે રાખતો. સારા પૈસા પણ આપતો. જે સ્ત્રીઓના બાળકો હોય એમને દુબઈ લાવવાની વ્યવસ્થા પણ કરી આપતો. દિલનો સારો માણસ... પણ પૈસાની બાબતમાં એટલો કંજૂસ અને લોભિયો હતો કે આ છોકરીઓની જિંદગી આર્મીના કેમ્પ જેટલી અઘરી બનાવી દેતો. જીમ જવાનું, માલિશ કરાવવાનું, શરીરો ચમકતાં અને ટાઈટ રાખવાનાં, વજન નહીં વધવા દેવાનું, દર મહિને કોઈ નવી અદા, નવો લૂક છોકરીએ શોધી રાખવો પડે વગેરે... વગેરે...

રુકમણિનો ફોટો જોઈને ચંદુની લાળ ટપકી ગઈ. છેલ્લા ઘણા વખતથી આવી સાચે જ રૂપાળી કહી શકાય તેવી છોકરી એના કાફલામાં ઉમેરાઈ નહોતી. ગ્રાહકો પણ ફરિયાદ કરતા હતા. એકના એક જૂના ચહેરા શોખીનોને પરવડતા નહોતા. ચંદુએ રુકમણિનો ફોટો જોયો કે તરત એને દિરહામ વરસતા દેખાયા.

પાપડીએ લાખ દિરહામ માગ્યા એની સામે ચંદુએ સવા લાખ દિરહામ આપવાની ઑફર આપી. પાપડીને તો પાંચે આંગળી ઘીમાં બોળાઈ ગઈ. એણે રુકમણિને અંગ્રેજી શીખવવા માંડ્યું. ગ્રાહકો સાથે કઈ રીતે વર્તવું એની ટ્રેનિંગ પણ શરૂ થઈ ગઈ. માણસોને દૂર રાખીને કઈ રીતે લોભાવવા… ઠુમકા કઈ રીતે મારવા અને ધીમે ધીમે વસ્ત્રો સરકાવવાની કઈ અદા નાણાંનો વરસાદ કરાવશે એ બધું જ રુકમણિને શીખવાડવાનું શરૂ થયું.

આખરે એના જવાનો દિવસ આવી ગયો. બૅન્કમાં મૂકેલા પૈસામાંથી માયાબાઈને છુટકારાની મોટા ભાગની રકમ ચૂકવીને બાકીની રકમ દુબઈથી મોકલી આપવાનું વચન આપી રુકમણિએ સામાન પૅક કરવા માંડ્યો. ધીમે ધીમે એને સમજાયું કે એની પાસે એવા એક પણ સારા કહી શકાય એવાં વસ્ત્રો જ નહોતાં. નાનું-મોટું શૉપિંગ કરવાની ઈચ્છા એણે પ્રગટ કરી ત્યારે પાપડીએ હસીને વાત ટાળી દીધી, ''અરે રાણી, માણસો અહીંથી શૉપિંગ કરવા દુબઈ જાય છે, ને તું દુબઈ જવા માટે અહીંથી શૉપિંગ કરીશ, ગાંડી !''

રુકમણિને પણ વાત બરાબર જ લાગી. બે-ચાર સારી સાડીઓ અને બે-ચાર મેચિંગ બ્લાઉઝ, ચણિયા સિવાયનું બધું જ એણે આજુબાજુની ખોલીમાં રહેતી છોકરીઓને વહેંચી દીધું. નાનાં-મોટાં ઘરેણાં અને 'અભિનંદન માર્કેટ'માંથી ખરીદેલા થોડા કૉસ્મેટિક્સ સિવાય રુકમણિની બૅગ લગભગ ખાલી જ રહી.

સુરતથી ગાડીમાં મુંબઈ અને મુંબઈથી અમીરાતની ફ્લાઇટમાં દુબઈ જવા માટે રુકમણિ ઊડી ત્યારે એના હૃદયમાં એક વિચિત્ર પ્રકારનો સળવળાટ થતો હતો. રઘુને મળીને સાચા હૃદયથી માફી માગવાની એણે પૂરી તૈયારી કરી લીધી હતી.

"હવે તો મળે કે તરત જ છેડાછેડી બાંધી દેવી છે." એણે મનોમન ગાંઠ વાળી હતી.

દુબઈ સુધીની ફ્લાઇટ એને માટે જિંદગીનો એક આગવો અનુભવ બની ગઈ. પ્લેનમાં પીરસાતી શરાબ, ભોજન, આસપાસના સહપ્રવાસીઓ અને એમની વચ્ચે ચાલતી પ્રવૃત્તિઓ રુકમણિ રસપૂર્વક જોઈ રહી હતી.

એ દુબઈ ઊતરી ત્યારે રાતના બે વાગ્યા હતા. એને લેવા ચંદુ જાતે આવ્યો હતો. ચંદુને જોઈને રુકમણિને વિચિત્ર લાગણી થઈ. એનું અદોદળું શરીર, ભજિયા જેવું નાક એની નીચે ટૂથબ્રશ જેવી મૂછો, જાડા હોઠ, મોટું પેટ, ચળકતા કપડા અને સોનાની ચેઇન - વીંટીઓ જોઈને રુકમણિને જરા હસવું પણ આવ્યું.

"અહીંયાં બધું સરસ છે. કોઈ વાતની ફિકર નહીં કરવાની, શું ?" ચંદુએ રુકમણિના ખભે હાથ મૂક્યો, પણ એની તીખી નજર જાણે ખૂંચી ગઈ હોય એમ તરત જ પાછો ખેંચી લીધો.

ઍરપૉર્ટથી ગાડીમાં બેસીને ચંદુ એને બર-દુબઈના ફ્લેટમાં લઈ ગયો. ત્યાં ચાર ફ્લૅટમાં બાર છોકરીઓ રહેતી હતી, "તું તેરમી છે... અનલકી નંબર..' કહીને ચંદુ જોરજોરથી હસવા લાગ્યો. રુકમણિ એની સામે જોઈ રહી. એ હસતો હતો ત્યારે એનું પેટ એટલું બધું હલતું હતું કે જાણે વધુ હસશે તો એના શરીરથી છૂટું પડી જશે...

સામાન મૂકીને રુકમણિ પોતાના બેડરૂમમાં ગોઠવાવાનો પ્રયત્ન કરવા લાગી. ત્રણ બેડરૂમનો ફ્લૅટ હતો આ. એક બેડરૂમ ખાલી હતો. બીજા બેડરૂમમાં સ્મિતા નામની મરાઠી છોકરી રહેતી હતી, "એમ.એ. ભણેલી છે." ચંદુ ગૌરવથી કહી રહ્યો હતો, "મુંબઈમાં નોકરી ના મળી, પછી એજન્ટ અહીંયાં લઈ આવ્યો. હવે આપણી જોડે કામ કરે છે. એકના અગિયાર કમાય છે. મુંબઈમાં મા-બાપને પૈસા મોકલે છે. એક નાની ખોલી પણ ખરીદી લીધી..."

રુકમણિ સ્મિતા સામે જોઈ રહી. એ કદાચ હમણાં જ શૉમાંથી પાછી ફરી હતી. મેકઅપ પૂરો કાઢ્યો નહોતો. આંખોની નીચે આંજણની પરત હજી બાકી હતી. ગોરી-માંજરી સ્મિતા સારા ઘરની ભણેલી છોકરી દેખાતી હતી. શરીરના વળાંકો સ્વાભાવિક રીતે જ સુંદર હતા. એને આ

કામ નહીં ગમતું હોય એવું એના ચહેરા પરથી દેખાઈ આવતું હતું. ચંદુ જ્યારે એની ઓળખાણ આપતો હતો ત્યારે એની મજબૂરી એની આંખોમાંથી ડોકિયાં કરતી હતી એ રુકમણિથી છાનું ન રહ્યું.

"હમણાં સૂઈ જા. પછી સવારે કામ સમજાવીશ. બે-ચાર દિવસ આરામ કર. દુબઈ જોઈ લે. તારે માટે ત્રણ દિવસ પછી એક મોટો શૉ મળ્યો છે. તારો ફોટો જોઈને જ ખુશ થઈ ગયેલા એ લોકો... જો બરાબર કામ કરીશ તો કદાચ પહેલા જ શૉમાં એટલા પૈસા મળશે જેટલા મુંબઈમાં આખો મહિનો કામ કરીને પણ ના મળે, સમજી ?"

રુકમણિએ ડોકું ધુણાવ્યું. ચંદુ ચાલી ગયો. નવી દુનિયામાં પ્રવેશેલી રુકમણિ પોતાનો ઓરડો જોઈ રહી. ચોખ્ખો, સરસ રૂમ, સરસ-મજાના હવા-ઉજાસ સાથે ઍરકન્ડિશન અને હિટરની સુવિધા. રૂમ સાથે જોડાયેલો અલાયદો બાથરૂમ. સારાં એવાં કપડાં અને વસ્તુઓ ગોઠવાઈ જાય એવું મોટું વૉર્ડરોબ. એની સાથે જોડાયેલું ડ્રેસિંગ ટેબલ. એની ખોલીમાં હતો એના કરતાં ડબલ મોટો રૉટ આયર્નનો પલંગ. એના પર સરસ પોચી ગાદી અને ઓઢવા માટે સુંવાળી ક્વિલ્ટ... રુકમણિએ ઓઢવાની ગોદડી પર હળવેથી હાથ ફેરવ્યો, *'નસીબ તો બદલાયું ! બાકી આપણે આવો રૂમ તો સપના અને સિનેમામાં જ જોયો છે.'*

કપડાં બદલવા માટે એણે પોતાનું ગાઉન બહાર કાઢ્યું ત્યારે એ જૂના-ઘસાયેલા ગાઉન પર એને પોતાને જ શરમ આવી. એ પંજાબી પહેરીને જ પથારીમાં આડી પડી. હજી એની આંખ મીંચાઈ નહોતી કે હાથમાં કૉફીનો કપ લઈને સ્મિતા એમના રૂમના દરવાજે આવીને ઊભી રહી, "ક્યાંથી આવી ?"

"સુરત."

"અહીં કોઈ તકલીફ નથી. ચંદુ સીધો છે. બસ ભાગવાનો પ્રયત્ન નહીં કરતી. દરેક રૂમમાં ક્લોઝ સર્કિટ કૅમેરા લાગેલા છે. એના માણસો આપણા શૉ પર સતત હાજર હોય છે. ગાડીમાં લઈ જશે, ગાડીમાં મૂકી જશે. આપણી સલામતીનો ખ્યાલ રાખશે. પૈસા પણ સારા આપશે, પણ રહેવાનું ચૂપચાપ અને એના ગુલામ બનીને... માથું ઊંચકવા જઈશ તો માથું કાપી નાખશે એટલું યાદ રાખજે."

"હં." રુકમણિ માટે આ નિયમો નવા નહોતા. એ જે બજારમાંથી આવી હતી એ બજારમાં આ જ નિયમો આમ જ ચાલતા હતા.

"હું બે વાર ભારત જઈ આવી. હવે ચંદુને મારા પર ભરોસો છે... જ્યાં સુધી મારા શૉ મળતા રહેશે ત્યાં સુધી બાંધી રાખશે મને. ૩૦-૩૨ની થઈશ કે એની મેળે જવા દેશે..."

"હં." રુકમણિ એની સામે જોઈ રહી હતી.

"અહીં સામે રસોડું છે. માઇક્રોવૅવ અને ફ્રીજ સાથેની બધી સગવડો છે. અમુક ફ્લૅટમાં છોકરીઓએ વારા બાંધ્યા છે, રસોઈ કરવાના... હું એકલી હતી એટલે મારે માટે બનાવી લેતી. કોઈક વાર એમની સાથે જ જમી લેતી, પણ હવે આપણે બે જણા છીએ ત્યારે..."

"ગોઠવી લઈશું." રુકમણિને ઊંઘ આવતી હતી, પણ સ્મિતાની વાત સાંભળવામાં એને રસ હતો એટલે ઘેરાતી આંખે એ સ્મિતાની વાત સાંભળી રહી.

"કુલ બાર છોકરીઓ હતી... ચાર મુસ્લિમ છે - હૈદરાબાદની. બે મરાઠી છે, ત્રીજી હું, ત્રણ બાંગલાદેશી છે, એક પંજાબી અને એક પાકિસ્તાની."

"ગુજરાતી નથી ?" સ્મિતાએ ડોકું ધુણાવીને ના પાડી. એ પછી ખાસ્સી વાર એ શૉ વિશે, શૉમાં આવતા લોકો વિશે અને બનતી ઘટનાઓ વિશે રુકમણિને કહેતી રહી. ધીમે ધીમે રુકમણિની આંખો એટલી બધી ઘેરાઈ ગઈ કે એ વાત સાંભળતા સાંભળતા જ ઊંઘી ગઈ.

સવારે આંખ ખૂલી ત્યારે ચહલપહલ બંધ હતી. એણે ઊઠીને ફ્લૅટમાં આંટો માર્યો. સ્મિતાનો રૂમ અંદરથી બંધ હતો. ખાલી બેડરૂમ ખુલ્લો હતો...

★

રિન્કુ અને રઘુ દુબઈ એરપૉર્ટ પર ઊતર્યા ત્યારે મહેતાબનો ડ્રાઇવર અને એનો ભાઈ રિન્કુને લેવા આવ્યા હતા. રિન્કુ અને મહેતાબના ભાઈ વચ્ચે દુઆસલામ થયા પછી એણે રિન્કુ સાથે વાત શરૂ કરી, "કેટલાં વર્ષે જોઈ તને બેનઝીર..." એણે રિન્કુના માથે હાથ ફેરવ્યો. રઘુ નવાઈથી આ નામ સાંભળી રહ્યો.

વાતો ચાલુ જ હતી એ દરમિયાન બે ગાડીઓ આવી. એકમાં રિન્કુ અને મહેતાબનો ભાઈ ગોઠવાયા. અને બીજી ગાડીમાં રઘુને બેસવાનો ઈશારો કરવામાં આવ્યો, *'તો અહીં પૂરેપૂરી સૂચનાઓ પહોંચી ચૂકી છે.'* રઘુ મનોમન નાસીરની વ્યવસ્થા અને એની કુનેહનાં વખાણ કરતાં થાકતો નહોતો. એને આ જ કુનેહ અને પહોંચ હવે નડી જવાનાં હતાં એ વાતની એને સમજ પડવા લાગી હતી.

ગાડી જ્યારે જુમેરા બીચ પર આવેલા મહેતાબના બંગલે પહોંચી ત્યારે બંગલો અને જગ્યા જોઈને રઘુની આંખો પહોળી થઈ ગઈ. સ્વિમિંગ પુલ સાથેનો વિશાળ બંગલો, જેના બધા જ બારી-દરવાજા ઉપર ડાર્ક ફિલ્મો લગાડેલી હતી. રઘુને લાગ્યું કે મહેતાબનું કુટુંબ પણ નાસીર પ્રકારના કોઈ ધંધામાં સંડોવાયેલું હશે. પરંતુ આસપાસના બધા જ બંગલામાં આવી ફિલ્મો લગાડેલી હતી. દુબઈની કાળઝાળ ગરમીથી બચવા માટે આવી ફિલ્મો અનિવાર્ય હશે એવું સ્માર્ટ અને ભણેલા નહીં, પણ ગણેલા રઘુને તરત જ સમજાઈ ગયું.

એને એનો રૂમ બતાવી દેવાયો. સામાન મૂકીને એ ઊંઘી ગયો.

સવારે એની આંખ ખૂલી ત્યારે નીચે હૉલમાં સંગીત વાગી રહ્યું હતું.

ઝડપથી બહાર નીકળીને એણે હૉલમાં પડતી લોબીમાંથી જોયું તો નીચે મહેંદીની રસમ ચાલી રહી હતી. યુવાન છોકરીઓ નાચી રહી હતી. લગભગ પાંચ હજાર સ્ક્વેર ફૂટથી મોટો હૉલ લાઈટ્સ અને ઝુમ્મરોથી શણગારેલો હતો. વૉલ-ટુ-વૉલ કાર્પેટની ચારે તરફ ગાદીઓ પાથરવામાં આવી હતી. જેના પર થોડી આધેડ-પ્રૌઢ અને ઘરડી સ્ત્રીઓ ઘરેણાંથી લદાઈને ગોઠવાઈ હતી. લગભગ વીસેક જેટલી છોકરીઓ મહેંદી મુકાવતી હતી. બાકીની એ બધીની આસપાસ ગોઠવાઈને પોતાનો વારો આવે એની રાહ જોતી હતી.

એણે બાજ જેવી નજર સડસડાટ હૉલમાં ફેરવી. એક ખૂણામાં ગુલાબી રંગનું સલવાર-કમીજ પહેરીને મહેંદી મુકાવતી મહેતાબની બાજુમાં બેઠેલી રિન્કુને એણે જોઈ. ઘડીકમાં હસતી, ઘડીકમાં મહેતાબ સાથે મજાક કરી એને છેડતી અને ફરી હસી પડતી રિન્કુ ખૂબ સુંદર દેખાતી હતી. એના

તાજા ધોયેલા - લાંબા વાળ એની કમર સુધી પથરાયેલા હતા. સદ્યસ્નાતા ત્વચા તગતગતી હતી...

કોઈ છઠ્ઠી ઈન્દ્રિયથી અચાનક જ ભાન થયું હોય એમ રિન્કુએ ફટ કરીને ઉપર જોયું. ત્યાં ઊભેલા રઘુ સાથે એની આંખો એક ક્ષણ માટે ટકરાઈ... રઘુનું સ્મિત પૂરું ઊઘડે અને વિલાય એ પહેલાં રિન્કુએ નજર ઝુકાવી લીધી. હજી રઘુ કંઈ સમજે તે પહેલાં એના ખભા પર એક મજબૂત હાથ મુકાયો, "જાગી ગયા ?" મહેતાબનો ભાઈ હતો.

"જી..."

"મૂંહ-હાથ ધોઈને નીચે નાશ્તા માટે આવી જાવ..." એણે કહ્યું અને ખભો થપથપાવી જવા લાગ્યો. જતા જતા એક ક્ષણ માટે અટક્યો, પાછા ફરીને એણે રઘુ તરફ જોયું, "નીચે અમારા કુટુંબની છોકરીઓ છે. નાની અને જુવાન. તમને ખબર નથી એટલે કંઈ કહેતો નથી, પણ હવે અહીં ઊભા રહીને આમ જોતા નહીં. કોઈ વડીલની નજર પડશે તો કારણ વગર ખખડાવી નાખશે તમને."

"મારો એવો કોઈ ઈરાદો..." રઘુ સહેજ થોથવાયો.

"જાણું છું. નાસીરભાઈએ કહ્યું છે કે તમારા પર પૂરો વિશ્વાસ કરવો. તમે ઘરના માણસ જેવા છો. મારા માટે નાસીરનો શબ્દ આખરી છે. એણે કહ્યું તો ખુદાએ કહ્યું..." એણે સ્મિત કર્યું. તદ્દન રુક્ષ અને પહાડ જેવા દેખાતા આ માણસનું સ્મિત એના આખાય ચહેરાને બદલી નાખતું હતું. મોઢું બંધ હોય ત્યારે ક્રૂર અને કડક દેખાતો આ માણસ સ્મિત કરતાં જ સ્નેહાળ અને નરમ દિલ દેખાવા લાગતો હતો. રઘુએ આ ફેરફાર બહુ નવાઈથી નોંધ્યો, "આવો છો ને નીચે ? હું ઈન્તઝાર કરું છું."

"હા જી." રઘુ પોતાના ઓરડામાં ગયો. બાથરૂમમાં જઈને મોઢા પર પાણીની છાલક મારી. બ્રશ પર ટૂથપેસ્ટ લગાવીને મોઢામાં નાખ્યું. એણે જેવું અરીસામાં જોયું કે પાછળ રિન્કુનો ચહેરો દેખાયો.

"વઢચાને ભાઈજાન..." રિન્કુ આઠ-દસ વર્ષની કોઈ તોફાની બાળકી જેવી લાગતી હતી.

"હં..." રઘુએ બ્રશ કરવાનું ચાલુ રાખ્યું. રિન્કુએ પાછળથી બંને હાથ લંબાવી એની છાતી પર લપેટી દીધા. રઘુ એની આ હિંમતથી ડઘાઈ

ગયો. એણે રિન્કુના હાથ કાઢી નાખ્યા. મોઢામાંની પેસ્ટ થૂંકી નાખી, "બેનઝીર... મારી નાખશે કોઈ જોશે તો..."

"કોઈ નહીં જુએ. મેં દરવાજો અંદરથી બંધ કર્યો છે."

"ઓહ !" રઘુએ બંને હાથ લંબાવી એનો ચહેરો પોતાના હાથમાં લીધો, "ને તને અહીંથી બહાર નીકળતાં જોશે તો?"

"નહીં જુએ..." રિન્કુ રઘુને ભેટી પડી. એકાદ ક્ષણ સુધી પોતાની જાતને રોકીને સંયમ અજમાવી રહેલા રઘુથી પણ રહેવાયું નહીં. એણે પણ પોતાના બંને હાથ રિન્કુની આસપાસ લપેટીને એને ભીંસી દીધી.

*

૮

રિન્કુ એને લપેટાયેલી હતી. રઘુએ એને પોતાના બંને હાથમાં ભીંસી દીધી હતી. નાજુક-નમણી વેલ જેવી એની કાયા રઘુના પહાડ જેવા શરીરમાં ઓગળી જવા માગતી હોય એમ રઘુને લપેટાઈને ઊભી હતી. રઘુની પહોળી પૌરુષી હથેળીઓ રિન્કુના શરીર પર ધીમે ધીમે સરકતી હતી. કેટલાય વખતથી સ્ત્રીસ્પર્શથી વંચિત રહેલા રઘુના શરીરમાં અચાનક જ ભૂખ ઊઘડી હતી. રિન્કુનું આરસપહાણ જેવું લીસું શરીર, સુંવાળા-લાંબા વાળ અને કાયાના દિલધડક વળાંકો રઘુને બેચેન કરી રહ્યા હતા. એણે રિન્કુના ગળા પર, કાનની બૂટ નીચે, ખભા પર પોતાના હોઠ સરકાવા માંડ્યા. જિંદગીનો સૌથી પહેલો પુરુષસ્પર્શ પૂરેપૂરા સુખ અને રોમાંચથી માણી રહેલી રિન્કુ લગભગ બેભાન હોય એવી રીતે રઘુના સ્પર્શમાં પીગળી ગઈ હતી. કોઈ પણ એક ક્ષણે બંનેની વચ્ચેનો બંધ તૂટી જાય એવી સ્ફોટક સ્થિતિ સર્જાઈ રહી હતી. રઘુએ એનો ચહેરો ચિબુકથી પકડીને ઊંચો કર્યો. રિન્કુની આંખો બંધ હતી. ચુંબનની પ્રતીક્ષામાં એના હોઠ સહેજ ઊઘડ્યા. રઘુ ઝૂકીને એને ચુંબન કરે તે પહેલાં દરવાજા ઉપર કોઈએ જોરથી હાથ પછાડ્યો, ‘‘રઘુભાઈ, દરવાજો ખોલો.’’

રિન્કુની કાયાના સ્પર્શથી એના શરીરમાંથી આવતી માદક સુગંધથી, એના લીસા વાળના સ્પર્શથી રઘુને જે નશો ચડ્યો હતો એ બધો જ ઊતરી ગયો. એણે ગભરાઈને રિન્કુ સામે જોયું, ‘‘હવે ?’’

‘‘ખોલો.’’

‘‘ગાંડી થઈ ગઈ છે ?’’

‘‘મહેતાબ છે... ડરવાની જરૂર નથી.’’

‘‘અરે પણ...’’

''એ જાણે છે.''

''શું જાણે છે ?'' રઘુની આંખો પહોળી થઈ ગઈ. સામે ઊભેલી છોકરી મુંબઈના ડૉનની બહેન હતી. સાથે સાથે મુસલમાન હતી... અત્યાર સુધી એની સાથેના નાનાં-મોટાં તોફાનો, આંખના ઉલાળા કે અત્યારે થવાનું હતું તે ચુંબન સુધી રઘુને કશું જ અજુગતું કે ભયજનક નહોતું લાગતું, કારણ કે વાત બે જણાની વચ્ચે હતી. રિન્કુની બહેનપણી આ છાનગપતિયાં વિશે જાણે છે એટલું સાંભળતાં જ રઘુના હોશકોશ ગાયબ થઈ ગયા. નાસીર સુધી જો આ ખબર પહોંચે તો પરિસ્થિતિ ભયાનક ગૂંચવાઈ જાય એવી એને પાકી ખબર હતી. આ પળે બહાર ઊભેલી મહેતાબ જો રિન્કુને આ ઓરડામાં પકડી પાડે તો ધરતીકંપ થઈ જાય...

રઘુના મગજમાં એક સાથે સેંકડો વિચારો આવ્યા અને ચાલી ગયા. એ કશું જ બોલ્યો નહીં, પણ એનું મગજ કામે લાગી ગયું. દરવાજો બીજી વાર ખખડાવવામાં આવ્યો, ''ખોલું, બાથરૂમમાં છું.'' રઘુએ કહ્યું. રિન્કુ સાવ નાની બાળકીની જેમ હસી રહી હતી. એણે ફરી એક વાર રઘુને પોતાના બાહુપાશમાં લપેટવાનો પ્રયત્ન કર્યો, પણ રઘુએ એના હાથ ખસેડી નાખ્યા, ''અહીં જ ઊભી રહેજે, ચૂપચાપ.'' એણે કહ્યું. ટૉવેલ લપેટી વૉશબેસીનમાંથી વાળ ભીના કરી એ બારણું ખોલવા આગળ વધ્યો.

''હા !''

''રઘુભાઈ, તમને મારા ભાઈ શોધે છે.''

''અરે, હજી હમણાં તો અહીંથી ગયા છે. ન્હાઈ-ધોઈને આવતાં વાર તો લાગે ને.''

''હા, પણ...'' મહેતાબ સહેજ અચકાઈ, ''રિન્કુ નથી જડતી.''

''ઓહ માય ગૉડ, નસિરભાઈ મારો જીવ લઈ લેશે.'' એ સાચે જ ગભરાઈ ગયો હોય એમ ટુવાલ સાથે બહાર જવા લાગ્યો. મહેતાબે એક ક્ષણ એને જોયો. પછી કશું જ બોલ્યા વિના નાનકડા સ્મિત સાથે આંખો ઉલાળી.

''રઘુભાઈ, એ અંદર છે... ભાઈજાન આ તરફ આવતા જ હશે. ખોટું નાટક કર્યા વિના એને તરત જ બહાર મોકલો. એટલે હું લઈને

નીકળી જાઉં." એનું વાક્ય પૂરું થાય તે પહેલાં રિન્કુ અંદરથી બહાર આવી. મહેતાબે એનો હાથ પકડ્યો, "ચાલ, જલદી." રિન્કુ અને મહેતાબ ત્યાંથી જવા લાગ્યાં, પણ એ પહેલાં એક ક્ષણ અટકીને રિન્કુએ રઘુની આંખમાં જોયું, "જો સાચે જ મને પ્રેમ કરતો હોય તો કોઈનાથી ડરવાની જરૂર નથી, ને જો આ જૂઠાણું હોય તો પણ..." એની આંખો ભરાઈ આવી, "ખુદા કસમ, બહુ ખૂબસુરત જૂઠાણું છે." એ ત્યાંથી ચાલી ગઈ. રઘુના રૂમથી બંને તરફ સીડી નીચે ઊતરતી હતી. રિન્કુ પાછળની સીડી તરફ જવા લાગી, પરંતુ મહેતાબ એનો હાથ પકડી, આંખથી જ ઈશારો કરીને મુખ્ય સીડી તરફ ઘસડી ગઈ.

રઘુ એ જ સ્થિતિમાં ટૉવેલ બાંધીને બે-એક ક્ષણ ઊભો રહ્યો ને પછી અંદર જઈ એણે દરવાજો બંધ કરી દીધો. એનું આખું શરીર ધ્રૂજતું હતું... જાણે-અજાણે એ કઈ સ્થિતિમાં ધકેલાઈ ગયો હતો એની એને હવે સમજ પડી હતી. રિન્કુની છલકાઈ ગયેલી આંખોએ એને પરિસ્થિતિની ગંભીરતાનો અહેસાસ કરાવ્યો હતો.

થોડી વાર સુધી એ એમ જ અન્ય મનસ્ક દરવાજાને ટેકો દઈને ઊભો રહ્યો. ત્યાં ફરી દરવાજો ઠોકાયો. એણે બારણું ખોલ્યું. મહેતાબનો ભાઈ સાદીક સામે ઊભો હતો, "અરે, હજી ન્હાયા નથી ?"

"બસ, પાંચ મિનિટ... આવોને અંદર..." એ શંકાથી એને કોઈ સવાલ પૂછે એને બદલે એની શંકા નિર્મૂળ થઈ જાય એવી રીતે રઘુએ જ એને અંદર આવવાનો આગ્રહ કર્યો. સાદીકને હવે કોઈ શંકા રહી નહીં. એ આરામથી અંદર દાખલ થયો અને રઘુના પલંગ પર બેઠો, "તમે ન્હાઈ લો..."

રઘુ સીધો બાથરૂમમાં ઘૂસ્યો. બાથરૂમમાં દાખલ થતાં જ એણે જોયું કે રિન્કુના વાળમાંથી એક પીન વૉશબેસીનની પાસે પડી હતી... એણે એ પીન ઊંચકી બાથરૂમની બારીમાંથી નીચે ફેંકી દીધી. ત્રણ જ મિનિટમાં ન્હાઈને એ બહાર નીકળી ગયો. કપડાં પહેરી પાંચ મિનિટમાં તો સાદીકની સામે ઊભો રહી ગયો, "ચાલો."

સાદીક ઝીણી આંખોએ એની સામે જોતો રહ્યો...

બંને જણા કશું જ બોલ્યા વિના નીચે ડાઇનિંગ રૂમમાં નાસ્તા માટે

પહોંચ્યા. ખાસ્સા એવા પુરુષો ત્યાં ભેગા થયા હતા. સાદીકે થોડા લોકો સાથે એની ઓળખાણ કરાવી, ''નસિરભાઈનો ખાસ માણસ છે.'' સહુ એની તરફ સન્માન અને આશ્ચર્યથી જોતા હતા. અહીં નસિરભાઈનું કેટલું માન હતું અથવા કેટલો ડર હતો એ બંને વાત રઘુ સારી રીતે સમજી શક્યો.

નાન, બટર, ફ્રેશફ્રૂટ-જ્યૂસ, સોસેજીસ અને બાફેલાં ઈંડાંની સાથે સાથે દૂધ અને સિરિયલ પણ નાસ્તા માટેના ટેબલ પર ગોઠવાયા હતા. સાદીકે આગ્રહ કરી કરીને રઘુને નાસ્તો કરાવ્યો. બધું પૂરું થયા પછી એણે ધીમેથી રઘુને પૂછ્યું, ''સાંજે અમારી સાથે આવશો ને ?''

''ક્યાં ?''

''મુજરામાં.'' એની આંખોમાં પુરુષસહજ લાલસા અને અહમ્ ઊતરી આવ્યા, ''કોઈ ખાનદાની પઠાણને ઘેર મુજરા વિના નિકાહ પૂરા થાય જ નહીં... હમણાં જ હિન્દુસ્તાનથી નવી બુલબુલ આવી છે. આપણે ત્યાં પહેલી વાર નાચ કરવાની છે.''

એક ક્ષણ માટે રઘુનું હૃદય ધડક્યું. એણે મનમાં આવેલા વિચારને પાછળ ધકેલી દીધો. નિરાંતે ફ્રૂટજ્યૂસનો ગ્લાસ પૂરો કરી ડોકું ધુણાવ્યું, ''હું કેવી રીતે આવું ? મૅડમની જવાબદારી છે મારા માથે.'' મૅડમ-શબ્દ સાંભળતા જ એણે ધાર્યા હતા એવા જ પ્રતિભાવો મહેતાબના ભાઈના ચહેરા પર આવ્યા. એના મનમાં ચાલી રહેલો શંકાનો ચક્રવાત સહેજ શાંત પડ્યો હોય એવું રઘુને લાગ્યું.

''એ તો ઘરમાં જ રહેશે. ઔરતોની સાથે. આજે સાંજે એ લોકો અહીં નાચગાના કરશે.'' એ હસ્યો, ''તમને આમ પણ ઘરની બહાર જ ધકેલી દેશે.''

''ભાઈને પૂછવું પડશે.'' રઘુએ બીજું પત્તું ફેંક્યું. પોતાની જવાબદારી અને ભાઈ પરત્વેની વફાદારી એણે એક જ વાક્યમાં પુરવાર કરી દીધી.

''હું પૂછી લઈશ.'' સાદીકના અવાજમાં ભાઈની નજીક હોવાનું ઘમંડ અને રઘુને રજા અપાવી પોતાની સર્વોપરિતા સાબિત કરવાનું અભિમાન ઊભરાયું, ''મને ના નહીં પાડે.''

''પણ મૅડમની સેફ્ટી ?''

''અમારા ઘરમાં જો એ સલામત ન હોત તો ભાઈ એને મોકલત ખરા ?'' એણે ફરી એક વાર પોતાનું અભિમાન છાંટ્યું.

રઘુને ખ્યાલ આવી ગયો કે સાદીક પૂરેપૂરો એના વર્તનની જાળમાં સપડાઈ ચૂક્યો છે એટલે એણે ખૂબ નમ્રતાથી ફરી એક વાર ડોકું નમાવ્યું, ''તમે જેમ કહો તેમ... પણ ભાઈ હા પાડે તો જ. મૅડમની જવાબદારી પહેલી. હું અહીં મુજરા જોવા કે લગનમાં મહાલવા નથી આવ્યો...'' આટલું સાંભળતા જ સાદીકની આંખોમાં સન્માન છલકાવા લાગ્યું. એણે રઘુની પીઠ થાબડી. કશું બોલ્યો નહીં, પણ એણે થાબડેલી પીઠમાં શાબાશી હતી એટલી તો રઘુને સમજણ પડી જ ગઈ.

બપોરે ભોજન પછી સહુ પોતપોતાના કમરાઓમાં આરામ કરતા હતા ત્યારે ફરી એક વાર રઘુના કમરાને દરવાજે ટકોરા પડ્યા. ટકોરાની સાથે ચૂડીનો ખણખણાટ સાંભળીને રઘુ સમજી શક્યો કે આ મહેતાબ અથવા રિન્કુ હશે. એણે દરવાજો ખોલ્યો ખરો, પણ થોડોક જ દરવાજો ખોલીને બારસાખ અને દરવાજાની વચ્ચે ઊભો રહ્યો, રિન્કુ જ હતી.

''જલદી ખોલ.'' એ આમતેમ જોતી હતી.

''ના, રિન્કુ. મારા રૂમમાં નહીં.''

''પણ, કેમ ?''

''જો કોઈ પણ જુએ તો મુશ્કેલી થશે.''

''ડરી ગયો ?''

''મૂરખ, હું મારા માટે નહીં તારા માટે ડરું છું. જે ધંધામાં છું એમાં આજે નહીં તો કાલે ગોળી વાગવાની જ છે. મને મારી જિંદગીનો મોહ પણ નથી અને ભરોસો પણ નથી. તારો ભાઈ તને નહીં છોડે...'' એણે હાથ લંબાવી હળવેથી રિન્કુના ગાલે હાથ ફેરવ્યો, ''હું નથી ઇચ્છતો કે...''

''બહાનું ના કાઢ. સવારે જ્યારે મને વળગીને ઊભો હતો ત્યારે આ બધા વિચાર નહોતા આવ્યા ?''

''કદાચ નહોતા આવ્યા.'' રઘુએ શાંત રહીને આ સમસ્યાનો ઉકેલ કાઢવાનો પ્રયત્ન કરવા માંડ્યો, ''તું છે જ એવી. તને જોયા પછી કોઈ

ભાન જ ના રહે.'' એણે રિન્કુની આંખોમાં જોયું, ''હું તને દુઃખી કરવા નથી માગતો. મારું જે થવાનું હશે તે થશે, પણ તું સુખેથી જીવે એટલું તો હું કરી જ શકું.''

બારણાની વચ્ચે ઊભેલા રઘુને કલ્પના પણ નહોતી કે રિન્કુ ધક્કો મારીને અંદર આવી જશે. રઘુનું વાક્ય પૂરું થાય એ પહેલા રિન્કુએ જોરથી ધક્કો માર્યો અને એ રઘુ સાથે રૂપમાં દાખલ થઈને પછડાઈ. રઘુ જમીન પર અને રિન્કુ એની ઉપર. રઘુ કશું સમજે એ પહેલા રિન્કુએ પોતાના હોઠ એના હોઠ પર મૂકી દીધા. એક પ્રગાઢ ચુંબન લઈ લીધું. રઘુ લગભગ બેબાકળો થઈને ઊભો થઈ ગયો. એણે દોડીને દરવાજો બંધ કર્યો. પછી રિન્કુની પાસે આવીને એને ખભેથી પકડીને હચમચાવી નાખી, ''શું ઇચ્છે છે ? બુદ્ધિ ભ્રષ્ટ થઈ ગઈ છે તારી.''

''હું તારી સાથે જીવવા માગું છું, રઘુ. નિકાહ કરવા માગું છું. તારા બચ્ચાની મા થવા માગું છું...'' કહેતાં કહેતાં રિન્કુ રડી પડી.

''અરે પણ ! મારી પાસે કશું નથી. તારા ભાઈનો નોકર છું હું. કેમ સમજતી નથી ? એ આપણને બંનેને...''

''તારા વગર જીવવું એના કરતાં તારી સાથે મરી જવું બહેતર છે.''

''બેનઝીર !'' રઘુએ હાથ લંબાવીને એને નજીક ખેંચી. છાતીસરસી ચાંપીને એના વાળમાં હાથ ફેરવવા માંડ્યો, ''સમજવાનો પ્રયત્ન કર. હું કંઈ બનું... તારા ભાઈની સામે ઊભો રહીને તારો હાથ માગી શકું એટલો તો સમય આપ.''

''એ પહેલા ભાઈજાન મારા નિકાહ કરાવી દેશે કોઈ બીજા સાથે.''

''તો હું શું કરું ?'' રઘુ સાચે જ અકળાઈ ગયો.

''મારી નાખ મારા ભાઈને... આ આખું નેટવર્ક અને એનો બધો જ ધંધો તને મળી જશે.''

''તું શું બોલે છે એનું ભાન છે તને ?'' રઘુ લાફો મારી બેસત રિન્કુને, પણ એણે માંડ માંડ જાત પર સંયમ રાખ્યો, ''કેટલો પ્રેમ કરે છે તને ? હથેળીમાં પગ મુકાવે છે. જીવની જેમ...''

''હા, કરે છે ! પણ એણે મારા અબ્બુને મારીને આ ધંધો...''

"શું બોલે છે ?" રઘુ ડઘાઈ ગયો.

"હા, મારા અબ્બુનું ખૂન કરાવ્યું હતું એણે. મને ખબર છે." એની આંખોમાં લોહી ઊતરી આવ્યું, "આ ધંધાનો ઉસૂલ છે રઘુ. જ્યાં સુધી પગમાં રહો ત્યાં સુધી કૂતરાની જેમ રાખે તમને, પણ જે મિનિટે શેર થઈ જાવ એ મિનિટે સહુ તમારા પગમાં પડી જાય."

"હું એવું નહીં કરી શકું. એમણે મારો જીવ બચાવ્યો છે. મારામાં વિશ્વાસ કર્યો છે."

રિન્કુ એની નજીક આવી. આંખોમાં આંખો પરોવી, "મારા માટે પણ નહીં ?"

"કોઈના માટે નહીં..." રઘુએ આંખો ઝુકાવી દીધી. રિન્કુનો જમીન પર પડી ગયેલો દુપટ્ટો એને પાછો ઓઢાડ્યો અને ધીમેથી બહાર જવાનો ઈશારો કર્યો. રિન્કુ એક ક્ષણ માટે ઊભી રહી. એણે રઘુ સામે જોયું અને પછી દરવાજો ખોલીને ધીમા પગલે બહાર નીકળી ગઈ.

ક્લોઝ સર્કિટ ટી.વી. પર આ આખુંય દૃશ્ય જોઈ રહેલા સાદીકે તાળી પાડી, "ક્યા બાત હૈ ? નસિરભાઈ કોઈ દિવસ ખોટા નથી પડતા. આ માણસની બાબતમાં પણ એમની વાત જ સાચી પડી." આસપાસ બેઠેલા ત્રણ-ચાર જણાના ચહેરા પર પણ એક પ્રકારની પ્રશંસા દેખાવા લાગી.

સાદીકે હિન્દુસ્તાન ફોન લગાડ્યો, "ભાઈ કો દેના. સાદીક હૂં." નાસીર ફોન પર આવ્યો કે તરત જ સાદીકે વધામણી ખાધી, "સહી હૈ ભાઈ... હમને દેખ લિયા..." પછી થોડા ઈમોશનલ થઈને ઉમેર્યું, "લેકિન રિન્કુ, બહોત પ્યાર કરતી હૈ ઉસસે."

"રિન્કુ બચ્ચી હૈ ઔર બેવકૂફ ભી. ભૂલ જાયેગી. તુમ નિકાહ કી તૈયારી કરો."

"જી ભાઈ." સાદીકે ફોન મૂકી દીધો અને પાછળ બેઠેલા માણસોને એક પછી એક સૂચના આપવા માંડી. એ સૂચનાઓ પોતાની બહેન મહેતાબનાં લગ્ન માટે તો હતી જ, પરંતુ સાથે સાથે અહીં ગોઠવાયેલા એક બીજા નિકાહની તૈયારી પણ શરૂ થઈ ગઈ હતી.

*

૯

રિન્કુને દુબઈ મોકલતી વખતે નાસીરના મનમાં એક સ્પષ્ટતા હતી. ભારતની બહાર રિન્કુનાં લગ્ન પતાવીને એને વિદેશમાં જ સેટલ કરી દેવાનો એક વ્યવસ્થિત પ્લાન એણે બનાવ્યો હતો. મહેતાબનો ભાઈ સાદીક એનો ખાસ વિશ્વાસુ હતો. એના પરદેશના બધા જ ઑપરેશન સાદીક સંભાળતો. રઘુને આ બધી ખબર નહોતી. એ તો ચૂપચાપ નાસીરનો હુકમ પાળવા, એની બહેનની સલામતીની રખેવાળી કરવા દુબઈ આવ્યો હતો.

રિન્કુ આમતેમ કરે તો એને સંભાળી શકે એવો એક માણસ જરૂરી હતો, આ આખાય પ્લાનને પાર પાડવા માટે. રઘુની જાણ બહાર એના કમરામાં સીસી ટી.વી. લગાડવામાં આવ્યા હતા. નાસીર જેટલા હોશિયાર માણસને પોતાની બહેનનું હૈયું ક્યાં ઢળ્યું છે એની ખબર ન હોય એ અશક્ય હતું. એ સમજી ગયો હતો કે રિન્કુને રઘુ પ્રત્યે કૂણી લાગણી થવા માંડી હતી. એણે એક કાંકરે બે પક્ષી મારવાનું નક્કી કર્યું. રઘુની વિશ્વસનીયતા તપાસવા માટે એણે રિન્કુ સાથે દુબઈ તો મોકલ્યો જ, સાથે સાથે એ પોતાનો હુકમ પાળવા માટે થઈને પણ રિન્કુનાં લગ્ન જબરદસ્તી કરાવવા સાદીકનો સહકાર આપે તો રિન્કુના મનમાંથી આ રહ્યુંસહ્યું આકર્ષણ ભૂંસાઈ જાય અને રિન્કુ રઘુને ભૂલીને એની નવી દુનિયામાં આસાનીથી ગોઠવાઈ શકે...

સીસી ટી.વી.માં દેખાતાં દૃશ્યોથી સાદીક સમજી શક્યો હતો કે રિન્કુ સાચા હૃદયથી રઘુને પ્રેમ કરતી હતી. મહેતાબની જેમ જ રિન્કુને પણ સાદીક પોતાની સગી બહેન જ સમજતો. રઘુ માટેની એની લાગણી જોઈને સાદીકને લાગ્યું કે આવા પ્રામાણિક અને પ્રેમાળ માણસ સાથે કદાચ રિન્કુ ખુશ રહી શકે... એણે નાસીરને આ વાત કહેવાનો પ્રયાસ કર્યો, પરંતુ

એણે ધાર્યું હતું એમ જ નાસીરે એની વાત ઉડાવી દીધી. હવે સાદીક માટે આ ધર્મસંકટ થઈ ગયું. રિન્કુ જેવી ભોળી-નિર્દોષ અને પ્રેમાળ છોકરીને ફક્ત પૈસા ખાતર કોઈ એવા માણસ સાથે પરણાવી દેવી જેને એ પ્રેમ નથી કરતી... કે પછી ગમે તેમ કરીને નાસીરને રિન્કુ અને રઘુના સંબંધ માટે રાજી કરી લેવો !

એ ખાસ્સી વાર વિચારતો રહ્યો પછી ઊભો થઈને રઘુના ઓરડા તરફ ચાલ્યો.

★

રિન્કુના ગયા પછી રઘુ ખાસ્સો સમય અહીં બનેલી ઘટના વિશે વિચારતો રહ્યો. એ રિન્કુની લાગણી અને પ્રેમ સમજી શકતો હતો. એને પોતાને પણ રિન્કુ ખૂબ ગમતી હતી, પરંતુ પોતાના અને રિન્કુના જીવ જોખમમાં મૂકીને પ્રેમ કરી શકે એટલો બહાદુર કે ઝિંદાદિલ થવાનું એને પોષાય એમ નહોતું. વળી રુકમણિના અનુભવ પછી એ એટલું શીખ્યો હતો કે સ્ત્રીની વાતમાં અટવાઈને કોઈ પ્રકારનું ઝનૂન પ્રગટ કરવાથી નુકસાન જ થાય.

પોતાના પલંગ પડ્યો પડ્યો ઍરકન્ડિશનનો ધીમો ઘરઘરાટ સાંભળતો એ જાત જાતના વિચારોમાં આમતેમ અટવાઈ રહ્યો હતો. એણે જે રીતે રિન્કુને અહીંથી જવાનું કહી દીધું એ પછી કદાચ રિન્કુ ફરી વાર એના સુધી નહીં આવે એવું એ સમજી શકતો હતો.

રિન્કુ સાથે લગ્ન કરવાની એની પોતાની પણ ઇચ્છા હતી, પરંતુ એવી હિંમત હજી સુધી ભેગી કરી શક્યો નહોતો. બે પ્રકારની મનોદશામાં ઘડિયાળના લોલકની જેમ આમથી તેમ ફંગોળાતો એ વિચારોમાં અટવાતો હતો ત્યારે એના બારણાના દરવાજે ટકોરા પડ્યા. રિન્કુ જ હશે એમ માનીને એણે અકળાઈને દરવાજો ઉઘાડ્યો, ''એક વાર કહ્યુંને તને...'' દરવાજો ખોલતાંની સાથે જ એણે ગુસ્સો કર્યો, પણ તરત જ સહેજ ઝંખવાઈ ગયો. સામે સાદીક ઊભો હતો.

''તમને કોઈ પરેશાન કરે છે ?''

''હેં ?! ના..ના.. એ તો કોઈ નાનું છોકરું...''

''હા, એ બચ્ચી જ છે. નાના બાળક જેવી.'' એક ક્ષણ પણ

ગુમાવ્યા વિના સાદીક મૂળ વાત પર આવી ગયો, ''મને ખબર છે...''

''નહીં સાદીકભાઈ, મારા મનમાં એવું કંઈ નથી.''

''ખોટું શું કામ બોલે છે ? મને ખબર છે. તને પણ એના માટે બહુ પ્રેમ છે.'' સાદીક ઝીણી આંખે એની સામે જોઈ રહ્યો હતો, ''હું તારી મદદ કરવા તૈયાર છું. બોલ, નિકાહ કરીશ મારી બહેન સાથે ?''

''સાદીકભાઈ !''

''જો રઘુ, હું ગાંડો નથી... સાથે જ નાસીરનો વિરોધી પણ નથી, ને તોય એટલું સમજું છું કે નાસીરનું મગજ અત્યારે બંધ થઈ ગયું છે. આંખો પર પટ્ટી છે. પોતાની ફૂલ જેવી બહેનનું ભલું-બૂરું વિચારી નથી શકતો.'' રઘુ ધ્યાનથી સાંભળતો હતો અને સાથે સાથે સમજવાનો પ્રયત્ન કરતો હતો કે આ જે કંઈ કહી રહ્યો છે એમાં કેટલી સચ્ચાઈ છે. કોઈ ચાલબાજી, કોઈ ગેમ તો નથી ને ? જેમાં એ સપડાઈ જાય અને નાસીરભાઈની સામે મૂરખ સાબિત થાય, ''એણે જેની સાથે બેનઝીરનાં લગ્ન કરવાનું નક્કી કર્યું છે એ માણસ મને નથી ગમતો. વળી મુસલમાન છે...'' રઘુને એની વાત સમજાઈ નહોતી, પણ વચ્ચે બોલવાને બદલે એણે સાદીકને જ બોલવા દીધો, ''આ શેખનો ભરોસો નથી હોતો. આજે નહીં તો કાલે બીજી-ત્રીજી-ચોથી બીવી એમના માટે નવી વાત નથી. હમણાં તો એને રિન્કુ ગમે છે એટલે બધી વાતમાં હા પાડે છે, પણ એક વાર આપણી બહેન ત્યાં પહોંચી જાય પછી આપણા હાથ પથ્થર નીચે આવી જાય. સમજે છે ? '' રઘુએ ડોકું ધુણાવ્યું, ''તું ભાઈનો વફાદાર છે. રિન્કુને ચાહે છે અને રિન્કુનું દિલ પણ તારી સાથે મળેલું છે... આજે નહીં તો કાલે ભાઈએ ધંધામા એક માણસ શોધવો જ પડશે જે એમની જિમ્મેદારી લે... એ નહીં હોય ત્યારે...'' રઘુ નવાઈથી જોઈ રહ્યો, ''જુએ છે શું ? આપણા ધંધામાં કોઈનાય જીવની ગેરંટી નથી.''

''પણ હું...''

''તું જ...'' સાદીકે નજીક આવીને એના ખભા પર હાથ મૂક્યો, ''ભાગી જા રિન્કુને લઈને.''

''ભાગી જાઉં ?'' એ ખડખડાટ હસવા લાગ્યો,''ભાગીને ક્યાં જાઉં ? ત્રીસ મિનિટની અંદર અંદર ભાઈ મને શોધી કાઢશે. ગોળી મારી

દેશે. તમારી બહેનના નિકાહ થાય એ પહેલાં તો વિધવા થઈ જશે.''

''નાસીર ત્યારે ગોળી મારશે જ્યારે એને ખબર પડશે...''

''એટલે ?''

''આવનારા અઠવાડિયા સુધી તો આપણે નાસીરને મૂરખ બનાવી શકીએ. રિન્કુ એનો ફોન ઉપાડે અને કહે કે મજામાં છે અને સાથે સાથે હું એને રિન્કુના ખુશખબર મોકલાવતો રહું.''

રઘુ ફરી હસી પડ્યો, ''ને અઠવાડિયા પછી ?''

''આપણે રિન્કુના નિકાહના ખબર તો આપીશું, પણ તારી સાથે નિકાહ થઈ ગયા છે એવું કહીશું.''

''તમને બીજું કોઈ નથી મળ્યું ? શા માટે મારો જીવ લેવા માગો છો ? મારો જીવ લો ત્યાં સુધી વાંધો નથી, પણ એક નિર્દોષ છોકરીનો જીવ શું કામ...'' રઘુ ઉશ્કેરાઈ ગયો, ''મને તો કાંઈ સમજાતું જ નથી. ભાઈ મને રિન્કુને સાચવવા મોકલે અને તમે મને એની સાથે પરણાવવાનો પ્રયત્ન કરો છો.''

''એને સાચવવા માટે જ તારી સાથે પરણાવવા માગું છું.'' સાદીકની આંખોમાં પાણી આવી ગયાં, ''તારો અહેસાન થશે જો તું એ છોકરીને સુખી કરવાની જવાબદારી લઈ લઈશ તો... તને કંઈ નહીં થાય એ મારું વચન છે. નાસીર મારી વાત નહીં ટાળે.''

''હું આ વાત માનતો નથી. નાસીરભાઈનું મગજ ફરી જશે પછી એ કોઈનુંય નહીં સાંભળે.''

''મારું સાંભળશે કારણ કે એના માટે મેં ઘણું કર્યું છે.''

''ભૂલી જશે એ બધું...''

''નહીં ભૂલી શકે...'' સાદીકનું ગળું ભરાઈ આવ્યું, ''મેં મારા સગા કાકાનું અને નાસીરના બાપનું ખૂન કર્યું છે. આ હાથે. ફક્ત નાસીર માટે.''

''શું ?'' રઘુ માટે આજે એક પછી એક રહસ્યો ઊઘડી રહ્યાં હતાં અને દરેક રહસ્ય એને ગભરાવનારું, થિજાવનારું અને અકળાવનારું સાબિત થતું જતું હતું.

★

રુકમણિ પૂરેપૂરી સજીને તૈયાર થઈ ગઈ હતી.

એને માટે થોડા જ કલાકોમાં ડ્રેસ સિવાઈને તૈયાર થઈ ગયો હતો. આવા પ્રકારના નાચ માટે ખાસ ડિઝાઈન કરેલા ડ્રેસ સીવડાવવામાં આવતા. એક પછી એક વસ્ત્ર ઝડપથી છૂટું પડી શકે અને તોય પૂરેપૂરા નગ્ન થવામાં સારો એવો સમય લાગે એ પ્રકારનાં વસ્ત્રો ખાસ ડિઝાઈન કરવામાં આવતાં. એક પછી એક ઊતરતાં વસ્ત્રો સાથે જોનારાની આતુરતા વધતી જાય એટલું જ નહીં, ઊઘડતાં એક એક અંગ સાથે નૃત્યાંગનાની કમનિયતા વધુ ને વધુ કલાત્મક અને છતાં પૂરેપૂરી કામુક રીતે પ્રગટ થાય એ આ પ્રકારનાં વસ્ત્રોનો મુખ્ય ઉદ્દેશ રહેતો.

રાણી અને ભૂરા રંગના મિશ્રણથી બનાવાયેલા, ટિક્કી જડેલાં સુંદર કપડાં પહેરીને પૂરેપૂરા મેકઅપ સાથે, વાળ સ્ટ્રેઈટનિંગ કરીને, ઘરેણાં સાથે રુકમણિ તૈયાર થઈને બહાર આવી ત્યારે ચંદુનું મોઢું ખુલ્લું રહી ગયું. એણે ક્યારેય નહોતું ધાર્યું કે રુકમણિ થોડા મેકઅપ અને વસ્ત્ર અલંકારો સાથે આટલી બધી સુંદર દેખાશે.

''વાહ ! તું તો માઈન્ડબ્લોઈંગ દેખાય છે.'' ચંદુ નજીક આવ્યો. એણે રુકમણિના ખભા પર હાથ મૂક્યો, ''ડર નથી લાગતો ને ?''

''ના રે...'' રુકમણિએ ડોકું ધુણાવ્યું.

''વેરી ગુડ.'' ચંદુએ લુચ્ચું અને ખંધુ સ્મિત કર્યું, ''બેશરમ થઈ જવાનું તદ્દન, પણ ડર નહીં રાખવાનો. ગમે તેટલા ઉછાળા મારે તને કોઈ હાથ નહીં લગાડી શકે. ચારે તરફ માણસો હશે, દોરી બાંધેલી હશે, એની વચ્ચે જ નાચવાનું છે તારે. કોઈ તારી પાસે નહીં આવે. ચીસો પાડશે, ગંદી હરકતો કરશે, પણ તને અડી નહીં શકે.''

''હં...'' રુકમણિએ ફરી ડોકું ધુણાવ્યું.

ચંદુ એને લઈને બહાર નીકળ્યો ત્યારે રુકમણિએ જોયું કે પાછળની ગાડીમાં છ-સવા છ ફૂટના છ હબસીઓ પાછળની લેન્ડ ક્રૂઝરમાં ગોઠવાયા.

દુબઈથી થોડે દૂર ડેઝર્ટ (રણ)માં સરસ મજાના તંબૂઓ ઊભા કરીને મુજરાની વ્યવસ્થા કરાઈ હતી. શરાબ, કબાબ અને ખાણીપીણીની વસ્તુઓ ત્યાં ગોઠવી દેવાઈ હતી. એક પ્લૅટફૉર્મ ઊભું કરીને એની ચારે તરફ થાંભલા ગોઠવાયા હતા. એ થાંભલાને એકબીજા સાથે સાંકળતાં દોરડાંઓ

એક બાઉન્ડ્રી બનાવીને બાંધી દેવાયાં હતાં. ત્યાં પહોંચીને ચંદુએ એક એક વસ્તુ જાતે ચેક કરી. રુકમણિનો મેકઅપ રૂમ પણ એક તંબૂ જ હતો. એક બોડીગાર્ડને રુકમણિના તંબૂની બહાર ગોઠવવામાં આવ્યો. ચાર જણા પ્લૅટફૉર્મના ચાર ખૂણે ઊભા રહી ગયા. જ્યારે એક જણ ફરતો રહેવાનો હતો...

બધું જ બરાબર ચેક કર્યા પછી ચંદુ રુકમણિના મેકઅપ રૂમમાં ગયો, ''બધું જ બરાબર છે. તું જરાય ચિંતા કર્યા વિના તારું કામ કરજે. રોકડા દિરહામ તારા પર ફેંકાય એ અમારો માણસ ઊંચકી લેશે. એનો હિસાબ પછીથી કરીશું.'' રુકમણિ ચંદુ સામે જોઈ રહી, ''તને તારા નાચના પૈસા તો મળશે જ, સાથે આવી ટીપ મળે એમાંથી આપણે પચાસ-પચાસ ટકા વહેંચીશું. સમજે છે ને ? તું જેટલું સારું કામ કરીશ, જેટલા તડપાવીશ આ લોકોને એટલા વધારે દિરહામ ફેંકાશે તારા પર.''

''સમજી ગઈ.'' રુકમણિએ ડોકું ધુણાવ્યું, ''હું મારાથી બને એટલું સરસ કામ કરીશ.''

ચંદુ નજીક આવ્યો, ''ગૉડ બ્લેસ યુ'' રુકમણિના માથે હાથ મૂકી એક ક્ષણ માટે ઊભો રહ્યો અને પછી સડસડાટ બહાર નીકળી ગયો.

★

જેમ જેમ સાંજ ઢળતી ગઈ તેમ તેમ ધીમે ધીમે લેન્ડ ક્રૂઝર પાર્ક થવા લાગી. રણમાં બીજી કોઈ ગાડીઓ ચાલતી નથી એટલે લેન્ડ ક્રૂઝર જ રણ સુધી પહોંચવા માટે અનિવાર્ય છે. ધીમે ધીમે ટોળાં જમા થવા લાગ્યાં. કોઈ શરાબ પીતું હતું, કોઈ વાતો કરતું હતું... થોડા લોકો તાપણા પાસે બેસીને કબાબની મજા લેતા હતા.

ખૂણામાં એકલો બેઠેલો રઘુ પોતાના મગજમાં ચાલતા વિચારોના ઘમસાણને અટકાવવાનો પ્રયત્ન કરતો હતો. સાદીક સાથે થયેલી વાત એને છેક ભીતર સુધી હલાવી ગઈ હતી. સાદીક પાસે જે કંઈ વાત સાંભળી તે પછી એને સમજાયું હતું કે રિન્કુ માટે સાચે જ સાદીક એને યોગ્ય પસંદગી માનતો હતો.

રિન્કુ માટે રઘુને પણ ખૂબ આકર્ષણ હતું. નાસીરનો ભાઈ દૂર થઈ જાય તો રિન્કુ સાથે લગ્ન કરવામાં રઘુને કોઈ વાંધો નહોતો. બલકે રઘુને

રિન્કુ સાથે લગ્ન કરવાના બધા જ ફાયદા નજરોનજર દેખાતા હતા. નાસીરના બનેવી તરીકે મળતી સત્તા અને સંપત્તિ પણ એને આકર્ષી રહી હતી. જો સાદીક એનો સાથ આપવા સાચે જ તૈયાર હોય તો રિન્કુ સાથે લગ્ન કરવામાં ફક્ત ફાયદો જ ફાયદો હતો એવું રઘુને બરાબર સમજાઈ ગયું હતું.

‘‘શું વિચારમાં છે ?’’ તાપણા સામે હાથ ધરીને વિચારોમાં ખોવાઈ ગયેલા રઘુની બાજુમાં બેસતાં સાદીકે એના ખભે હાથ મૂક્યો, ‘‘હમણાં તો મજા કર. બે-પાંચ મિનિટમાં સામે પ્લૅટફૉર્મ પર આગ લાગવાની છે.’’

‘‘શું ?’’ રઘુએ ચોંકીને પૂછ્યું.

‘‘અરે પાગલ, સાચે જ આગ નથી લાગવાની, પણ જવાની અને રૂપની આગ લાગવાની છે. સમજ્યો કે નહીં ?’’ એણે રઘુના ખભે ધબ્બો માર્યો અને હસવા લાગ્યો. રઘુ જવાબ આપે તે પહેલાં સામેના પ્લૅટફૉર્મ પર લાઈટો ઝીણી થઈ ગઈ. અરેબિયન મ્યુઝિક સ્પીકર્સ પરથી લહેરાવા લાગ્યું. એક લાકડાના પાટિયા પર બેઠેલી છોકરીને ઊંચકીને ચાર છોકરીઓ ધીમે ધીમે ચાલતી પ્લૅટફૉર્મ સુધી બનાવેલી પગથી પર થઈને પ્લૅટફૉર્મ પર પહોંચી.

ધીમેથી લાકડાના બાજોઠ જેવું પાટિયું નીચે મૂકવામાં આવ્યું... એના પર બેઠેલી છોકરીના ચહેરા પર પાતળી નકાબ હતી. એની બે આંખો જ દેખાતી હતી... એ બે આંખો જોઈને અચાનક જ રઘુને થયું કે એ ફરી એક વાર ખોટી જગ્યાએ પહોંચી ગયો છે... હવે શું થશે એ વિચારે એનું હૃદય ધડકવા લાગ્યું. કપાળે પરસેવો વળી ગયો. જ્યાં બેઠો હતો ત્યાં જ બેસી રહેવાનું એણે નક્કી કરી લીધું. અંધારા ખૂણામાં તાપણા પાસે બેસીને જ એણે આ નૃત્યનો નઝારો લેવાની ગાંઠ વાળી દીધી.

‘‘ચાલ..ચાલ..’’ સાદીકે ઊભા થતા એને બાવડેથી પકડીને ખેંચ્યો.

‘‘ના, હું ઠીક છું. અહીંથી જ જોઈશ, તમે જાવ.’’ એણે જે ત્વરાથી ઝટકો મારીને હાથ છોડાવ્યો એ પછી સાદીકે પણ એને આગ્રહ કરવાનું છોડીને પ્લૅટફૉર્મ તરફ ડગ માંડયાં.

*

૧૦

લાકડાના બાજોઠ પર બેઠેલી છોકરીના ચહેરા પર મોરપીચ્છ રંગની પાતળી નકાબ હતી. એના એક કાનથી બીજા કાન સુધી લંબાયેલી હતી. એના વાળ અરેબિયન પ્રકારના સ્કાર્ઈમાં બંધાયેલા હતા. ભૂરા અને ભડક ગુલાબી રંગના મિશ્રણથી બનાવાયેલા ટીક્કી જડેલા અદ્ભુત અરેબિયન ડ્રેસમાં બેઠેલી એ છોકરી રઘલાના હૃદયના ધડકારા વધારી ગઈ.

એના શરીરના એક એક વળાંકો દિલધડક રીતે પ્લૅટફૉર્મની કારપેટ પર ફેલાયેલા હતા...

બાજોઠ પરથી ઊતરીને એણે ચારે તરફ ઊભેલા પુરુષોને 'આદાબ'ની રીતે સલામ કરી.

'હોઓઓઓઓ... 'નો પોકાર ચારે તરફથી ઊઠ્યો. ધીમા અવાજે અરેબિયન મ્યુઝિક શરૂ થયું. છોકરી પોતાના શરીરના એક એક વળાંકને લયબદ્ધ રીતે હલાવતી નૃત્ય કરવા લાગી. ઈસ્ત્રી કરી શકાય એવું લગભગ કમર સાથે ચોંટેલું એનું સપાટ પેટ અને નાભીની અંદર ચોંટાડેલું મોતી અંધારામાં બેઠેલો રઘલો આટલે દૂરથી જોઈ શકતો હતો. છોકરી નૃત્ય તો કરતી હતી, પરંતુ વચ્ચે વચ્ચે બે-ચાર ક્ષણ બેભાન થઈને જાણે કોઈને શોધતી હોય એવું રઘલાને લાગ્યું. એની બે આંખો રુકમણિની આંખો જેવી લાંબી અને ભાવવાહી હતી.

એણે ધીમે રહીને નકાબ ખોલી. પ્લૅટફૉર્મની આસપાસ બાંધેલા દોરડાની રેલિંગની બહાર ઊભેલા પુરુષો ગાંડા થવા લાગ્યા હોય એમ ઊછળી ઊછળીને દાદ દેતા હતા. છોકરીએ નકાબ ખોલી પછી રઘલાને ખાતરી થઈ ગઈ કે એણે રુકમણિને ઓળખવામાં ભૂલ નહોતી કરી.

અદ્‌ભુત રીતે નૃત્ય કરી રહેલી રુકમણિ જાણે હવા પર નાચતી હોય એમ નાચી રહી હતી. એના હાથ-પગનો તાલમેલ, કમરના ઝટકા અને એક પછી એક વસ્ત્રો ઉતારવાની એની અદા રઘલાને પણ બેચેન કરી રહી હતી. એની સાથે ગાળેલી એ બધી જ રાતો રઘલાની અંદર જાણે રુકમણિના એક એક ઠુમકાથી આળસ મરડીને બેઠી થતી હતી. રઘલાનો રુકમણિ પ્રત્યેનો ગુસ્સો અને તિરસ્કાર રુકમણિની બહાવરી આંખો જોતાં ધીમે ધીમે ઓગળતો જતો હતો...

રુકમણિ ત્યાં ઊભેલા પુરુષોમાં રઘલાને શોધતી હતી એવું રઘલો સ્પષ્ટ રીતે જોઈ શક્યો. એક વાર એને મન થયું કે ઊભો થઈને રુકમણિની સામે પહોંચી જાય, એને ભેટી પડે. આ સ્ત્રીને એણે પૂરા હૃદયથી ચાહી હતી. આની સાથે ઘર માંડવાના, બાપ બનવાનાં સપનાં જોયાં હતાં. આજે આટલા પુરુષોની ભૂખી આંખો અને ઊછળતી વાસનાનાં મોજાંમાં એને નાચતી જોઈને રઘુને કંઈ કંઈ થઈ ગયું. રઘુ સમજી શકતો હતો કે રુકમણિ ફક્ત એને જ માટે દુબઈ આવી હતી, તેમ છતાં એણે હૃદય પર કાબૂ રાખ્યો અને જે થતું હતું તે થવા દીધું.

સામે ચાલતી બૂમાબૂમ અને રુકમણિના બેચેન કરી નાખનારા નૃત્યમાંથી એણે મનને પાછું ખેંચ્યું અને ખૂબ શાંતિથી એણે સાદીકની વાત પર વિચાર કરવા માંડ્યો, *'જો ખરેખર નાસીરના બાપનું ખૂન સાદીકે કર્યું હોય તો સાદીક મારી પાસેથી શું ઈચ્છે છે ? રિન્કુ અને સાદીક મળીને મારી પરીક્ષા લેતા હશે કે મને ફસાવતા હશે ? ક્લોઝ સર્કિટ ટેલિવિઝનમાં આ બધું જ જો નાસીર જોઈ શકતો હોય તો દુબઈથી મારી લાશ પણ હિન્દુસ્તાન નહીં જાય...'* એણે સામે પડેલા તાપણામાં એક-બે લાકડાનાં છોડિયાં નાખ્યાં, તાપણું ભડક્યું, *'અને જો બંને જણા સાચા હોય તો રિન્કુ જેવી ચબરાક છોકરીની સાથે સાથે નાસીરનું નેટવર્ક સાચે જ મારા હાથમાં આવી શકે...'* એનું મગજ પાંચસો માઈલની ઝડપે દોડતું હતું... એણે ધીમે ધીમે કરીને પરિસ્થિતિને તપાસવાનું અને સાદીકને નાણી જોવાનું નક્કી કર્યું. રિન્કુના નિકાહ થાય તે પહેલાં નિર્ણય લેવો જ પડશે એવી સાદી સમજ એને હતી, પરંતુ એ પહેલાં જોખમને પૂરેપૂરું સમજ્યા વિના એ સાપના કરંડિયામાં હાથ નાખે એટલો મૂરખ તો નહોતો જ.

એની સામે તાપણાની આગ હતી. વિચારોમાં મગ્ન રઘુને કલ્પના પણ નહોતી કે સામે ચાલતા નૃત્યમાં રુકમણિ લગભગ વિવસ્ત્ર થઈ ચૂકી હતી. એના શરીર પર બે અંતઃવસ્ત્રો સિવાય બીજાં કોઈ કપડાં નહોતાં. ભડક રાણી રંગનાં અંતઃવસ્ત્રોમાં હલનચલનથી ધ્રૂજે એવા મોતીની સેરો ટાંકી હતી. રુકમણિ પોતાના શરીરનાં અંગ-ઉપાંગોને હલાવતી મોતી ધ્રુજાવી રહી હતી. આસપાસ ઊભેલા લગભગ દોઢસો-બસ્સો જેટલા પુરુષો ગાંડાની જેમ રાડો નાખતા હતા. રુકમણિના પગ નીચે દિરહામની જાણે કારપેટ પથરાઈ ગઈ હતી. એક પણ દિરહામની નોટ ઉઠાવ્યા વિના એ સ્થિતપ્રજ્ઞની જેમ નાચી રહી હતી. પોતાના શરીરને લાલચનો કરંડિયો બનાવીને સામે ઊભેલા પુરુષોને પાગલ કરવાના તમામ કીમિયા એ અજમાવી રહી હતી.

એ જ વખતે આરબવસ્ત્રો પહેરેલા એક માણસે પોતાના ગળામાંથી સોનાની ચેઈન કાઢી. ઓછામાં ઓછા દસ તોલાની જાડી સાંકળ જેવી એ ચેઈન એણે આંગળીમાં લટકાવીને રુકમણિને પોતાની તરફ બોલાવી. રુકમણિએ ખૂણે ઊભેલા બોડીગાર્ડ તરફ જોયું. એણે નજરથી જ સંમતિ આપી... રુકમણિ નાચતી નાચતી એ આરબ પાસે પહોંચી. થોડીક ક્ષણો એ આરબ પાસે નાચતી રહી. પેલો એને મનભરીને જોતો રહ્યો, પછી એણે ચેઈનવાળી આંગળી રુકમણિ તરફ લંબાવી. રુકમણિએ જેવો ચેઈન લેવા માટે હાથ લંબાવ્યો કે પેલા આરબે એનો હાથ પકડી લીધો. બે ખૂણે ઊભેલા બોડીગાર્ડ આવીને રુકમણિની બાજુમાં ઊભા રહી ગયા. આરબે ચેઈન રુકમણિના હાથમાં સરકાવી દીધી. સાથે જ પોતાના ખિસ્સામાંથી દિરહામની થોકડી કાઢી. એનાથી જાણે પવન ખાતો હોય એમ ચહેરા નજીક હલાવવા માંડી. બોડીગાર્ડે આરબ તરફ જોયું. એણે ઈશારાથી રુકમણિના સ્તનોને ઢાંકતા અંતઃવસ્ત્રને ખોલવાની ઈચ્છા દર્શાવી... બોડીગાર્ડે એના હાથમાંથી થોકડી લઈ રુકમણિને ઈશારો કર્યો. નાચતી રુકમણિ ઊંધી ફરી ગઈ. આરબે એની આરસપહાણ જેવી પીઠ પર હાથ ફેરવવાનો સંતોષ લઈને એની ક્લિપ ખોલી નાખી...

રુકમણિનું શરીર લગભગ વસ્ત્રવિહીન થઈ ગયું. એ તેમ છતાં નાચતી રહી... આમથી આમ ફરતી, પોતાના શરીરનું પ્રદર્શન કરતી,

ફક્ત નીચેના ભાગને ઢાંકતી એક પેન્ટી સાથે આસપાસ ઊભેલા પુરુષોને ભયાનક રીતે પાગલ કરતી રુકમણિને જોઈ રઘલાથી રહેવાયું નહીં. જે સ્ત્રીને એક સમયે પત્નીના સ્વરૂપમાં કલ્પી હતી એ સ્ત્રી આમ ઉઘાડેછોગ વસ્ત્રવિહીન નાચે એ રઘલાની અંદરના પુરુષને ઢાંકણીમાં પાણી લઈ ડૂબી મરવા જેવું લાગ્યું. એણે પ્લૅટફૉર્મ તરફ ડગ માંડ્યા... ત્યાં પહોંચીને એ સાદીકની બાજુમાં ઊભો રહ્યો.

સાદીક પણ ગાંડા કાઢતા, ચીસો પાડતા પુરુષો કરતાં જુદો નહોતો. એણે રઘલાને આવેલો જોઈ એક લુચ્ચું હાસ્ય વેર્યું, ''કેમ, છે ને માખણનો પિંડો ?''

''આ ક્યાં સુધી ચાલવાનું છે ?''

''જ્યાં સુધી આ લોકોના ખિસ્સામાં દિરહામ પૂરા ન થઈ જાય ત્યાં સુધી.'' એની લોલુપ નજરો રુકમણિના દેહ પરથી હટતી નહોતી, ''છોકરી પણ ચાલાક છે. એક એક દિરહામ ખંખેરી લીધા વિના અહીંથી હટે એમ લાગતી નથી.''

રઘલાને માનસિક ત્રાસ પડી રહ્યો હતો. એ રુકમણિની સામે છતો થવા માગતો નહોતો અને છતાં અહીં જે કંઈ ચાલી રહ્યું હતું એ એનાથી સહી શકાય એમ નહોતું, ''મને કોઈ ઘરે મૂકી જશે ?''

''અરે યાર, અહીં મજા લૂંટવાનો સમય છે ત્યારે...''

''ત્યાં બેનઝીર એકલી છે. તમે તો સમજો છો, મારી જવાબદારી છે.''

''આને જોઈને રિન્કુ યાદ આવી ગઈ કે શું ?'' સાદીકે કોણી મારતાં રઘલાને કહ્યું, ''મારે માટે રિન્કુ અને મહેતાબ એક જેવાં છે. નિકાહ કરવા હોય તો મદદ કરીશ. બાકી બૂરી નજર નાખીશ તો આંખો ખેંચી કાઢીશ.''

''તમે પાછા આવો પછી વાત કરીશું.'' રઘલાએ વાત પતાવી, ''કોઈ આવશે મારી સાથે ?''

''ત્યાં દસ-બાર ડ્રાઈવર ઊભા છે. કોઈને પણ કહેજે તને મૂકી આવશે.''

રઘલો સડસડાટ રેતી ઉડાડતો ત્યાંથી ચાલી ગયો. પાછળ અરેબિયન મ્યુઝિક હજીયે વાગી રહ્યું હતું. લેન્ડ ક્રૂઝરમાં બેઠા પછી પાછળ માથું

ઢાળીને આંખો મીંચી દીધા છતાં રઘુની નજર સામેથી રુકમણિનો વિવસ્ત્ર દેહ અને પુરુષોની લોલુપ નજરો કોઈ રીતે હટતી નહોતી.

★

એ બંગલે પહોંચ્યો ત્યારે રિન્કુ જાગતી હતી. એની જ રાહ જોતી બેઠી હતી. પોતાના ઓરડામાં જઈને એ બારણું બંધ કરે તે પહેલાં રિન્કુ દાખલ થઈ ગઈ.

‘‘જોઈ આવ્યો મુજરો ?’’ એનું મોઢું ચડેલું હતું.

‘‘મને કંઈ રસ નથી પડતો આવી બધી વાતોમાં... તારા સાદીકભાઈને ખરાબ ના લાગે એટલે જ ગયો હતો. હું તો તાપણા પાસે બેસી રહેલો...’’

‘‘સાચું બોલે છે ? ’’ રિન્કુએ એને કૉલરમાંથી પકડી લીધો.

‘‘પૂછજે તારા સાદીકને.’’ રઘલાએ કૉલર છોડાવ્યા, ‘‘જા હવે તારા રૂમમાં. એ લોકો આવતા જ હશે.’’

‘‘હજી તો ખાશે-પીશે... ઘણી વાર લાગશે. એ લોકો આવે તે પહેલાં મારે તારી સાથે વાત કરવી છે.’’

‘‘બોલ.’’ રઘુએ સમજી-વિચારીને રિન્કુને દૂર બેસાડી.

એણે કહેવા માંડ્યું, ‘‘હું સાવ નાનકડી હતી. નાસીર ભાઈજાન મારા સાવકા ભાઈજાન છે. મારી અમ્મી ત્રીજી બીવી હતી મારા અબ્બુની...’’ રઘલો ધ્યાનથી સાંભળતો હતો, ‘‘મારા જનમ પછી અબ્બુને અચાનક જ ખુદાનો ડર લાગવા માંડ્યો. નાસીરભાઈ ત્યાં સુધીમાં ધંધામાં અબ્બુની સાથે કામ કરવા લાગ્યા હતા. અબ્બુ ધંધો સમેટવા માગતા હતા. ખુદાનું આપેલું ઘણું હતું. અબ્બુ બધા પૈસા વ્હાઇટમાં ફેરવીને ધીમે ધીમે નાસીરભાઈ પણ કંઈ ઇજ્જતનો ધંધો કરે એવું ઇચ્છતા હતા, પણ નાસીરભાઈને મંજૂર નહોતું...’’ રિન્કુની આંખો લગભગ છલકાવાની તૈયારીમાં હતી, ‘‘એક રાત્રે મારા અબ્બુ પથારીમાં હતા ત્યારે સાદીકભાઈ અને નાસીરભાઈએ મળીને મારા અબ્બુને...’’ એ રડવા લાગી. રઘુને એક વાર થયું કે એ ઊઠીને એની પાસે જાય, એના માથે હાથ ફેરવે, પણ અત્યારે એની વાત પૂરી સાંભળી લેવી જરૂરી હતી. એણે રિન્કુને રડવા દીધી, રિન્કુ થોડીક ક્ષણો રડી પછી ફરી એક વાર હિંમત ભેગી કરી એણે

કહ્યું, ''નાસીરભાઈ મને જાનથી પણ વધારે ચાહે છે,પણ મારા અબ્બુનો ખૂની છે એ... તું મારી નાખ એને.''

''પછી ?'' રઘુ માથે બરફ મૂકીને સાંભળતો હતો.

''તું માલિક.''

''મને માલિક થવામાં રસ નથી, પણ તું ગમે છે મને. સાદીકભાઈએ કહ્યું એમ જો તારાં લગન કોઈ ખોટા માણસ સાથે થતા હોય તો હું તને પરણવા તૈયાર છું.'' રિન્કુ સામેથી ઊભી થઈને રઘુને લપેટાઈ ગઈ, ''મારે નાસીરભાઈ સાથે દગો નથી કરવો.'' એણે રિન્કુને સહેજ અળગી કરી. ચિબુકથી એનો ચહેરો પકડી એની આંખોમાં જોયું, ''તારા માટે પણ નહીં.''

''તો ભાઈજાન તને મારી નાખશે.''

''જો એ મારો પ્રેમ સમજી શકશે અને તને સાચે જ જાનથી વધારે ચાહતા હશે તો આપણાં લગ્ન મંજૂર કરી લેશે, નહીં તો...'' રઘુએ બરાબરની ચાલ ચાલવા માંડી હતી. આ દશ્ય જો ક્લોઝ સર્કિટ ટી.વી.માં નાસીરખાન સુધી પહોંચતું હોય તો પોતાની વફાદારીનો સંદેશો પૂરેપૂરો એના સુધી પહોંચી જાય. જો આ દશ્ય ફક્ત રિન્કુ પૂરતું મર્યાદિત હોય તો પણ રિન્કુને એની વફાદારીનો, એની લાગણીનો, એની ઈમાનદારીનો પૂરેપૂરો અહેસાસ થઈ જાય. ચીત પડે કે પટ, જીત તો રઘુની જ થવાની હતી એવું હવે એને દેખાવા લાગ્યું હતું, ''જો...'' એણે રિન્કુના વાળમાં વહાલથી આંગળો ફેરવવા માંડી, ''લોહીમાં ડૂબેલો કોઈ પ્રેમ સુખ નથી આપતો. તારો જ દાખલો જો. નાસીરભાઈ તને કેટલું ચાહે છે, પણ તું તારા અબ્બુનું ખૂન ભૂલી શકી છે ? એવી જ રીતે નાસીરભાઈના વફાદાર માણસો એમનું ખૂન નહીં ભૂલે અને બદલાની એક પરંપરા શરૂ થઈ જશે. હું નથી ઇચ્છતો કે હું તારી સેંથીમાં સિંદૂરને બદલે કોઈનું લોહી ભરી દઉં. આપણો પ્રેમ સાચો હશે તો નાસીરભાઈએ કબૂલ્યા વિના છૂટકો નથી...'' એને ભેટીને ઊભેલી રિન્કુથી રઘુની છાતીના વાળ ભીંજાઈ રહ્યા હતા.

''મને ખાતરી હતી કે તું આવું જ કહીશ. મેં કહ્યું હતું ભાઈને કે તું ક્યારેય ખોટો કે બેઈમાન ન હોઈ શકે.''

"એટલે ?" રઘુએ રિન્કુને અળગી કર્યા વિના જ ચાલાકીથી ભોળપણનો દેખાવ કર્યો.

"એટલે એમ, મૂરખ ! હું મારા ભાઈને કહીને આવી છું."

"શું કહીને આવી છે ?"

"એ જ કે હું તને પ્રેમ કરું છું. તારી સાથે લગ્ન કરવા માગું છું."

"ને નાસીરભાઈ ?!"

"એમણે તારી પરીક્ષા કરવાનું કહ્યું. સાદીક અને મેં મળીને તને પૂરેપૂરો તપાસ્યો..." રિન્કુએ રઘુના ગાલ પર ચુંબન કરી લીધું, "સાદીકભાઈ આ બધું જોઈને ભાઈને રિપૉર્ટ આપશે."

રઘુએ એને ધક્કો માર્યો, "ને, તારા અબ્બુનું ખૂન ?"

રિન્કુ એનો હાથ પકડીને બાથરૂમમાં ઘસડી ગઈ, "હા. એ સાચું છે. સાદીક અને નાસીરે મારા અબ્બુને મારી નાખ્યા... ને હું એનું વેર લઈને રહીશ. તું સાથ આપે તો પણ... ને ન આપે તો પણ."

"રિન્કુ, તું ગાંડી થઈ ગઈ છે."

"તારે જે કહેવું હોય તે કહી દે, પણ હું તને ચાહું છું અને તારી સાથે લગ્ન કરવા માગું છું, એ એક વાત છે. જ્યારે નાસીરભાઈ સાથેનું વેર બીજી વાત." અત્યાર સુધી વ્હાલસોયી લાગતી રિન્કુની આંખમાં લોહી ઊતરી આવ્યું, "મારા અબ્બુની લાશ પાસે મેં કસમ ખાધી હતી. હું એ કસમ પૂરી કરીશ."

રઘુ એની સામે જોઈ રહ્યો... ઈશ્વર ક્યાં લઈ જવા માગતો હતો એને ? શું ભવિષ્ય હતું એનું ? રિન્કુ કે રુકમણિ ? અંડરવર્લ્ડના ધંધાનો ડૉન કે લોહીમાં લથપથ પડેલી એક લાવારિસ લાશ...

*

૧૧

વહાલસોયી લાગતી રિન્કુની આંખોમાં ઊતરી આવેલું લોહી રઘુને ડરાવતું હતું. જે સ્ત્રી સગા ભાઈનું મૃત્યુ ઇચ્છી શકે છે એ સ્ત્રી મારી સાથે બગડે તો કાલે ઊઠીને મને પણ મરાવી નાખે ? - એને વિચાર આવ્યો. પછી એણે એ વિચારને ખંખેરી નાખ્યો. ઘર તો માંડવાનું જ હતું. છડેચોક - ગામના સત્તર ઉકરડા જોડે કાયા અભડાવતી રુકમણિ કરતાં રિન્કુ કોઈ રીતે ખોટી નહોતી અને રિસ્ક તો બંને કેસમાં હતું. રઘુ વિચારતો હતો - બલકે રિન્કુમાં થોડું ઓછું રિસ્ક હતું એવું એને લાગ્યું. એણે રિન્કુનો હાથ પકડીને સહેજ વહાલથી ભીંસ્યો, ''હું તારી સાથે લગ્ન કરીશ રિન્કુ, વહુ બનાવીશ મારી અને જિંદગીભર સાચવીશ તને.'' એના એક એક શબ્દમાં સચ્ચાઈનો રણકો અનુભવી શકી રિન્કુ. એ પણ ભીની નજરે રઘુ સામે જોઈ રહી.

''રઘુ, મારા અબ્બુના વેરમાં મારો સાથ આપવો કે નહીં એનો નિર્ણય હું તારા પર છોડું છું. હું કોઈ બાબતમાં જબરદસ્તી નહીં કરું. તું ઇચ્છે તો મારી મદદ કરજે. બાકી એ કુત્તાને તો હું એકલી જ પહોંચી વળીશ.'' રિન્કુ બોલતી હતી ત્યારે એનો દૃઢ નિર્ધાર એના ચહેરા પર, એની આંખોમાં, એના અવાજમાંથી છલકાતો હતો.

''એ બધું પછી જોઈશું.'' રઘુ હમણાં કશુંયે કરવા નહોતો માગતો. પરિસ્થિતિને પૂરેપૂરી સમજ્યા વગર કશાયમાં કૂદી નહોતું પડવું એને.

★

નૃત્ય પૂરું થયા પછી સાદીક રુકમણિના તંબુ પાસે પહોંચ્યો. બહાર ઊભેલા બે મજબૂત બોડીગાર્ડે સાદીકને અટકાવ્યો, ''કામ છે...'' સાદીકે કહ્યું, ''બાઈને થેન્ક યુ કહેવું છે.''

‘‘પછી...’’ એમાંના એક છોકરાએ જરા તોછડાઈથી કહ્યું.

સાદીક જરા વધુ દાદાગીરીથી અંદર દાખલ થવાનો પ્રયત્ન કરવા માંડ્યો, ‘‘હું કંઈ બીજા લોકો જેવો નથી. મારે તો બસ એમને...’’ બહાર ઊભેલા બે જણામાંથી એક જણે સાદીકને આગળ વધતો રોકવા માટે જરા હાથ લગાડ્યો. સાદીકનું મગજ છટક્યું. એણે પેલા છોકરાને ધક્કો માર્યો. ઊંચા હટ્ટા-કટ્ટા એ જુવાનિયાનું મગજ પોતાના કાબૂમાં ના રહ્યું. એણે સાદીકના જડબા પર એક મુક્કો જડી દીધો. સાદીકે રિવૉલ્વર કાઢી પેલા માણસની સામે ધરી.

બહાર ચાલતી ધમાધમ સાંભળીને રુકમણિ તંબુના દરવાજા પર લગાવેલો પડદો હટાવીને બહાર આવી. એણે સાદીકને જોયો. એના હોઠના જમણા ખૂણે ચીરો પડ્યો હતો. ત્યાંથી સહેજ લોહી નીકળતું હતું. એના હાથમાં રિવોલ્વર હતી, જે એણે તંબુની બહાર રક્ષા કરી રહેલા બેમાંથી એક છોકરા તરફ તાકી હતી.

બીજો છોકરો પોતાના હાથમાંની રિવોલ્વર સાદીક તરફ તાકીને ઊભો હતો. કઈ ઘડીએ આ બેમાંથી એકનું ઢીમ ઢળશે એ નક્કી નહોતું.

રુકમણિ પડદો ખોલીને બહાર આવી. એણે આ દૃશ્ય જોયું. સાદીક અને એના ઉપર ગન તાકીને ઊભેલા પેલા છોકરા સામે વારાફરતી જોઈને એણે કહ્યું, ‘‘ગન ડાઉન... મૂકી દો બંદૂક...’’ આ શબ્દોની જાણે જાદુઈ અસર થઈ હોય એમ બંને જણાએ પોતપોતાની રિવોલ્વર નીચી કરી દીધી, ‘‘શું કરો છો ?’’ રુકમણિએ સાદીક સામે જોઈને કહ્યું. સાદીક સહેજ શરમાયો.

‘‘હું તો તમને થેન્ક યુ કહેવા આવતો હતો. ગજબનો નાચ કર્યો તમે...’’ પેલા બંને સામે જોઈને ઉમેર્યું, ‘‘પણ આ લોકો...’’

‘‘એ લોકો પગારદાર નોકર છે. એટલું જ કરે, જેટલું એમને કહેવામાં આવ્યું હોય.’’ પછી પૂરેપૂરો ગર્વનો ભાવ એણે શરીર પર ઓઢીને કહ્યું, ‘‘બોલો...’’

‘‘થેન્ક યુ...’’ સાદીક આગળ બોલી શક્યો નહીં.

‘‘મેન્શન નોટ...’ રુકમણિએ કહ્યું અને એ હસ્યો. દાડમની કડી દેવા દાંત, નમણું નાક, સુંદર હોઠ... સાદીકનું મન જાણે રુકમણિના ગાલ

પર માખી થઈ બેસવા ઊડાઊડ કરવા લાગ્યું, ‘‘બીજું કંઈ કહેવું છે ?’’ રુકમણિએ પૂછ્યું.

સાદીકે ડોકું ધુણાવીને ના પાડી.

‘‘ખુદા હાફીઝ...’’ એનો મુસ્લિમ પહેરવેશ અને ઢબ જોઈને રુકમણિએ એની જ ભાષામાં આવજો કહી દીધું.

‘‘ખુદા હાફીઝ...’’ સાદીકે સલામ કરતાં કહ્યું અને ત્યાંથી ચાલવા માંડ્યું. ત્યાં ઊભેલા બંને છોકરાઓ રુકમણિની આ સમજદારી અને આવડત પર વારી ગયા. એણે જે સમયસૂચકતાથી પરિસ્થિતિ હાથમાં લઈ લીધી એ વાત અદ્ભુત હતી.

ત્યાંથી ઘેર જતાં લગભગ અડધો કલાકનો રસ્તો સાદીક રુકમણિ સિવાય કોઈ વિશે વિચારી જ શકતો નહોતો. એના હોઠ, એની ચામડી, એના લાંબા વાળ, આંખો ઉલાળીને વાત કરવાની એની અદા અને એનો નિર્વસ્ત્ર દેહ લગભગ આખા રસ્તે સાદીકની બંધ આંખોમાં દેખાતા રહ્યા.

બીજી તરફ ઘેર જતાં રુકમણિ વિચારતી રહી, ‘‘આ ચંદુડિયાનું મગજ ફરે તો કોઈક દિવસ મારી પાસે ધંધો કરાવે, એને બદલે આવો એકાદ માણસ પાળી લીધો હોય તો...’’ પરંતુ અત્યારે એનું મગજ વધુ ઝડપથી રઘુને દુબઈમાં શી રીતે શોધી કાઢવો એ વિશે અટવાતું હતું. એટલે એણે આવા માણસને પાળવાનો વિચાર પડતો મૂક્યો અને નક્કી કર્યું કે આવો એકાદ બંદો જો હાથમાં આવી જાય તો એની પાસે પહેલાં રઘુની શોધ કરાવવી...

સાદીકે ઘેર જઈને ચંદુને ફોન જોડ્યો, ‘‘બોલો મારા સાહેબ...’’ ચંદુ પાસે ત્યાં બનેલી ઘટનાની એકએક વિગત પહોંચી ગઈ હતી. એણે એ વિશે કોઈ ઉલ્લેખ પણ કર્યા વિના સાદીક સાથે વાતો કરવા માંડી.

આજના કાર્યક્રમથી સાદીક ખુશ હતો, ‘‘જબરદસ્ત ફટાકડો લઈ આવ્યા તમે તો... ચંદુલાલ.’’

‘‘તમારી સેવાનો મોકો મળ્યો એનાથી વધારે શું જોઈએ સાહેબ ?’’ ચંદુ ચાપલૂસી કરી રહ્યો હતો. એ જાણતો હતો કે સાદીકની પહોંચ કેટલી હતી અને સાદીક જો ભૂલેચૂકે રુકમણિની માગણી કરી બેસે તો એને ના પાડવાની ચંદુની તાકાત નહોતી. એટલે એ સાદીકને નારાજ કર્યા વિના

પોતાનું પત્તું બરાબર રમવા માગતો હતો.

"ચંદુ, આ છોકરી હમણાં જ આવી છે હિન્દુસ્તાનથી, કેમ ?"

માર્યા ઠાર ! જે વાતનો ડર હતો એ વાત નીકળ્યા વિના રહી નહીં, "હા સાહેબ..." ચંદુએ ધીમે ધીમે શાંતિથી વાતને ઉકેલવાનો પ્રયાસ કરવા માંડ્યો...

"કેટલા પૈસા કમાવાનો તું આમાંથી ?"

"એ તો શું ખબર પડે સાહેબ ? ચાલી નીકળી તો દુકાન, નહીં તો દવાખાનું !" ચંદુએ જોક મારીને હસવાનો પ્રયાસ કર્યો.

"હું તને એક ઝાટકે આ છોકરીની કિંમત આપી દઉં તો મને સોંપી દઈશ ?" થોડીક ક્ષણો માટે સોપો પડી ગયો. ચંદુએ ધાર્યું હતું કે ચંદુ એકાદ રાત માટે એની માગણી કરશે, પણ એ આમ રુકમણિને ખરીદી લેવાની વાત કરશે એવું તો એણે સ્વપ્ને ય નહોતું ધાર્યું. એ થોડી વાર ચૂપ રહ્યો એટલે સાદીકે આગળ કહ્યું, "ચંદુ, તુંય એને ખરીદીને જ લાવ્યો છે. તારા માટે તો માલ જ છે... ધીમે ધીમે - ટુકડે ટુકડે પૈસા આવે એના કરતાં એક ઝાટકે તારો સોદો પાર પડી જાય..."

"સાહેબ, શું કામ ગરીબના પેટ પર લાત મારો છો ? આમ પણ આજકાલ છોકરીઓ મળતી નથી..." ચંદુએ એને પટાવવાનો પ્રયત્ન શરૂ તો કર્યો, પણ એ સાદીકને બરાબર જાણતો હતો. એટલે એને ખ્યાલ આવી ગયો કે સાદીકનું મન રુકમણિ પર ગોઠવાયું છે. હવે ગમે તેમ કરીને રુકમણિને પામવાનો પ્રયત્ન કરશે એ નક્કી. આ ઉંદર-બિલાડીની રમતને કેમ અટકાવવી એના વિચારમાં ચંદુનું મગજ શતરંજ રમવા લાગ્યું.

★

ઘેર પાછા ફર્યા પછી કપડાં બદલીને રૂપિયા ગણતી રુકમણિ ફક્ત રઘુનો વિચાર કરી રહી હતી. એ કોઈ પણ રીતે રઘુ સુધી પહોંચવા માગતી હતી. એને એટલી તો ખબર જ હતી કે રઘુ જો દુબઈમાં હશે તો પણ અંડર વર્લ્ડની દુનિયામાં જ ક્યાંક મળી આવશે. વળી એ જે રીતે રઘુને ઓળખતી હતી એ પ્રમાણે આવા મુજરાઓમાં કે નાચગાનમાં રઘુ મળી આવે એવી સંભાવના ઓછી જ હતી.

"ચંદુને કોઈ રીતે ચકમો તો આપવો જ પડશે. બાકી આમ ને

આમ નાચતાં નાચતાં મારી જિંદગી પૂરી થઈ જશે.'' રુકમણિ વિચારતી રહી, ''રઘુનું ઘર માંડીને એના રોટલા ઘડવા અહીં સુધી આવી છું... ગામનાં ભૂખ્યાં વરૂઓ તો ત્યાં હતાં એ જ અહીં છે...''

લગભગ આઠ હજાર દિરહામ કરતાં વધારે ટીપ મળી હતી એને... ''દસે ગુણીએ તો એંસી હજાર રૂપિયા થયા. એક મુજરામાં લાખ રૂપિયા ! થોડા પૈસા બની જાય તો ચંદિયાને ઉડાડીને ભાગતાં આવડે છે મને.'' એણે મનોમન શતરંજની બાજી ગોઠવવા માંડી હતી.

★

''વિચારજે...'' સાદીકે જરા ગંભીર અવાજે કહ્યું, જેનો અર્થ હતો, ''મોડી મોડી પણ હા પાડવી પડશે.''

ચંદુએ થોડી વધારે ચાપલુસી કરીને ફોન મૂક્યો પછી મનોમન ગણતરી માંડી, ''છોકરીઓ તો આવશે ને જશે, પણ સાદીકની સાથે બગાડવું નહીં પોસાય. અંડર વર્લ્ડના માણસો અમથાય આવીને રુકમણિને ઉપાડી જાય તો હું શું કરી લેવાનો ? એને બદલે રોકડી કરી લેવામાં વધારે ડહાપણ છે.'' ચંદુએ જાતને સમજાવી દીધી... એણે નક્કી કરી લીધું કે, એક-બે દિવસમાં રુકમણિને સમજાવીને સાદીકને ત્યાં રવાના કરી દેશે. સમજાવવાનું એણે એટલા માટે નક્કી કર્યું, કારણ કે એ જાણતો હતો - રુકમણિ પર કોઈ પણ પ્રકારની ધાકધમકી અને જબરદસ્તી અસર કરે એમ નહોતાં. એટલે એ પોતાની સમજણથી જો સાદીક પાસે જાય તો એ પણ ધાર્યું મેળવી શકે.

લાંબુ વિચારતાં એને એ પણ સમજાયું કે રુકમણિનો ઉપયોગ કરીને બીજું ઘણું થઈ શકે એમ છે... ''એક રૂપાળી છોકરી અને એક ફળદ્રુપ દિમાગ મળે તો ધંધામાં ચાર ચાંદ લાગી જાય.'' ચંદુના મોઢામાં પાણી આવવા લાગ્યું. એણે ઊંઘવાનો પ્રયત્ન તો કર્યો, પણ થનારા ફાયદાનો વિચાર કરતાં કરતાં એની ઊંઘ લગભગ ઊડી ગઈ હતી.

★

સાદીકે સવારે બેસીને રઘુ સાથે વ્યવસ્થિત વાતચીત કરી. એમણે રઘુને મુસ્લિમ ધર્મ અંગિકાર કરવાની ઑફર પણ આપી જોઈ, પણ રઘુએ એ બાબતમાં પોતાની નામરજી સ્પષ્ટ રીતે વ્યક્ત કરી, ''તમારી બહેનને

સુખી રાખીશ, પ્રેમ કરીશ, પણ જો મને મુસ્લિમ બનાવશો તો ફરી એ જ ભય આવીને તમારી સામે ઊભો રહેશે. જે કારણે તમે રિન્કુનાં લગ્ન અહીંના શેખ સાથે નથી કરવા માગતા એ જ વાત મુસ્લિમ થયા પછી હું પણ કરી શકું ને ?'' સાદીક ઘડીભર એની સામે જોઈ રહ્યો. રઘુની વાત તો સાચી હતી.

સાદીક કશું બોલ્યો નહીં. એણે નાસીર સાથે પૂરેપૂરી ચર્ચા કરીને રઘુ અને રિન્કુનાં લગ્ન અહીં જ કરી નાખવાનો નિર્ણય કર્યો હતો. ત્યાં જઈને વળી નાસીરનું મગજ ફરે કે આ બે જણાને માથાકૂટ થઈ જાય તો રિન્કુ રખડી પડે. એ સાદીકને બરાબર ખબર હતી. નાસીરના મગજને એ બરાબર ઓળખતો. આમ ભયાનક શાંત દેખાતો અને ઓછું બોલતો નાસીર અંદરથી એકદમ અસલામત અને અપરાધભાવથી ભરેલો હતો. પોતાના સગા બાપને મારી નાખીને જે સામ્રાજ્યનો માલિક બન્યો હતો એ સામ્રાજય પત્તાંના મહેલ જેવું છે એની એને બરાબર ખબર હતી. જે રીતે પોતે પોતાના પિતાને મારી નાખ્યા એવી જ રીતે એને પણ કોઈ મારી નાખશે એવો ભય એને સતત લાગતો. એ જ્યારે પણ બહાર નીકળતો ત્યારે સતત હથિયારબદ્ધ માણસો એની સાથે રહેતા.

પોતાના વિશે અને પોતાના પરિવાર વિશે એને સતત ચિંતા રહેતી. એમાંય છેલ્લા થોડા વખતથી પોલીસ અને સામેની ગેંગના લોકો જે રીતે વકર્યા હતા એનાથી નાસીરનો ભય અનેકગણો વધી ગયો હતો. નાસીરની પોતાની ગેંગમાંથી પણ કોઈ ગમે ત્યારે વેચાઈ જાય અને નાસીરની અવરજવરની કે સિક્યોરિટીની માહિતી ફોડી નાખે એવો ભય એને રહેતો. એ પોતાની રક્ષા કરનાર માણસો અવારનવાર બદલતો. છેલ્લી ઘડીએ રૂટ ફેરવતો. ક્યાંક જવાનું નક્કી કરીને ન જતો, તો નક્કી હોય એવી જગ્યાએ અચાનક પહોંચી જતો અને આ બધું કર્યા છતાં એને પોતાની સલામતી વિશે કોઈ ખાતરી નહોતી.

રિન્કુની અંદર સળગી રહેલી આગથી બેખબર નાસીર માનતો હતો કે એણે એની બહેનને ખૂબ જ લાડથી મોટી કરી છે. રિન્કુ પોતાને ખૂબ ચાહે છે એવા ભ્રમમાં રાચતો નાસીર ઇચ્છતો હતો કે રિન્કુનાં લગ્ન કોઈ વિશ્વાસપાત્ર માણસ સાથે થાય, કારણ કે જો રિન્કુનો પતિ સામેવાળાના

હાથે વેચાઈ જાય તો ઘરમાં જ દુશ્મન વિસ્તરવા લાગે ને નાસીરને ખબર પણ ન પડે.

એણે રઘુને ત્યાં મોકલતી વખતે જ સાદીકને આ બધું સમજાવ્યું હતું. રઘુ વધુ સફળ થઈ જાય, વધુ કમાવા લાગે કે ધંધાનાં રહસ્યો જાણવા લાગે એ પહેલાં રઘુને પોતાનો બનાવી લેવો નાસીરને અનિવાર્ય લાગતું હતું.

રઘુનાં લગ્ન રિન્કુ સાથે થઈ જાય એમાં સૌની ભલાઈ હતી એવું નાસીર સમજતો હતો. એણે રિન્કુની આંખોમાં રઘુ માટેનો લગાવ પણ વાંચી જ લીધો હતો. એટલે જો આ લગ્ન થાય તો ઘીના ઠામમાં ઘી પડી જાય એમ માનીને આખો તાકડો રચાયો હતો.

★

સાદીક અને રઘુની વાતચીત પૂરી થઈ ત્યારે સાદીક ખાસ્સા સંતોષ સાથે ઊભો થયો. એને રઘુના તમામ જવાબોથી સંતોષ થયો હતો. વળી, છેલ્લા બે દિવસનું રઘુનું વર્તન પણ સતત નોંધ્યા પછી સાદીક સમજી શક્યો હતો કે રઘુ સાચે જ એમના ધંધામાં મૂડી પુરવાર થાય એમ હતો.

સાદીકે મહેતાબનાં લગ્ન પછી તરત જ રિન્કુ અને રઘુના નિકાહ માટે ગોઠવણ કરવા માંડી. મહેતાબ અને રિન્કુ દુલ્હનનું જોડું - લગ્ન વખતે પહેરવાનાં કપડાં સજાવવામાં લાગી ગયાં, તો બીજી તરફ વીડિયો કોન્ફરન્સિંગ પર સાદીકે નાસીરને અપડેટ આપવા માંડી.

‘‘તમે નહીં આવો ભાઈજાન ?’’

‘‘તું તો જાણે છે, હમણાં મુંબઈ છોડાય એમ નથી. રિન્કુનાં લગન કરાવીને એને ત્યાં જ રાખજે, તારી હિફાઝતમાં... પેલાને પાછો મોકલ.’’

સાદીક હસી પડ્યો - ખડખડાટ, ‘‘તમારી બહેન માનશે ?’’

‘‘મને એ જ ડર છે. સમજાવજે એને.’’

‘‘એ રઘુની સાથે જ પાછી આવશે અને નવા પરણેલાં જોડાંને છૂટાં પાડવાનું કામ હું નહીં કરું. ખુદાનો ડર રાખો...’’

‘‘સારું... તું એને સમજાવી જોજે. ના માને તો બંનેને થોડા દિવસ યુરોપની સફરે મોકલી દેજે. આપણું અહીંનું ઑપરેશન પૂરું થાય ત્યાં સુધી રિન્કુ મને મુંબઈમાં નથી જોઈતી.’’

‘‘સમજું છું, ભાઈજાન...’’

"અહીંનું ઑપરેશન બહુ જ અગત્યનું છે. નાનકડી ભૂલ પણ બહુ મોંઘી પડી શકે એમ છે. હું રાત-દિવસ એની જ વ્યવસ્થામાં ગૂંથાયેલો છું. સો કરોડ રૂપિયા મોકલ્યા છે... ડૉલરમાં. આરડીએક્સ અને બીજો બધો જ માલ થોડો કચ્છમાંથી, થોડો મુંબઈ ઊતરી ગયો છે."

"ભાઈજાન, ફોન પર આ બધી વાત નહીં." સાદીકે વાત કાપી નાખી, "અલ્લાહ હાફીઝ..."

"અલ્લાહ હાફીઝ..." ફોન કપાઈ ગયો અને સાદીક અન્યમનસ્ક જેવો વિચારતો, ગૂંચવાયેલો બેસી રહ્યો.

*

૧૨

સાદીકે ધાર્યું હતું એમ જ થયું. એણે રિન્કુને સમજાવવાનો પ્રયત્ન કર્યો કે લગ્ન પછી થોડો સમય રિન્કુ મહેતાબ પાસે દુબઈમાં જ રહે અને રઘુ નાસીરભાઈ પાસે મુંબઈ પાછો જાય. વાઘણની જેમ વિફરી બેઠેલી રિન્કુએ દૃઢતાપૂર્વક આ વાતની ના પાડી દીધી.

સાદીકે રિન્કુને યુરોપની સફરે જવાની ઑફર આપી. કોણ જાણે કેમ, પણ રિન્કુએ એનીયે ના જ પાડી. સાદીકે જાતજાતનાં ને ભાતભાતનાં પ્રલોભનો આપીને નાસીરના 'ઑપરેશન'ના દિવસોમાં રિન્કુને મુંબઈથી દૂર રાખવાના તમામ પ્રયત્નો કરી જોયા, પણ રિન્કુના મગજમાં કોઈક રીતે એક એવી જડતા ઘૂસી ગઈ કે રઘુને એકલો મૂકીને ક્યાંય જવું નહીં અને સાથે જ અહીં ચાલી રહેલી હિલચાલ જોતાં એને સમજાયું કે મુંબઈમાં કશુંક ખૂબ મોટું અને ભયંકર બનવાનું છે. એ દિવસોમાં મુંબઈથી ગેરહાજર રહેવું એને ખતરનાક લાગ્યું.

રઘુ આ બધાથી અજાણ હતો. એણે એ વિશે ઝાઝી પૂછપરછ કર્યા વિના રિન્કુને જ નિર્ણય લેવા દીધો.

એ સમજી શકતો હતો કે નાસીર, સાદીક અને આ ટોળકીને પોતાના કરતાં રિન્કુ સો ટકા વધારે ઓળખતી હતી. એ અંદરની વાતો વિશે માહિતગાર હતી. એમની નાનામાં નાની નબળાઈઓ અને એમના કિલ્લામાં આવેલા ચોર દરવાજાઓ વિશે રિન્કુ પાસે પૂરેપૂરી જાણકારી હતી, એટલે પોતે આમાં ઊંડો ઊતર્યા વગર રિન્કુને જ નિર્ણય લેવા દે એમાં સહુની ભલાઈ હતી.

રિન્કુ સાથે ગરમાગરમ ચર્ચાઓ કર્યા છતાં જ્યારે એ ન જ માની ત્યારે સાદીકે કંટાળીને નાસીરનો સંપર્ક કર્યો, ''એ કોઈ રીતે માનતી નથી.

અહીં નિકાહ કરીને સીધી મુંબઈ આવવા માગે છે. કહે છે કે ભાઈસાહેબની દુઆ લેવી છે. તમને મળ્યા વિના યુરોપ જવાની ના પાડે છે."

"બેવકૂફ છે એ છોકરી."

"અથવા ખૂબ ચાલાક છે."

"ના...ના.. એનામાં અક્કલ નથી. આટલું બધું વિચારી શકે એટલી હોશિયાર નથી એ."

"ભાઈ, તમને શું ફરક પડે છે ? એ મુંબઈ આવે તો તમને ક્યાં નડવાની છે ?"

"નડે તો ક્યાંય નહીં." નાસીર વિચારમાં પડી ગયો. પણ કદાચ પોલીસ પગેરું શોધતી આવે તો મારી બહેન હેરાન થાય. તું તો જાણે છે, સાદીક, મારા કલેજાનો ટુકડો છે, જાન છે મારી...

"કદાચ એને પણ ખબર છે આ વાત, એટલે જ તમારી પાસે જીદ લઈને બેઠી છે. મને લાગે છે નહીં માને."

"સારું." નાસીર ફરી વિચારમાં પડ્યો, "મોકલી આપ. બે દિવસ અહીં રાખીને હું એને યુરોપ રવાના કરીશ."

"ઠીક છે, ભાઈ." સાદીકે ફોન મૂક્યો. ફોન મૂકતાંની સાથે જ એ એક વાત સમજી ગયો. નાસીર રિન્કુને તો આ બધાથી દૂર રાખવા માગતો હતો, પરંતુ રઘુને આનાથી દૂર રાખી શકે એવું કદાચ શક્ય નહોતું. નાસીરે જે ઑપરેશનની જવાબદારી લીધી હતી એમાં એને વધુમાં વધુ વિશ્વાસુ માણસોની જરૂર પડવાની હતી. રઘુથી વધારે વિશ્વાસુ અને કહ્યાગરો માણસ કદાચ નાસીરની આખી ટીમમાં નહોતો.

સાદીકે અત્યારે એ બધું છોડીને રિન્કુના નિકાહ પર પોતાનું ધ્યાન કેન્દ્રિત કર્યું.

મહેતાબના નિકાહ આવતી કાલે સવારે પૂરા થઈ જાય પછી રિન્કુના નિકાહ પણ અહીં જ પરમ દિવસે પતાવી દેવા એવું એણે નક્કી કરી લીધું.

એક તરફ રિન્કુના લગ્નની તૈયારી અને બીજી તરફ મુંબઈ ઑપરેશન્સની વચ્ચે સંડોવાયેલો સાદીક ભયાનક મનઃસ્થિતિમાંથી પસાર થતો હતો. એણે માણસોને બોલાવીને સૂચનાઓ આપવા માંડી.

ની એકની એક બહેન રિન્કુનાં લગ્ન કંઈ સાવ ઘરમેળે પતે

એમ તો નહોતાં જ. દાવતની તૈયારી અને બીજું બધું પત્યું એટલે એણે પોતાના અંગત વિશ્વાસુ એવા ચાર જણાને બોલાવ્યા. દરવાજા બંધ કરાવ્યા. રિવૉલ્વર કાઢીને ટેબલ પર મૂકી. સહુ ગોઠવાયા એટલે સાદીકે વાત શરૂ કરી.

''મુંબઈનું ઑપરેશન બહુ મોટું છું. તમે લોકો સમજી શકો છો કે જીવનું જોખમ છે. ચારે જણાના ચહેરા પર કોઈ પ્રતિભાવ નહોતા. બધા ચહેરા પર એક પથ્થર જેવો દઢભાવ લઈને સાદીકને સાંભળી રહ્યા હતા. પોતાની આખી ટીમને બેસાડીને મુંબઈના ઑપરેશન વિશે માહિતી આપતા પહેલાં સાદીકે એક જ વાત કહી હતી, ''આ ઑપરેશનમાં જોડાઈને મુંબઈ જનાર પાછો નહીં આવે એવી પૂરેપૂરી શક્યતા છે. જેને જીવ વહાલો હોય એ હમણાં જ આ રૂમની બહાર જતો રહે. હું કોઈને કંઈ નહીં પૂછું. આ ઑપરેશનમાં નહીં જોડાવા માગતા દરેક માણસને મારા તરફથી પૂરી છૂટ છે. થોડી વારમાં પોણા ભાગના માણસો ઊઠીને ચાલી ગયા.''

બાકી રહેલા માણસોને પણ સાદીકે કહ્યું, ''હું આ ઑપરેશનની વિગત એક વાર આપી દઈશ પછી આમાંથી નીકળવું અસંભવ છે. આ ઑપરેશન વિશે જાણનાર કાં તો કામ કરતી વખતે મરી જશે અને કાં તો કામ કર્યા પહેલાં અહીંયાં જ મરી જશે. નક્કી કરો. હજી તમારી પાસે સમય છે. જવું હોય તો જઈ શકો છો.''

અવઢવમાં રોકાઈ ગયેલા બે-ત્રણ જણા પણ આ સાંભળ્યા પછી ઊભા થઈને ચાલ્યા ગયા.

સાદીકના લગભગ સો-સવા સો જેટલા પોતાના કહી શકાય એવા માણસોની ટીમમાંથી ૧૭ જ જણા બાકી રહ્યા. એમાંથી પણ ત્રણ જણા ઊભા થઈને ચાલી ગયા. હવે બેઠેલા ૧૪ જણા દઢનિર્ધાર સાથે, આત્મવિશ્વાસથી છલકતી આંખો સાથે બેઠા હતા.

સાદીકે ફરી એક વાર એમના ચહેરા પર નજર ફેરવી, ''હું માની લઉં છું કે તમે આ ઑપરેશનમાં જોડાવા મનથી અને મગજથી તૈયાર છો.'' બધા દઢ નિર્ધાર સાથે બેઠા હતા, ''આ ઑપરેશનમાં જોડાનાર દરેકને ઑપરેશન શરૂ થતા પહેલાં પોતપોતાના કુટુંબને આપવા માટે ૫૦ લાખ રૂપિયા મળી જશે.'' થોડી વાર ચૂપ રહીને એણે ઉમેર્યું, ''ઑપરેશન

દરમિયાન તમને જો કંઈ થાય તો તમારા કુટુંબને દર મહિને ૨૫-૩૦ હજાર દિરહામનો હપતો પહોંચતો રહેશે. ખુદાને હાજીર-નાઝીર રાખીને હું ઈમાનની કસમ ખાઈને આ વચન આપું છું.''

સહુ ચૂપ રહ્યા.

સાદીકે ધીમે ધીમે ઑપરેશનની વિગતો આપવા માંડી. એ જેમ જેમ બોલતો ગયો તેમ તેમ ત્યાં બેઠેલા દરેક જણને પરિસ્થિતિની અને ઑપરેશનની ભયાનકતા સમજાતી ગઈ. શું કરવાનું છે અને શું બનવાનું છે એ વિશે હવે સહુ ધીમે ધીમે સ્પષ્ટ થઈ રહ્યા હતા. સાદીકનું એક એક વાક્ય સ્ફોટક બૉમ્બની જેમ ત્યાં ધડાકા કરી રહ્યું હતું. સાંભળનાર સહુ અંદરથી ધ્રૂજી ઊઠ્યા હતા.

''આ બધું જાણ્યા પછી પણ તમે જો આ ઑપરેશનમાં જોડાવા ન માગતા હો તો તમને છૂટ છે. કોઈ જવા માગે છે ?'' સહુ પથ્થરવત્ બેઠા હતા, ''હું ફરી પૂછું છું. કોઈને પણ જવું હોય તો આ છેલ્લી તક છે.''

બે જણા ઊભા થયા. બંને ધ્રૂજતા હતા. એમની આંખોમાં પાણી આવી ગયાં હતાં. બંનેએ ગરીબ ગાયની જેમ સાદીક સામે જોયું. એમાંનો એક બોલ્યા વિના ન રહી શક્યો, ''યહ હમસે નહીં હોગા, ભાઈ.'' હજી એનું વાક્ય પૂરું થાય તે પહેલાં સાદીકના ટેબલ પર પડેલી રિવૉલ્વર ઊંચકાઈ અને બે લાશો એ ઓરડામાં ઢળી પડી. બાકી રહેલા ૧૨ જણા તદ્દન સ્તબ્ધ થઈ ગયા.

''મેં પહેલાં જ કહ્યું હતું, આ ઑપરેશનની વિગતો જાણ્યા પછી કોઈ જો જવા માગશે તો એણે મરવું પડશે.''

હવે કોઈએ કશું જ કહેવાનું નહોતું. સાદીકે પ્લાન સમજાવવા માંડ્યો. બારેય જણાએ પૂરેપૂરો રસ લઈ બધીયે ઇન્દ્રિયોને પૂરેપૂરી સજાગ કરીને સાદીકની વાત સાંભળવા માંડી. ભયાનક રીતે ગોઠવાયેલો આ પ્લાન હતો. સેકન્ડે સેકન્ડની વિગતો પરફેક્ટલી પ્લાન કરવામાં આવી હતી. જગ્યાઓના ચોક્કસ નકશા હતા. નકશામાં ઝીણામાં ઝીણી વિગત બાકી ન રહી જાય એવી કાળજી લેવામાં આવી હતી.

કોણે શું કરવાનું એ વિશેની સ્પષ્ટ સૂચનાઓ હતી. પરિસ્થિતિમાં પ્રશ્નો ઊભા થાય તો કઈ રીતે કામ પાડવું એની સ્પષ્ટતાઓ પણ અહીં જ કરી લેવાઈ હતી...

સાદીકે બોલવાનું પૂરું કર્યું ત્યારે એટલી બધી વિગત સાથેનો પ્લાન એણે રજૂ કર્યો હતો કે કોઈએ કશું જ પૂછવાનું બાકી નહોતું, તેમ છતાં સાદીકે પૂછ્યું, ''કોઈએ કંઈ પૂછવું છે ?''

''ના, ભાઈ.''

''તૈયાર છો ?''

''હા, ભાઈ.'' એકી અવાજે ૧૨ જણાએ બૂમ પાડી.

સાદીક ઊભો થઈ ગયો. એની આંખોમાં પાણી આવી ગયાં, ''અલ્લાહ કી રાહ મેં અગર પૂરે ઈમાન સે ચલોગે તો ફતહ તુમ્હારે સાથ હૈ.'' એણે કહ્યું અને સહુએ હવામાં હાથ ઊંચો કરી બૂમ પાડી.

''અલ્લાહ ઓ અકબર..'' સહુએ સાથે મળીને નમાજ પઢી અને પોતપોતાના રસ્તે જવા નીકળ્યા ત્યારે સહુના હૃદયમાં વલોવી નાખે એવો ભય અને મનમાં એક વિચિત્ર પ્રકારનો ઉન્માદ છવાઈ ગયો હતો.

★

મુંબઈમાં નાસીરે પોતાના તરફની તૈયારીઓ કરવા માંડી.

શહેરમાં અલગ અલગ વિસ્તારની રેકી... સૌથી વધુ ભીડ કયા સમયે હોય છે, કેવા પ્રકારના માણસો હોય છે ત્યાંથી શરૂ કરીને જે તે ગલીઓમાંથી ભાગી નીકળવાના રસ્તા અને બાકીની બધી વિગતોના નકશાઓ તૈયાર કરવા માંડ્યા.

ઑપરેશનની તારીખ નજીક આવી ગઈ હતી. નાસીર કરોડો રૂપિયા લઈને બેઠો હતો. આ ઑપરેશન મુંબઈ શહેરને ડરાવી દેવાનું, થોડા દિવસ માટે પાંગળું કરી નાખવાનું ઑપરેશન હતું. ભારતની આર્થિક રાજધાની જેવા આ શહેરમાં આ પહેલાં બે વાર બોમ્બ ધડાકા થઈ ચૂક્યા હતા. આ વખતે મુંબઈ શહેરમાં સિરિયલ બ્લાસ્ટ કરવાનું કામ નાસીરને સોંપવામાં આવ્યું હતું. શહેરમાં ઓછામાં ઓછા સાતથી આઠ બોમ્બ ધડાકા થવા જોઈએ, એ પણ એકથી દોઢ કલાકના સમયગાળામાં. મુંબઈ જેવા શહેર માટે આ અઘરું નહોતું. સતત ભીડ અને દોડાદોડ વચ્ચે બોમ્બ મૂકી નીકળી જવું સાવ નાના બાળક જેવું કામ હતું, પરંતુ એ પછી ન પકડાવું ખૂબ અઘરું હતું.

આ કામ કોઈ એક ધર્મના નામે થઈ રહ્યું હતું. બીજા ધર્મના લોકો

મરે એવા વિચારે અને ઉદ્દેશથી કરવામાં આવતું હતું. પરંતુ ખરેખર જોવા જઈએ તો એવું શક્ય જ નહોતું. મુંબઈ જેવા પચરંગી શહેરમાં કોઈ એક ખાસ ધર્મના લોકોને નુકસાન થાય અને બીજા ધર્મના લોકોને ન થાય એવી પરિસ્થિતિ ઊભી કરવી લગભગ અસંભવ હતી. તેમ છતાં જે લોકો આ કામ કરવા માગતા હતા એ માનતા હતા કે અમુક ખાસ વિસ્તારમાં બોમ્બ ધડાકા કરવાથી એવું થઈ શકશે.

ખરેખર નાસીરને આ ઑપરેશનમાં કોઈ ધાર્મિક રસ નહોતો. કયા ધર્મના લોકો મરે છે એ એને માટે મહત્ત્વની વસ્તુ હતી જ નહીં. એણે આ કામ ફક્ત રૂપિયા માટે માથે લીધું હતું. એનામાં એટલી બુદ્ધિ નહોતી કે રૂપિયા ચૂકવનારા લોકો એની પાસે આ કામ શું કામ કરાવે છે એવો એ વિચાર કરે. એને માટે તો ફક્ત સોપારી હતી. કામ કરવું અને પૈસા લઈ લેવા એટલું જ...

એણે મુંબઈના મુખ્ય ત્રણ વિસ્તારોને ટાર્ગેટ બનાવ્યા. સવારના સમયે આઠ અને નવની વચ્ચે મુંબઈનાં બધાં જ સ્ટેશનો પર ભરચક ભીડ રહેતી. એણે બાન્દ્રા, અંધેરી અને લૉઅર પરેલનાં સ્ટેશનોને ટાર્ગેટ બનાવ્યાં. તારીખ પણ નક્કી થઈ ગઈ. ૧૧ જુલાઈ.

★

દુબઈમાં મહેતાબના નિકાહ ધામધૂમથી પૂરા થયા. જાન આવી. કાઝીએ દુલ્હાને પૂછ્યું. દુલ્હાએ લગ્ન કબૂલ રાખ્યાં. બીજી તરફ ફૂલોના ઘૂંઘટમાં ઢંકાયેલી મહેતાબે પણ શરમાઈને કહી દીધું, ‘‘કબૂલ હૈ.’’

ઉત્સવ થયો. વિદાય પણ થઈ ગઈ.

બીજા જ દિવસે રિન્કુનાં લગ્ન પણ સાદીકના ઘરમાં એ જ આનંદ અને ઉલ્લાસથી પૂરાં થયાં. કાઝીએ બેનઝીર અને રઘુને પૂછ્યું.

બંનેએ લગ્ન કબૂલ રાખ્યાં...

લગ્નની રાત્રે અલ બુર્ઝમાં રૂમ બુક કરવામાં આવ્યો. રિન્કુ અને રઘુ પોતાનાં લગ્નની સુહાગરાત ઊજવવા એ બુક કરાયેલા કમરામાં દાખલ થયાં ત્યારે બીજી તરફ નાસીર અને સાદીક વીડિયો કોન્ફરન્સીંગ પર ૧૧ જુલાઈના દિવસે મુંબઈ શહેરમાં થનારા સિરિયલ બ્લાસ્ટની યોજનાને આખરી ઓપ આપી રહ્યા હતા.

✷

૧ 3

૧૧ જુલાઈના દિવસે મુંબઈ શહેરમાં થનારા બ્લાસ્ટ અંગે સાદીક અને નાસીર વિડિયો કૉન્ફરન્સિંગ પર વાત કરી રહ્યા હતા. બાંદ્રા-અંધેરી અને લોઅર પરેલના લોકલ રેલવે સ્ટેશનોને ટાર્ગેટ બનાવીને વ્યવસ્થિત યોજના તૈયાર કરાઈ હતી. સૌથી વધુ ભીડના સમયે સવારે ૮થી ૯માં આ સળંગ બ્લાસ્ટ પાંચ સ્ટેશનો પર સળંગ એક પછી એક થાય એવો પ્લાન બનાવાયો હતો.

આતંક ફેલાઈ જાય, અફરાતફરી થઈ જાય અને જનજીવન અસ્તવ્યસ્ત થઈ જાય એ એમનો હેતુ હતો.

આને માટે પરદેશથી પૈસા આવ્યા હતા. જંગી રકમ દિરહામમાં, ડૉલરમાં અને પાઉન્ડ્ઝમાં છૂટી છૂટી જુદાં જુદાં ખાતાંઓમાં જમા કરાવાઈ હતી. આરડીએક્સ મુંબઈ શહેરમાં પહોંચી ગયો હતો.

આ બધી ચર્ચાઓ પૂરી થઈ ત્યારે આખરે નાસીરે ધીમેથી પૂછ્યું, ''રિન્કુ ખુશ છે ને ?''

''ખૂબ ખુશ છે.''

''એ સુખી થાય એનાથી વધારે મારે કાંઈ જોઈતું નથી...'' આવા પથ્થર કાળજાના ડૉનની આંખોમાં પણ આછાં ઝળઝળિયાં સાદીકથી છાનાં ન રહ્યાં, ''સાવ નાનકડી હતી ત્યારે અબ્બુએ એની આંગળી પકડાવી હતી. આ રઘલો માણસ સારો છે. રિન્કુને સાચવશે.''

''હા, ભાઈજાન.. એમાં મને કોઈ શંકા નથી.''

''અત્યારે... ક્યાં છે રિન્કુ ?'' નાસીરે પૂછી તો નાખ્યું, પણ એને તરત જ ખ્યાલ આવ્યો કે રિન્કુની સુહાગરાત હતી અત્યારે...

''એ અલ બુર્ઝમાં છે. સ્વીટ બુક કરાવ્યો છે. આખો ફૂલોથી સજાવ્યો છે. મોગરાનાં ફૂલોથી... રિન્કુને બહુ ગમે છે.''

★

અલ બુર્ઝનો એ ઓરડો સ્વીટ રૂમ હતો. જુમેરા બીચ પર હોડી આકારની અલ બુર્ઝ હોટેલ આખા જગત માટે દુબઈની ઓળખાણ હતી. દુનિયાની મોંઘામાં મોંઘી હોટેલ્સમાંની એક એવી આ અલ બુર્ઝ વૈભવી અને સુંદર સજાવટ ધરાવતી હોટેલ હતી.

રિન્કુનો રૂમ મોગરાનાં ફૂલોથી સજાવવામાં આવ્યો હતો. સફેદ રંગની ચાદર પર એક ઇંચ પણ ન દેખાય એવી રીતે ખીલેલા મોગરા પથરાયા હતા. પલંગની ચારે તરફ મોગરાની લડ લગાવવામાં આવી હતી. સાથે સુંદર ગુલાબ પણ ગૂંથી લેવાયાં હતાં.

ત્રણ-ત્રણ ફૂટના મોટા કાચના વાઝમાં બંને તરફ ગુલછડીનાં ફૂલો નીચે લાકડી બાંધીને સુંદર રીતે ગોઠવાયાં હતાં. ઓરડામાં આછો ભૂરો પ્રકાશ હતો. અરેબિયન સંગીત વાગી રહ્યું હતું. મોગરાની માદક સુગંધથી ઓરડો મહેક મહેક થતો હતો.

લાલ રંગના જોડામાં રિન્કુ ખૂબ સુંદર દેખાતી હતી. એના હાથની કાંડું ઢંકાઈ જાય એવી મહેંદીનો ખાસ્સો એવો રંગ ચડ્યો હતો. એના બંને હાથ પોતાના હાથમાં પકડીને રઘુ એને જોઈ રહ્યો હતો. રિન્કુ સહેજ પણ હલનચલન કરતી ત્યારે એની સોનાની અને કાચની બંગડીઓ એકબીજા સાથે ટકરાઈને મધુર રણકાર કરતી હતી.

રિન્કુની ચિબૂક પકડીને રઘુએ એની આંખમાં આંખ પરોવી. બંને હાથે એનો ઘૂંઘટ ઉઠાવવા જતો હતો કે રિન્કુએ રઘુનો હાથ પકડી લીધો. બંગડીઓ રણકી, ''મુંહ દિખાઈ ચૂકવ્યા વિના ઘૂંઘટ નહીં ઉઠાવવા દઉં તમને.''

''અરે ! આખી આખી જિંદગી તો આપી દીધી, મુંહ દિખાઈમાં. બીજું શું આપું ?''

''વચન.'' રિન્કુની આંખો લાલ પારદર્શક દુપટ્ટાની પાછળ જાણે લાલ પાણીમાં તરતી માછલીઓ હોય એવી દેખાતી હતી.

''કયું વચન, રિન્કુ ?'' રઘુએ બે હાથ ફેલાવીને એને બાંહોમાં

લેવાનો પ્રયાસ કર્યો, ‘‘અમારા ધરમમાં તો લગ્ન એટલે જ સાત જનમનું વચન.’’

‘‘એવું વચન નહીં. મને વચન આપ કે તું મારા બાપના કાતિલનું વેર લઈશ.’’

‘‘પાગલ થઈ ગઈ છે તું.’’ રઘુ અજાણતાં એને ધક્કો મારી બેઠો.

‘‘હવે પછી આપણી જિંદગી એક છે. બે જિસ્મ અને એક રૂહ છે. મારું વેર તારું નથી ?’’ રિન્કુ જાણતી હતી કે આજની રાત્રે એ રઘુ પાસે જે માગશે તે આપ્યા વિના રઘુનો છૂટકો નથી. એણે માદક આંખોથી રઘુને પાણી પાણી કરી નાખ્યો, ‘‘હું એકલી પણ વેર લઈ શકું છું... પણ મર્દ થઈને તું તારી ઓરતને આવા દરિંદાઓ સામે એકલી છોડીશ ?’’

‘‘જો રિન્કુ...’’

‘‘ચર્ચા નહીં. મને પ્રેમ કરે છે ને ? તો વચન આપ. આપણું પહેલું સંતાન ત્યારે જ જન્મ લેશે જ્યારે નાસીર આ દુનિયામાંથી વિદાય લેશે.’’

રઘુ એની સામે જોઈ રહ્યો. શું આ જ હશે સ્ત્રીનું વેર ? સ્ત્રીહઠ આને જ કહેતા હશે ? રઘુ વિચારમાં પડી ગયો. એને લાગ્યું કે હાલ પૂરતી આ વાત પૂરી કરવી જ રહી એટલે એણે રિન્કુનો મહેંદીવાળો હાથ પોતાના હાથમાં લીધો, ‘‘રિન્કુ, હું તને વચન આપું છું કે હું તારા વેરમાં તારો સાથ આપીશ, પણ યોગ્ય સમયે.’’ એણે પોતાની જાતને સલામત જગ્યાએ ગોઠવીને પછી જ વાત શરૂ કરી, ‘‘તારી ઉતાવળે અને તું કહે તેમ નહીં થાય આ બધું. સમયની રાહ જોવી પડશે. વ્યવસ્થિત પ્લાનિંગ કરવું પડશે. સૌથી પહેલાં નાસીરનો પૂરો વિશ્વાસ જીતવો પડશે મારે. એના કેટલા પૈસા ક્યાં છે એ બધું જાણવું પડશે. સમજ્યા વિના અચાનક મારી નાખીશું તો એના કરોડો બેનામી રૂપિયા આપણા હાથમાંથી જતા રહેશે. સમજે છે ?’’

રિન્કુ એની આંખમાં આંખ પરોવીને જોઈ રહી, ‘‘તું સાચે જ મારી મદદ કરીશ ?’’

‘‘વચન આપું છું.’’ રઘુનું વાક્ય પૂરું થયું એ પહેલાં તો રિન્કુ જ ઘૂંઘટ ઉઠાવીને રઘુના બાહુપાશમાં સમાઈ ગઈ. પોતાનું આખું શરીર ઢીલું છોડીને એણે રઘુના હોઠ પર હોઠ મૂકી દીધા. બે શરીરો વચ્ચે એક અજબ જેવી સુરાવલી છેડાઈ ગઈ...

★

પ્લાન પૂરો થયો એટલે સાદીક નવરો પડ્યો. એ જે ક્ષણે નવરો પડ્યો એ ક્ષણે એને પહેલો વિચાર રુકમણિનો આવ્યો.

માત્ર પેન્ટીમાં જોયેલું એ લચકદાર શરીર, સંતરાની ફાંક જેવા હોઠ... ભાવવાહી-અણિયાળી આંખો...

''ઉફ !!! ૧૧મી જુલાઈના આ પ્લાનમાં જીવ જવાનો હોય તો જાય તે પહેલાં રુકમણિ મારે જોઈએ છે.'' એણે ચંદુનો ફોન જોડ્યો.

ચંદુના ફોન પર જે ક્ષણે સાદીકનો નંબર ફ્લેશ થયો એ ક્ષણે ચંદુનું મગજ બમણી ઝડપે કામ કરવા માંડ્યું, ''બોલો રાજા...'' એણે સાદીકને લાડ કર્યાં, ''હું તમારી બેચેની સમજું છું... રુકમણિ છે જ એવી.''

''મોકલ....''

''હું એની સાથે વાત કરું છું... એમ તો માને એવી નથી, પણ સમજાવું છું.''

''પૈસા ફેંક, એ તો શું, એની મા પણ માનશે. જે બાઈ આટલા બધા પુરુષોની વચ્ચે કપડાં ઉતારી શકે એને એકની સામે ઉતારવામાં શું વાંધો હોય ?'' સાદીકે ખંધાઈથી કહ્યું.

''કરું છું... કરું છું....''

''તારા કરું છું... કરું છું માં મારી જવાની ઢળી જશે. હું અડધા કલાકમાં ફોન કરું છું. રુકમણિને તૈયાર કર. બુર્જમાં રૂમ બૂક કરું છું. મને બે કલાકમાં એ છોકરી ત્યાં જોઈએ છે.'' સાદીકે ફોન મૂકી દીધો. ચંદુ સમજી ગયો કે હવે ગલ્લાંતલ્લાં કર્યે નહીં ચાલે.

એ રુકમણિને ત્યાં પહોંચ્યો.

માલિશ કરાવીને હમણાં જ રુકમણિ ન્હાવા જવાની તૈયારી કરતી હતી. બાથરોબ પહેરીને એણે રૂમનું બારણું ખોલ્યું. તાજી જ માલિશ કરાવેલી ત્વચા તગતગતી હતી. બાથરોબના બે ફ્લેપની વચ્ચેથી નીચે ઊતરી જતી રુકમણિના સ્તનની ઘેરી ખાઈ કોઈ પણ પુરુષનું ઈમાન ડોલાવવા પૂરતી હતી.

''રુકી, આમ તો મારે ત્યાંની છોકરીઓને હું બહેનની જેમ સાચવું છું.'' ચંદુએ પ્રસ્તાવના વિના સીધી જ વાત શરૂ કરી.

“તારી બહેનને નચાવે છે આટલા લોકોની સામે ?” રુકમણિએ મીઠામાં બોળેલો ચાબખો વીંઝતી હોય એમ કહ્યું, “પેલા શેઠે બોલાવી છે ? તું એવું સમજાવવા આવ્યો છે કે મારે જવું જ પડશે ?”

“જો રુકી, માણસ મોટો છે. બહુ પૈસાવાળો છે. અંડરવર્લ્ડનો ડૉન છે. ના પાડવાથી ચાલશે નહીં. મને ને તને બેયને મારીને ફેંકી દેશે તો ખબરેય નહીં પડે.” ચંદુનો અવાજ ધ્રૂજી ગયો.

“ડરાવે છે મને ? ઓળખે છે હું કોણ છું ?” રુકમણિની આંખો બદલાઈ ગઈ, “આવા સત્તર ડૉનને મારા ખિસ્સામાં રાખું છું.”

“રુકી, હાથ જોડું છું.. આજની રાત જઈ આવ. પછી હું સંભાળી લઈશ.”

“ચલ, હઠ ! તું શું સંભાળવાનો ? સંભાળી શકતો હોત તો આમ મને કરગરવા આવ્યો હોત ?” રુકમણિ એની સામે તલવાર જેવી આંખોથી જોઈ રહી, પછી હસી, “મને ખબર હતી કે આ પડ્યા વિના નહીં રહે. એ જે રીતે મને મળવા આવ્યો હતો અને જે ભૂખી નજરે મારા શરીરનું માપ લેતો હતો એનાથી જ હું સમજી ગઈ કે હવે આ ખંજર લોહી ચાખ્યા વિના ભેટમાં પાછું નહીં જાય. કહી દે એને, હું પંહોંચી જઈશ.”

ચંદુએ હાથ જોડ્યા, “રુકી, તારો જેટલો આભાર માનું એટલો ઓછો છે.”

“આભારબાભારની વાત છોડ, કહી દે તારા...” રુકમણિએ આંખો ઝીણી કરી, “શું નામ છે એનું ?” પછી હસી, “મારે નામનું શું કામ છે ? આવા ભૂખ્યા વરુઓનાં નામ જાણવામાં મને રસ પણ નથી... એને કહી દેજે. એક રાતના પાંચ લાખ દિરહામ થશે. રુકીનું શરીર કંઈ રસ્તા પર વેચાતાં સેકન્ડહેન્ડ કપડાં નથી કે ખરીદીને લોન્ડ્રી કરાવો કે નવાં થઈ જાય... સમજ્યો ? જા, હવે...” રુકમણિએ ચંદુના મોઢા પર ધાડ દઈને દરવાજો બંધ કરી દીધો.

બેવકૂફની જેમ ત્યાં ઊભેલો ચંદુ સિંધીમાં ગાળ બોલ્યો અને પોતાના મોબાઈલથી સાદીકનો નંબર લગાડ્યો.

“સાહેબ, માની ગઈ છે...” પછી અચકાઈને ઉમેર્યું, “પાંચ લાખ દિરહામ માગે છે.”

''લાખ દિરહામની ટીપ આપીશ, કહેજે એને... '' સાદીકનાં રૂંવાડાં અત્યારથી જ ઊભાં થઈ ગયાં હતાં. રુકમણિના શરીરને સ્પર્શતી એની હથેળીઓની કલ્પના પણ એની નસોમાં વહેતા લોહીને ગરમ કરવા લાગી હતી, ''અલ બુર્જ... નીચે આવીને શેખ સાદીક ખાન પઠાણ કહેવાનું... તમને મારા રૂમમાં લઈ આવશે.'' એણે ફોન મૂકી દીધો.

★

બાથટબમાં લવેન્ડરની અરોમા સાથે વરાળ આખા બાથરૂમમાં ફેલાઈ ગઈ હતી. રુકમણિ બાથટબમાં ઊતરી... એની એક એક નસ શાંત થઈ ગઈ. આંખો મીંચીને ગરમ સુગંધિત પાણીનો આનંદ લેતાં એણે બાજી ગોઠવવા માંડી... સાદીક તો સાપસીડીની રમતમાં માત્ર એક ખાનું છે. એના પર પગ મૂકીને આગળ વધી જવાનું છે.

રઘુ સુધી પહોંચવાનો રસ્તો છે સાદીક. એને કઈ રીતે ફસાવવો, શું વાત કરવી અને રઘુ વિશેની માહિતી કઈ રીતે કઢાવવી એ બધી જ શતરંજ રુકમણિએ મનોમન ગોઠવી કાઢી.

ન્હાઈ-ધોઈને, પૂરેપૂરી તૈયાર થઈને રુકમણિએ જ્યારે દરવાજો ખોલ્યો ત્યારે બહાર સોફા પર બેઠેલો ચંદુ દિગ્મૂઢ થઈ ગયો. લેધરનું દોઢ વેંતનું સ્કર્ટ, નીચે બૂટ, નાભી દેખાય એવું ટૂંકું શર્ટ, શર્ટ અને સ્કર્ટના ગર્ડલ વચ્ચેની એક વેંત જેટલી જગ્યામાંથી દેખાતું રુકમણિનું ફ્લેટ ગોરું પેટ, નાભિ નીચે કરેલું નાનકડું ટાટું, તાજા ધોયેલા છુટ્ટા વાળ અને ન કર્યો હોય એવો, છતાં કરેલો મેકઅપ.

''ઓહ ગૉડ ! તું તો કાલ કરતાં તદ્દન જુદી લાગે છે.'' ચંદુ ડઘાયેલો હતો.

''હું રોજ જુદી દેખાઈ શકું, ચંદયા.'' રુકમણિએ અદાથી ઝટકો માર્યો, ''ચાલ, હવે... તું જ લાળ પાડીશ તો સાદીક પાસે શું પહોંચાડીશ ? મારું સ્કર્ટ ?'' રુકમણિ હસી. ચંદુ એની આગળ ચાલવા લાગ્યો. ચંદુની પાછળ ચાલતી રુકમણિ એક સેકન્ડ અટકી.

''પૈસાની વાત થઈ ગઈ છે ?''

''હા, રુકી... હું જાણું છું કે તું આ પૈસા માટે કરે છે.''

''ચલ, રે ! ખાલી પૈસા માટે નહીં. તારા પર દયા આવે છે મને...''

ચંદુનું મગજ ફરી ગયું, પણ અત્યારે રુકમણિ સાથે ચર્ચા કરવાનો કોઈ અર્થ નહોતો. એ ચૂપચાપ રુકમણિને લઈને અલ બુર્જ પહોંચ્યો. ત્યાં પહોંચતા સુધી એણે રુકમણિને સાદીક વિશે, એની પહોંચ વિશે, એના ધંધા વિશે નાનકડું બ્રિફિંગ આપી દીધું.

સાદીક વિશે પૂરેપૂરી સમજ એકઠી કરીને રુકમણિએ અલ બુર્જના રિસેપ્શન પર સહેજ ઝૂકીને સ્ટાઇલમાં પૂછ્યું, ''શેખ સાદીક પઠાણ પ્લીઝ...''

સાદીક ઇચ્છતો નહોતો કે કોઈ જાણે કે પોતે રૂમમાં છે. એણે રિસેપ્શન પર ચાવી રહેવા દીધી હતી.

રિસેપ્શન પર ઊભેલી યુવાન છોકરી એક ક્ષણ માટે રુકમણિને જોઈ રહી. એનો ઠસ્સો, એનું રૂપ ઝગારા મારતાં હતાં. એ લૉબીમાંથી પસાર થઈ રિસેપ્શન સુધી આવી ત્યાં સુધીમાં એક પણ પુરુષ એવો નહોતો જેણે રુકમણિની સામે મોઢું ફાડીને ન જોયું હોય... રિસેપ્શનિસ્ટે આ જોયું હતું.

''આવી સ્ત્રી આ પ્રકારનો ધંધો કરતી હશે ?'' રિસેપ્શનિસ્ટના મનમાં એક ક્ષણ માટે વિચાર આવ્યો. પછી ઝાઝું વિચાર્યા વિના એણે ચાવી આગળ ધકેલી, ''વન સેવન એઇટ સિક્સ.''

આ ઓરડો કાયમ માટે સાદીકના નામે બૂક રહેતો. અત્યાર સુધી અહીં હથિયારોની લેવડદેવડ કે બીજી ધંધાની મિટિંગો માટે સહુ મળતા. આજે પહેલી વાર આ ઓરડાનો ઉપયોગ ઐયાશી માટે કરી રહ્યો હતો.

★

રુકમણિએ વન સેવન એઇટ સિક્સનો બેલ વગાડ્યો.

સાદીકે દરવાજો ખોલ્યો, ''કૌન હે સાલા ?'' દરવાજો ખૂલતાંની સાથે જ સામે ઊભેલી રુકમણિને જોઈને સાદીકનું મોઢું ખૂલી ગયું. રુકમણિ દરવાજાની બારસાખને ટેકો લઈ, હાથમાં ચાવી રમાડતી ઊભી હતી, ''ચાવી છે ને... છતાં બેલ માર્યો ?''

''આ રૂમની ચાવી છે ?'' રુકમણિએ આંખો નચાવી, ''મને તો એમ કે આ ચાવીથી તમે ખૂલતા હશો... '' એ હસી... સાદીક ફાટી આંખે રુકમણિનું ચારે તરફનું ઢોળાતું, રેલાતું રૂપ જોઈ રહ્યો.

✷

૧૪

એ રાત સાદીકના રૂમ નં. ૧૭૮૬ અને સ્વીટમાં અદ્‌ભુત રાત બનીને પસાર થઈ ગઈ.

રઘુ અને રિન્કુ ઉર્ફે બેનઝીર પૂરી રીતે એકબીજાનાં થઈ ગયાં. સાચા અર્થમાં પતિ-પત્ની બનીને એમણે એ રાત એકબીજાના બાહુપાશમાં વિતાવી.

બીજી તરફ રુકમણિ જ્યારે સાદીકના રૂમમાં પહોંચી ત્યારે સાદીક ફાટી આંખે લેધર સ્કર્ટ પહેરેલી રુકમણિને જોઈ રહ્યો. ક્યાં ગઈ કાલની અરેબિયન ડ્રેસ પહેરેલી તદ્દન નખશિખ અરેબિયન દેખાતી રુકમણિ અને ક્યાં અત્યારે એની સામે ઊભેલી તદ્દન વેસ્ટર્ન્ડ ગેટઅપમાં હજી હમણાં જ પરદેશથી આવી હોય એવી વિદેશી દેખાતી આ ભારતીય સુંદરતા.

સાદીકે દરવાજો બંધ કર્યો. એણે આગળ વધીને રુકમણિને બાહુપાશમાં લેવાનો પ્રયત્ન કર્યો. રુકમણિએ સાદીકનાં મજબૂત બાવડાંને પોતાની આસપાસ વીંટાવા દીધાં, પરંતુ એ જેવો રુકમણિને ચુંબન કરવા ઝૂક્યો કે રુકમણિએ સાદીકના હોઠ ઉપર પોતાની લાંબી-પાતળી આંગળી મૂકી. એના ચહેરાને સહેજ દૂર ધકેલ્યો, ‘‘એટલી બધી ઉતાવળ શું છે ?’’

‘‘ઉતાવળ તો છે, મારી પાસે આખી રાત નથી.’’

‘‘એ તો એક વાર એકબીજાની નજીક આવીએ પછી નક્કી થાય...’’ રુકમણિએ સ્માર્ટ થઈને જવાબ આપ્યો, ‘‘અત્યારથી જ જવાની વાત ? હજી તો હું આવી છું.’’

‘‘રુકી, હું પાગલ થઈ ગયો છું તારી પાછળ... એવું કામ હાથમાં લીધું છે કે કદાચ જાન જાય.’’ સાદીકનાં બાવડાં રુકમણિને વધુ ને વધુ

સીને પકડી રહ્યાં હતાં. પોતાની જાતને છોડાવવાનો પ્રયાસ કર્યા વગર ાગભગ સમર્પિત અવસ્થામાં રુકમણિ એમ જ ઊભી હતી, ''મરી જાઉં ો ભૂત થઈને વળગીશ તને એવું લાગ્યુ, એટલે હિન્દુસ્તાન જતા પહેલાં નારે તારી સાથે રાત વિતાવવી હતી.''

''બસ ? મને તો લાગ્યું કે તમે જીવનભર...''

''જીવન કેટલું છે એની જ ખબર નથી, પણ હિન્દુસ્તાનથી પાછો આવ્યો તો તને રાણી બનાવીને રાખીશ.''

''ને ન આવ્યો તો ?'' રુકમણિની આંખોમાં તલવારની ધાર હતી. જે સાદીકના હૃદયની આરપાર પસાર થવા લાગી.

''તો ?''

''પ્રેમ કરીને જાય છે... મરી જાય તો વિધવા બનીને રડતી બેસીશ ? તારી સાથે એક વાર દિલ લાગ્યું તો આ કાયાને બીજા સામે ઉઘાડી કરીને નચાવીશ એ ગમશે તને ?'' રુકમણિએ પુરુષની સૌથી દુઃખતી રગ, એના પઝેશન - માલિકીભાવ પર આંગળી મૂકી દીધી.

''તો શું કરું ?'' સાદીક અકળાઈ ગયો, ''શાદી કરું તારી સાથે ?''

''શાદી તો મારે જ નથી કરવી, પણ કંઈ એવું કર જેનાથી તારી થઈને રહી શકું.''

''રંડી કોઈની થઈ છે ?'' સાદીક અજાણતાં જ બોલી ગયો. બોલ્યા પછી એને તરત જ સમજાયું કે માંડ બનેલો રોમૅન્ટિક માહોલ આ વાક્યથી ચૂંથાઈ જવાનો હતો. એણે રુકમણિની સામે જોયું. એને લાગ્યું કે રુકમણિને ખોટું લાગ્યું હશે, પણ રુકમણિએ એની આંખમાં જોયું.

''રંડી નથી હું. રંડી હોત તો આવી વાત ના કરત. એક રાત તારી સાથે સૂઈને મારા રૂપિયા લઈને ચાલતી થઈ જાત. મેં નક્કી કર્યું હતું કે આ શરીર જેને સોંપીશ એની થઈને રહીશ.'' સાદીક અંદર સુધી તરબતર થઈ ગયો. એને ડૂમો ભરાઈ ગયો.

એની આખી જિંદગીમાં એને આવી સ્ત્રી નહોતી મળી. સાવ નાની ઉંમરથી કમાવવાની જવાબદારી એને માથે હતી. સાત વર્ષની ઉંમરથી દારૂની ફેરી લગાવતો હતો મુંબઈમાં. ધીમેધીમે બીજાં કામોમાં જોડાયો. સમય વીતતો ગયો. રિન્કુના પિતાની નજર એના પર પડી.

હિંમતવાળો અને મજબૂર સાદીક એમને ગમી ગયો.

ધીમેધીમે સાદીક એમનો જમણો હાથ બની ગયો. નાસીર અને સાદીક એકબીજાને ૧૭ વર્ષની ઉંમરથી ઓળખતા હતા. આટલાં વર્ષોની દોસ્તી પછી નાસીર એના પર બંધ આંખે ભરોસો કરતો. દુબઈમાં રોકેલા પૈસા અને ત્યાંથી થતો બધો વ્યવહાર સંભાળવા એણે સાદીકને દુબઈમાં શિફ્ટ કરી દીધો.

આમ પણ મુંબઈ પોલીસ એને શોધતી હતી. સાદીકના નામે ખૂન, અપહરણ અને પ્રોટેક્શન મનીના નામે પૈસા પડાવવાના ગુનાઓ નોંધાઈ ચૂક્યા હતા. અંડરવર્લ્ડના બીજા માણસોની જેમ સાદીકને ક્યારેય સ્ત્રીઓમાં રસ ના પડ્યો. બાકીના લોકો ડાન્સબારમાં જઈને પૈસા ઉડાવતા, મુજરા અને કેબ્રેની પ્રાઈવેટ મહેફિલો ગોઠવતા. મિત્રોની પાર્ટી હોય એટલે હાજર રહેવું પડે માટે સાદીક હાજર રહેતો, પણ કોઈ પ્રકારના રસ વિના એ આવી પાર્ટીઓમાં અજાણ્યાની જેમ ફર્યા કરતો.

જિંદગીની જવાબદારીઓ એટલી બધી વધારે હતી કે છોકરી અથવા પ્રેમનો વિચાર સાદીકને કદી આવ્યો જ નહોતો. અમુક ઉંમરે શરીરની જરૂરિયાતો ઊભી થઈ ત્યારે પૈસા ખર્ચીને ખરીદાયેલાં શરીરોથી વધારે કશું જ સાદીક અનુભવી શક્યો નહોતો. આજે રુકમણિએ આવી વાત કરીને સાદીકને ઈમોશનલી ભરડામાં લઈ લીધો હતો.

"તું એમ કહેવા માગે છે કે આજ સુધી તને કોઈએ..." સાદીક રુકમણિના ચહેરા ઉપર સચ્ચાઈ શોધવાનો પ્રયાસ કરવા લાગ્યો.

"કોઈએ નહીં." જૂઠું બોલતાં રુકમણિનું રૂંવાડું પણ ફરક્યું નહીં. એને કોઈ પણ હિસાબે રઘુ સુધી પહોંચવું હતું. એ જાણતી હતી કે રઘુ દુબઈમાં હતો અને સાદીક એકમાત્ર એવો માણસ હતો કે જે રુકમણિને રઘુ સુધી પહોંચાડી શકે એમ હતો. એને માટે જે કરવું પડે તે કરવા માટે તૈયાર હતી રુકમણિ. સાદીકે એની આસપાસ વિંટાળેલા પોતાના હાથ સહેજ સાંકડા કર્યા. રુકમણિ એની વધુ નજીક આવી. હવે રુકમણિનાં સ્તન સાદીકની છાતી સાથે ભીંસાતાં હતાં. એના શ્વાસ સાદીકના ગળા પર અથડાઈને એક વિચિત્ર રોમાન્ચ પેદા કરતા હતા. રુકમણિએ ચહેરો ઊંચક્યા વિના આંખો ઉઠાવીને સાદીકને જોયો, "મેં તને પહેલી વાર તંબુની બહાર

જોયો ત્યારે જ તું મને મર્દ લાગ્યો હતો. મને મળવા માટે તેં જાનની પણ ફીકર ના કરી..." રુકમણિએ લુચ્ચું સ્મિત કર્યું, "સારું લાગ્યું."

"તું સાચું કહે છે ? મારી થઈને રહીશ ?"

"સાચું કહું છું." રુકમણિ આ બોલતી વખતે એમાં રહેલું જોખમ સમજતી હતી. એક રિવૉલ્વર બૂટના મોજામાં, એક રિવૉલ્વર જિન્સ કે પઠાણી પજામાના ગર્ડલમાં અને ત્રીજી રિવૉલ્વર ગાડીમાં રાખતા સાદીક સાથે નાનકડી પણ છેતરપિંડી એટલે મોત. તેમ છતાં રુકમણિએ બને એટલા ભોળપણનો ભાવ ચહેરા પર લાવીને ડોકું ધુણાવ્યું, "મારે ઘડી ઘડી પથારીઓ નથી બદલવી. અહીં કમાવા આવી છું, જાત વેચવા નહીં. લોકોની સામે કપડાં ઉતારતી સ્ત્રીને પણ પોતાની ઇજ્જત હોય છે."

સાદીકને રુકમણિનું આ વાક્ય સ્પર્શી ગયું. રુકમણિએ જે નિશાન સાધીને તીર માર્યું હતું, તીર બરાબર એ જ નિશાન પર જઈને વાગ્યું.

"હું તને ફ્લૅટ આપીશ. ગાડી આપીશ. એક બાઈ આપીશ જે ચોવીસ કલાક તારી સાથે રહેશે."

"અને, મારી ચોકી કરશે ?" રુકમણિના ચહેરા પર લુચ્ચું સ્મિત આવી ગયું.

"હા." સાદીકે રુકમણિના નાક સાથે નાક ઘસ્યું, "પઠાણનો બચ્ચો જૂઠું નથી બોલતો. એક વાર તને મારી બનાવીને રાખું પછી કોઈ ઊંચી આંખ કરીને જુએ તો આંખ કાઢી લઉં." એણે હવે રુકમણિની હા-ના સાંભળવાની ફીકર કર્યા વિના એના હોઠ પર પોતાના હોઠ જડી દીધા. રુકમણિએ પણ ઝાઝો વિરોધ કર્યા વિના જાતને ઢીલી છોડી. એક પ્રગાઢ પ્રલંબ ચુંબન પૂરું થયું પછી રુકમણિએ સાદીકને હળવેથી ધક્કો માર્યો અને જાતને છોડાવી.

"ગળું સુકાય છે, કંઈ પીવાનું છે ?"

"શરાબ ? તું દારૂ પીવે છે ?"

રુકમણિ સાદીકની સામે જોઈ રહી. ઝીણી આંખો કરી એણે ધીમેથી કહ્યું, "આટલા બધા પુરુષો સામે કપડાં ઉતારવાની હિંમત જોઈએ, સાદીક. એ હિંમત બે પૅગ શરાબ સિવાય નથી આવતી."

"ઓહ !" સાદીક એની વાત સમજી શક્યો. રુકમણિ જેમ વધારે

નાટક કરતી - પોતાના જાતને સરળ, સીધીસાદી અને સારા ઘરની છોકરી સાબિત કરવાનો પ્રય ન કરી રહી હતી એમ સાદીક એના ભરડામાં વધુ ને વધુ સલવાતો જતો હતો. સ્ત્રીઓનો બહુ અનુભવ નહોતો. એને એટલે આ જૂઠાણું કે સ્ત્રીચરિત્ર હોઈ શકે એવો વિચાર પણ ન આવ્યો એને. એણે તો રુકમણિના સુંદર-ભોળા ચહેરા અને શબ્દો પર ભરોસો કરીને જિંદગીનો જુગાર ખેલવાનું નક્કી કરી નાખ્યું, ''શું પીશ?''

''તમે શું પીશો ?''

''હું શરાબ નથી પીતો.'' સાદીકે રુકમણિની આંખોમાં આંખો નાખી, ''ઈસ્લામમાં શરાબ હરામ છે.''

''તો પણ... આજે મારે ખાતર...''

''ધરમ છોડાવીશ મને ? શક્ય નથી. હું પાંચ વખતનો ચુસ્ત નમાઝી છું. હજ પઢી આવ્યો છું. તારા માટે પણ શરાબ નહીં પીઉં.'' સાદીકે રુકમણિના ગાલ પર હાથ ફેરવ્યો. લીસ્સી, ગુલાબની પાંખડી જેવી ત્વચા પરથી ફરતી આંગળીઓમાં જાણે વીજળીનો પ્રવાહ દોડી ગયો, ''તું પી...'' એણે ઈન્ટરકોમનો રિસીવર ઉપાડ્યો, ''બોલ, શું મગાવું ?''

''મારો દારૂ તો હું સાથે લાવી છું.'' એણે પોતાના ખભે લટકાવેલી સ્કર્ટ ને મેચિંગ લેધર બૅગમાંથી વૉડકા કાઢીને ટેબલ પર મૂક્યો. 'ગ્રે ગુઝ' વૉડકાની બૉટલ કાઢીને ટેબલ પર મૂકી. ફ્રાન્સનો આ વોડકા આલ્પ્સનાં ઝરણાંઓના લાઈમ વૉટરમાંથી બનાવવામાં આવે છે. વિશ્વના શ્રેષ્ઠ વૉડકા તરીકે સાદીક આ નામ જાણતો હતો.

''તું કંઈ નહીં પીવે ?''

''શું પીવું ?'' સાદીકે નાના બાળકની જેમ ખભા ઊંચક્યા.

''ફ્રૂટ જ્યૂસ... કોલ્ડ્રીંક્સ... મને કંપની તો આપ ?''

''ઓ.કે.'' સાદીકે ફોન કરીને ફ્રેશ ફ્રૂટ જ્યૂસનો જગ મગાવ્યો. પોતાનું ડ્રીંક બનાવીને રુકમણિએ સાદીક માટે ગ્લાસમાં જ્યૂસ કાઢ્યો. પોતાના હાથે એના હોઠ સુધી લઈ ગઈ...

સાદીકે જ્યૂસનો ગ્લાસ પોતાના હાથમાં લીધો. ગ્લાસની એક તરફ રુકમણિએ પોતાના હોઠ લગાડ્યા. બીજી તરફ સાદીકના હોઠ હતા. રુકમણિએ પોતાના હોઠથી ગ્લાસને થોડો ધકેલ્યો, ''જ્યૂસનો પણ નશો

ચડી જાય એવી છે તું.'' સાદીકે કહ્યું ત્યારે એને ખબર નહોતી કે રુકમણિએ જ્યૂસના જગમાં અડધી વૉડકા રેડી દીધી હતી.

જ્યૂસનો જગ આવ્યો કે રુકમણિએ લઈને રૂમમાં ગોઠવાયેલા નાનકડા ગોળ ટેબલ પર મૂક્યો. એ જ વખતે સાદીકનો ફોન આવ્યો. ફોન લઈને સાદીક રૂમની સાથે જોડાયેલા નાનકડા એન્ટીરૂમ જેવા ડ્રેસિંગ રૂમ તરફ ગયો. સાદીક જેવો ડ્રેસિંગ રૂમ તરફ ગયો કે રુકમણિએ બાલ્કનીનું બારણું ખોલીને નીચે જોયું. સાતમા માળેથી જ્યૂસ દુબઈ જેવા શહેરમાં નીચે રેડી શકાય એમ નહોતો. બહાર ગોઠવાયેલા છોડના કૂંડામાં રુકમણિએ અડધો જ્યૂસ ઊંડેલી દીધો. પછી વૉડકાની બૉટલ ખોલીને અડધો વૉડકા જ્યૂસમાં મિક્સ કરી દીધો. સાદીક જ્યારે ફોન પતાવીને બહાર આવવા લાગ્યો ત્યારે રુકમણિએ હાથ મારીને વૉડકાની બૉટલ જમીન પર પાડી દીધી... જમીન પર ઢોળાયેલું પ્રવાહી વૉડકા હતું કે પાણી એની સાદીકને સમજ ન પડી.

ધીમેધીમે સાદીકને નશો ચડવા લાગ્યો. કોઈ દિવસ ન પીતો માણસ આટલા બધા ભારે મિક્સ કરાયેલા શરાબ સાથે પોતાની જાતને ખોવા લાગ્યો. એણે રુકમણિને બાહુપાશમાં લીધી. બે-ચાર ચુંબનો કર્યાં. એના શરીર પર હાથ ફેરવ્યો. એના વળાંકોને અનુભવ્યા, પણ રુકમણિ જાણતી હતી કે આનાથી વધારે કંઈ થઈ શકવાનું નથી. જ્યૂસના બે ગ્લાસમાં તો એ જાતને ખોઈ બેઠો. એની આંખો ભારે થઈ ગઈ. રુકમણિ સાથે કંઈ કરે તે પહેલાં એ નિઢાલ થઈને ઊંઘી ગયો.

એ બરાબર ઊંઘી ગયો કે રુકમણિ પોતાનાં બધાં જ કપડાં ઉતારી એની બાજુમાં ચાદર ઓઢીને સૂઈ ગઈ. એ જાણતી હતી કે સવારે જ્યારે સાદીક જાગશે ત્યારે એને કશું જ યાદ નહીં હોય. એને એવી ખબર નહીં હોય કે રાત્રે એમની વચ્ચે શું બન્યું ? રુકમણિ જે કહેશે તે માની લીધા સિવાય સાદીક પાસે બીજો કોઈ રસ્તો નહીં હોય !

★

વહેલી સવારે સૂરજ ઊગે તે પહેલાં રિન્કુ જાગી ગઈ. એણે બાજુમાં ઘસઘસાટ ઊંઘતા રઘુને વહાલથી જોયો. રઘુના અડધા શરીર નીચે રિન્કુના વાળ દબાયા હતા. એણે ધીમેથી દુઃખે નહીં એ રીતે વાળ સેરવ્યા...

પછી રઘુના ગાલ પર વહાલસોયો હાથ ફેરવીને એને જગાડવાનો પ્રયાસ કર્યો. ત્રણ દિવસના ભયાનક વિચારોનો થાક અને ઘણા દિવસો બાદ મળેલી શારીરિક તૃપ્તિથી શાંત થઈને રઘુ ઘસઘસાટ ઊંઘતો હતો. એણે ધીમે રહીને આંખ ખોલી, ''સૂઈ જા.'' એણે રિન્કુને ખેંચીને પોતાની બાજુમાં સુવડાવી દેવાનો પ્રયાસ કર્યો.

''મારે તારી સાથે વાત કરવી છે.''

''અત્યારે ?'' રઘુ સહેજ જાગ્યો, પણ એની ઊંઘ પૂરેપૂરી ઊડી નહોતી.

''આપણે કાલે જ મુંબઈ જઈશું.'' રિન્કુ લાડ કરી રહી હતી, પરંતુ એના અવાજમાં એક ન સમજાય તેવી દઢતા હતી.

''કાલે જ ? શું કામ ?'' રઘુએ ઊંઘરેટા અવાજે સહેજ કંટાળા સાથે પૂછ્યું.

''ભાઈજાન એક મોટું ઑપરેશન પ્લાન કરે છે. એ ઑપરેશનની સાથે સાથે જો ભાઈજાનને ઉડાવી દેવામાં આવે તો કોઈને તારા પર શક નહીં જાય અને ભાઈજાનના વફાદાર લોકો પણ તને એમના પછીના ડૉન તરીકે સ્વીકારી લેશે.''

''તને કેવી રીતે ખબર ?'' રઘુની ઊંઘ પૂરેપૂરી ઊડી ગઈ. રાત્રે એણે વિચાર્યું હતું કે રિન્કુ એમ જ - બાલિશતાથી એની પાસે વચન માગી રહી છે. વાત ટાળવા એણે વચન આપી પણ દીધું, પરંતુ હજી બીજા દિવસની સવાર પડે એ પહેલાં રિન્કુ નાસીરનું મોત આવી રીતે પ્લાન કરવા લાગશે એની રઘુને કલ્પના નહોતી.

''સાદીકભાઈ કાલે કે પરમદિવસે જવા નીકળશે. આપણે એની સાથે જઈશું.''

''પણ...''

''મારે નથી સાંભળવું પણ ને બણ. તેં મને વચન આપ્યું છે. ભાઈજાન તને આ ઑપરેશનથી દૂર રાખવાની પૂરેપૂરી કોશિશ કરશે, પણ તારે આ ઑપરેશનનો ભાગ બની જવાનું છે. કોઈ પણ એક મહત્ત્વની જવાબદારી લેવાની છે તારે અને ભાઈજાનની સાથે રહેવાનો પ્રયત્ન કરવાનો છે. એ સમયગાળા દરમિયાન ગમે ત્યારે તક મળે કે ઠોકી દેજે.'' રિન્કુના

ચહેરા પર ઘડીભર પહેલાં દેખાતાં નવોઢાના વહાલ અને શરમ અદશ્ય થઈ ગયાં હતાં. એની જગ્યાએ એક લોહીતરસી, ખૂંખાર સ્ત્રીને જોઈને રઘુ ડઘાઈ ગયો. એને સમજાયું નહીં કે એણે શું જવાબ આપવો, પણ સાથે એટલું જરૂર સમજાયું કે રિન્કુને એના જવાબની અપેક્ષા નહોતી. એણે નક્કી કરી લીધું હતું અને એણે બનાવેલા પ્લાન મુજબ જ હવેના થોડા દિવસો આગળ વધવાના હતા.

✷

૧૫

નાસીરના ટેબલ પર મુંબઈ શહેરનો મોટો પ્લાન ખુલ્લો હતો.

મુંબઈમાં પથરાયેલી લોકલ ટ્રેનનું આખું જાળું નકશામાં સ્પષ્ટ દેખાતું હતું. કયા રેલવેટ્રેક ક્યાંથી ક્યાં જાય છે, કયું સ્ટેશન કયા સ્ટેશનથી કેટલા કિલોમીટર દૂર છે, પહોંચતાં કેટલી મિનિટ થાય છે એ સહિતની વિગતો એ નકશામાં પૂરેપૂરી દર્શાવાઈ હતી. કયા સ્ટેશન પર કયા સમયે કેટલી ભીડ હોય છે, પ્લૅટફોર્મની લંબાઈ કેટલી છે વગેરે ડિટેઈલ સાથે ઑપરેશનની ચર્ચા થઈ રહી હતી. નાસીરના દસ સાવ પોતાના માણસો આ ઑપરેશનમાં સામેલ હતા.

વીડિયો કૉન્ફરન્સિંગ પર સાદીક પણ આ આખો પ્લાન સમજી રહ્યો હતો. એ ઑપરેશનના દિવસે સવારે પહોંચવાનો હતો. રજેરજ વિગતોથી માહિતગાર સાદીક મૂળ કન્ટ્રોલિંગ પૅનલ પર બેસવાનો હતો. એક પછી એક ધડાકાનું ટાઈમિંગ અને સેલફોનમાંથી બનાવાયેલા રિમોટ જે માણસોને સોંપાયા હતા એમની સાથેનું કો-ઓર્ડિનેશન સાદીકના હાથમાં હતું.

''સબ સલામત ભાઈજાન...''

''ઈન્શાલ્લાહ સબ ઠીક હી હોગા...''

''ગ્યારહ જુલાઈ રાત તુમ્હારી ટિકિટ બુક હૈ... તું એ જ રાત્રે દુબઈ પાછો નીકળી જઈશ.''

''ને તમે ભાઈજાન ?''

''મૈં ભી તુમ્હારે સાથ જાઉંગા. હું અને મારા ચાર માણસો જુદી જુદી ફ્લાઈટ્સમાં, જુદા જુદા સમયે ૧૧ જુલાઈ રાતથી ૧૨ જુલાઈ સવાર સુધીમાં એક એક કરીને બધા દેશ છોડી દેશે.''

"ભાઈજાન, તમે તમારું ધ્યાન રાખજો." કોણ જાણે કેમ સાદીકને કશુંક ખરાબ થવાનો અંદેશો પહેલેથી જ આવી ગયો હતો. એ બોલ્યો નહોતો, પણ એના મગજમાં એક વિચાર સતત ચાલ્યા કરતો હતો. છેલ્લા બે મહિનામાં એણે બે વાર સપનામાં નાસીરનું મોત જોયું હતું. એ ડરી ગયેલો હતો. એણે બે-ચાર વાર વિચાર્યું કે એ નાસીરને સમજાવીને ઑપરેશન પાછળ ઠેલી દે, પણ એ જાણતો હતો કે નાસીર આવી બધી વાતોમાં વિશ્વાસ નહીં કરે. એટલે બોલી શક્યો નહીં.

"અરે, મારી સાથે તો તું છે... મને કોનો ડર ?" નાસીર મુસ્તાક હતો. આટલું ફુલપ્રૂફ ડિઝાઇન કરેલું ઑપરેશન ક્યાંયથી પણ લીક થવાની કોઈ સંભાવના નહોતી.

ઑપરેશનને હજી બરાબર એક અઠવાડિયાની વાર હતી. એ પહેલાં એક નાનું રિહર્સલ થવાનું હતું. દરેકેદરેક પ્લૅટફૉર્મ પર માણસો હાજર રહેવાના હતા. નિશ્ચિત સમયે એકબીજાને મિસ્ડ કૉલ કરવાના હતા. જો બધું પરફેક્ટ થાય તો આવતા અઠવાડિયે મુંબઈ શહેર હચમચી ઊઠવાનું હતું.

નાસીરને આ ઑપરેશન પાર પાડવા માટે ડૉલર અને પાઉન્ડમાં પૈસા મળ્યા હતા. દેશની ત્રણ મોટી એજન્સી આમાં સામેલ હતી. પૈસા હવાલાથી અહીંયાં ટ્રાન્સફર કરવામાં આવ્યા હતા. આરડીએક્સ અને બીજી વસ્તુઓ ધીમે ધીમે વારાફરતી સ્મગલ કરવામાં આવી હતી.

તૈયારી પૂરી હતી. હવે ફક્ત બટન દબાવવાની વાર હતી.

સાત ટિફિન બોમ્બ તૈયાર કરવામાં આવ્યા હતા. વારાફરતી ટ્રેનના ડબામાં પ્લૅટફૉર્મ ઉપર આ ગોઠવી દેવાના હતા. નિશ્ચિત સમયે ધડાકા થાય અને અફરાતફરી મચી જાય એટલું જ આ આખાય ઑપરેશનનું ધ્યેય હતું.

સાંજના છ વાગ્યા પછી જ્યારે આખું મુંબઈ શહેર પોતપોતાના ઘરે પહોંચવા માટે રઘવાયું થઈ જાય એ સમયે ધડાકા કરીને પોતાના અસ્તિત્વની જાણ કરવી એ જ ઉદ્દેશ સાથે આ ઑપરેશન પ્લાન કરવામાં આવ્યું હતું.

★

દુબઈથી છઠ્ઠી જુલાઈએ રિન્કુ અને રઘુ મુંબઈ આવવા નીકળ્યાં ત્યારે એમને રોકવાનો પૂરેપૂરો પ્રયાસ નાસીરે કરી જોયો. રિન્કુને પેરિસ હનીમૂન માટે જવાની લાલચ આપવાથી શરૂ કરીને મુંબઈમાં રઘુના જીવ પર જોખમ છે એવો ડર પણ એણે પેસાડવાનો પ્રયત્ન કર્યો, પણ રિન્કુએ નિર્ણય કરી લીધો હતો. એ નાસીરનું મોત ઈચ્છતી હતી - કોઈ પણ રીતે... આ ઑપરેશન દરમિયાન એ સરળતાથી પતી શકે એમ હતું. એટલે સાદીકને પટાવીને, નાસીરની સામે લાડ કરીને એણે મુંબઈ પહોંચવાની જીદ પૂરી કરી.

જે રાત્રે એ લોકો મુંબઈ ઊતર્યાં એ રાત્રે રિન્કુ માટે ખાસ ખરીદીને રાતોરાત સજાવાયેલા ફ્લૅટમાં એણે રઘુને પથારીમાં જ સૂચનાઓ આપવા માંડી, ''કાલે સવારે ભાઈજાન પાસે પહોંચી જજે. કોઈ પણ હિસાબે તારે આ ઑપરેશનમાં સામેલ થઈ જવાનું છે.''

''દાખલા તરીકે, એ મને ના પાડે તો ?''

''એ મારે નહીં જોવાનું... આમાં કઈ રીતે જોડાઈ જવું એ તારે નક્કી કરવાનું છે.'' રિન્કુ જાણતી હતી કે કોઈક ઑપરેશન છે, પણ એ શું છે એની રિન્કુને ખબર નહોતી, ''પહેલાં તો તારે ડિઝાઇન સમજવી પડશે. એ ડિઝાઇનમાં નાસીર ક્યાં બેસવાનો છે એ જાણી લેવું પડશે.'' રિન્કુ એના ભાઈને બરાબર ઓળખતી હતી, ''એ પોતાનો પ્લાન છેલ્લી ઘડીએ બદલશે. રૂટ અને સાથેના માણસોની પણ છેલ્લી સેકન્ડ સુધી એના સિવાય કોઈને ખબર નહીં હોય.''

''તો પછી હું...'' રઘુ ગૂંચવાયો.

''એ જ તો તારું કામ છે. ચાર દિવસમાં એમનો એવો વિશ્વાસ જીતી લે કે એ તને પોતાની સાથે રાખવાનું નક્કી કરે.''

''ચાર દિવસમાં ?''

''બહુ અઘરું નથી. તું એની સગી-લાડકી બહેનનો ખાવિંદ છે. એણે બહેનનો હાથ સોંપ્યો છે તને. વિશ્વાસ તો છે જ તારા પર. થોડો પાકો કરવાનો છે અને પછી...''

''એનો વિશ્વાસ જીતીને એને મારી નાખું ? તને નથી લાગતું કે આ...''

''એણે મારા બાપ સાથે શું કર્યું ? ખૂન કા બદલા ખૂન... ઈસ્લામમાં કહ્યું છે.'' રિન્કુ ઈસ્લામ સમજતી હતી કે નહીં, કોને ખબર... પણ અત્યારે એનું વેર એની નસનસમાં ઝેર બનીને દોડી રહ્યું હતું.

રઘુએ માંડ માંડ એને સમજાવીને સુવડાવી ત્યારે સવારના છ વાગવાની તૈયારી હતી. મુંબઈ શહેરમાં સૂરજ ઊગ્યો ત્યારે રિન્કુના ફ્લૅટમાં જાડા વેલ્વેટના પડદાઓ બંધ કરીને ઊભા કરાયેલા મખમલી અંધારામાં બે શરીરો એકબીજાને વળગીને ઊંઘતાં હતાં.

★

બીજા દિવસે રિન્કુ અને રઘુ નાસીરને મળવા ગયાં. નાસીરે બંનેને પ્રેમથી આવકાર્યાં. રિન્કુને વહાલ કર્યું, ''શાદી કરકે ઓર ખૂબસૂરત લગ રહી હો.''

રિન્કુનું એ સમયનું વર્તન જોઈને રઘુ ચકમો ખાઈ ગયો. ગઈ કાલે રાત્રે સળગતી આંખે ભાઈનું મોત માગતી એ રિન્કુ અને આજે ભાઈને લાડ કરતી, ભેટતી વહાલસોયી રિન્કુ...

નાસીરે એની બહેનને ડાયમંડનો જડાઉ નેકલેસ આપ્યો. બહેન ભાઈના ગળે વળગી થેન્ક યુ કહેતી રહી...

દરમિયાનમાં રિન્કુએ ખૂબ જ ચાલાકીથી નાસીરને એ સમજાવી દીધું કે રઘુ એની જ ટીમનો ભાગ હતો અને એની જ ટીમનો ભાગ રહેવો જોઈએ. બહેનની કોઈ વાત ન ટાળી શકતો નાસીર આજે પણ કશું બોલી શક્યો નહીં. રિન્કુએ આંખોમાં આંસુ સાથે લાડથી કહ્યું, ''ભાઈજાન... રઘુને આડોઅવળો નહીં મૂકતા હોં... તમારી સાથે જ રાખજો. એને કંઈક થઈ ગયું તો હું નહીં જીવું.''

''એટલે જ મેં કહ્યું હતું કે તમે લોકો પેરિસ જાવ. અહીંયાં કંઈ કામ નથી તમારું.''

''ભાઈજાન, તમે અહીંયાં આટલું મોટું કામ કરતા હો અને હું પેરિસ જતી રહું ? તમને મૂકીને ?'' રિન્કુ લાડથી ભાઈને કહેતી હતી, ''તમે મોટું કામ કરતા હો અને રઘુ બહાર રહે ?''

''એવું નથી રિન્કુ, આ કામ જુદું છે.''

''શું કામ છે ? સોપારી છે ? ફિરૌતી છે ?''

"એનાથી પણ મોટું..." નાસીર કદાચ રિન્કુને કહેવા નહોતો માગતો, પણ રિન્કુએ તો જાણી લેવા માટે કમર કસી હતી, "હથિયારની લેવડ-દેવડ છે ? રઘુ બધું જ કરી શકશે, મને ભરોસો છે."

"એવું બધું નથી રિન્કુ..." નાસીરને માનસિક ત્રાસ પડતો હતો. રિન્કુને નહીં કહેવું એવું એના મનમાં નક્કી હતું અને રિન્કુથી છુપાવી શકવાની એની આવડત નહોતી.

રિન્કુએ એના ગળામાં હાથ નાખ્યો, "મારા પર ભરોસો નથી ?" એણે ઝીણી આંખે પાસો ફેંક્યો, "કે હજી રઘુ પર ભરોસો નથી તમને ?"

"એવું નથી. આ જોખમવાળું કામ છે."

"એટલે રઘુ નહીં કરી શકે એમ માનો છો તમે ?"

"શું કામ મજબૂર કરે છે રિન્કુ ?" હવે નાસીર અકળાઈ ગયો.

"નહીં પૂછું." રિન્કુએ પણ છણકો કર્યો, "મને ખબર છે. તમે હજી સુધી રઘુ પર એટલો ભરોસો મૂકી જ શક્યા નથી કે એને મોટું કામ સોંપો. ચલ રઘુ... અહીં આપણા માટે જગ્યા નથી. અહીં તો ભાઈજાનના ખાસ માણસો જ..."

"ઊભી રહે, રિન્કુ..." એણે ધાર્યું હતું એમ જ નાસીર પીગળી ગયો. એણે ધીમે ધીમે - છૂટક છૂટક ઑપરેશનની વિગતો સમજાવવા માંડી. ૧૧ જુલાઈના દિવસે ઑપરેશન પ્લાન કરવામાં આવ્યું હતું. મીરા રોડથી અંધેરી સુધીમાં એક પછી એક બૉમ્બધડાકા થાય એવી ગોઠવણ નાસીર કરવા માગતો હતો. મીરા રોડ, બોરીવલી, જોગેશ્વરી, ખારરોડ, બાંદરા, માહીમ અને માટુંગા... સવા છથી સાતના ગાળામાં આ સાત સ્ટેશને વારાફરતી ધડાકા થવાના હતા. હજારો લોકોનો કચ્ચરઘાણ નીકળી જવાનો હતો. અફરાતફરી મચવાની હતી. બોમ્બથી અને સ્ટેમ્પિડમાં અનેક લોકો મરવાના હતા. લશ્કર-એ-તોઈબાનું આ ઑપરેશન મુંબઈ ખાતે સંભાળવા માટે નાસીરની પસંદગી કરવામાં આવી હતી. સોલાપુર, અમરાવતી અને મહારાષ્ટ્રની આસપાસમાં એમના માણસો ગોઠવાઈ ગયા હતા. મૂળ કરાચીના પણ મહારાષ્ટ્રમાં રહીને ઑપરેટ કરતા ફૈયાઝ નામના માણસે આ આખો પ્લાન તૈયાર કર્યો હતો. કાશ્મીરના ત્રણથી ચાર સોફેસ્ટિકેટેડ દેખાતા યુવાનોને અહીં લાવવામાં આવ્યા હતા. નાસીરની

સાથે એમને પણ કામે લગાડવામાં આવ્યા હતા. આજે એ લોકો પાછા શ્રીનગર જવા રવાના થઈ ગયા હતા.

૧૧ જુલાઈને હવે ચાર દિવસ બાકી હતા...

રઘુનાં રૂંવાડાં ઊભાં થઈ ગયાં. આ શું ?

પોતે આવા ઑપરેશનનો ભાગ બનવાનો હતો ? હજારો નિર્દોષની કતલ એની નજર સામે થવાની હતી ? અને રોકી શકવાનો નહોતો ? એણે રિન્કુ સામે જોયું. એની આંખોમાં સહેજ ભીનાશ આવી. રિન્કુ એ વાંચી શકી હશે...

''ભાઈજાન ?!?!'' રિન્કુનો અવાજ ફાટી ગયો, ''તમે આવું કામ કરશો ?''

''રૂપિયા આપ્યા છે, રિન્કુ.''

''રૂપિયા માટે કોઈને પણ મારશો ? વિચાર કરો, આ લોકલ ટ્રેનમાં હું, અમ્મી... કે તમારા જ કોઈ માણસો...''

''નહીં હોય. જે સ્ટેશનો પસંદ કર્યાં છે એ બધાંમાં હિન્દુઓ વધારે હશે અને કાફિરોને મારવામાં ખુદાની નેમત છે. હું તો ખુશનસીબ છું કે મને ઈસ્લામની આવી ખિદમત કરવા મળે છે.''

''ભાઈજાન, તમારું મગજ ખરાબ થઈ ગયું છે.'' રિન્કુ ઉશ્કેરાઈ ગઈ, ''તમે જોવા ગયા છો કે એમાં હિન્દુઓ હશે? આપણા ભાઈઓ નહીં હોય ? ''

''બે-ચાર આપણા પણ મરે તો વાંધો નથી... પણ બસો-ચારસો એમના મરવા જોઈએ. ઈસ્લામ કુરબાની માગે છે.''

''તમને કેવી રીતે ખબર પડશે કે કુરબાની કોની છે ? ખૂનનો રંગ જુદો હશે ભાઈજાન ?''

''જો રિન્કુ, મને તારી સાથે દલીલબાજી કરવામાં રસ નથી. મને ખબર હતી કે તું આ બધું કરીશ એટલે જ હું તને નહોતો કહેતો...''

''ભાઈજાન, આ ખોટું છે. તમે બરાબર નથી કરી રહ્યા. અટકાવી દો આ બધું ભાઈજાન, આ પાપ છે. નિર્દોષ માણસોનું મોત તમને સુખી નહીં થવા દે.''

''નિર્દોષ ? એ લોકો નિર્દોષ નથી. કાફિર છે... આપણા ભાઈઓ

પર અત્યાચાર કરે છે. એ લોકો કમાય છે, સુખેથી જીવે છે અને આપણા લોકો મજૂરી કરે છે. એ લોકો રાજ કરે છે અને આપણે ? લઘુમતી ગણાઈએ છીએ.'' નાસીર પોપટની જેમ પઢાવેલું, શીખવેલું બોલવા લાગ્યો, ''શરિયતમાં કહ્યું છે કે જે તમારા ધર્મનો વિરોધ કરે એને કચડી નાખો.''

''ભાઈજાન, કોણ જાણે મને એવું લાગે છે કે...''

''કંઈ પણ ખરાબ બોલતી નહીં. તારી જબાન કાળી છે. બાળપણમાં પણ તું જે બોલતી તે થઈ જતું. મને યાદ છે- આપણા બાજુવાળા મફતચાચાની દીકરીને તેં કહેલું - સાલી લંગડી... બે જ મહિનામાં એ છોકરીના પગ પર ટ્રક ફરી વળેલી...'' રઘુ નવાઈથી નાસીર સામે જોઈ રહ્યો. કઈ કક્ષાની બેવકૂફી અને અંધશ્રદ્ધા હતી આ ? ભાઈ-બહેન વચ્ચે આસમાન-જમીનનો ફરક હતો.

''હું તમને આ કામ નહીં કરવા દઉં.''

''કામ થઈ ચૂક્યું છે. તું હમણાં આ મિનિટે પણ મારી નાખીશ તેથી ઑપરેશન નહીં અટકે.'' રઘુ અને રિન્કુએ એકબીજાની સામે જોયું, ''બહેતર એ છે કે તું તારે ઘરે જા અને આરામથી નવી શાદીની મજા માણ.''

રિન્કુ કશું જ બોલી નહીં. રઘુનો હાથ પકડીને એને લગભગ ઘસડાતી હાલતમાં બહાર લઈ ગઈ.

''શું કરે છે ?'' રઘુએ છેક બહાર નીકળીને હાથ છોડાવ્યો.

''પુલિસ કમિશનરનો નંબર છે ?''

''પાગલ થઈ ગઈ છે ? સગા ભાઈ વિરુદ્ધ ફરિયાદ કરીશ ?''

''તારા હાથે એનું ખૂન થાય એના કરતાં પોલીસની ગોળીનો શિકાર બને એ વધારે સારું. એણે તો મરવું જ રહ્યું, આમ નહીં તો આમ...'' રઘુએ ફાટી આંખે એને સેલ પર નંબર ડાયલ કરતી જોઈ. એણે ૧૦૦ ડાયલ કરીને કમિશનરનો નંબર લીધો. કમિશનરને ફોન કરીને બધી વિગતો આપી દીધી...

રઘુ સમજી શકતો હતો કે હવે શું થવાનું હતું ? ચાર દિવસ હતા... અને સાત સ્ટેશનો...

એક તરફ નાસીર હતો અને બીજી તરફ ચકરાવે ચઢેલી આખા મુંબઈની પોલીસ...

*

૧૬

પોલીસ કમિશનરનો સેલ રણક્યો, ''યસ.'' નંબર અજાણ્યો હતો.

''સાહેબ, હું કોણ બોલું છું એ નહીં કહું, પણ એક માહિતી આપવી છે. અગિયારમી જુલાઈએ મુંબઈમાં ધડાકા થવાના છે. બોમ્બધડાકા...''

''આ માહિતી તમારી પાસે કઈ રીતે આવી ?''

''હું આનો ભાગ છું એમ કહું તો કદાચ તમે નહીં માનો, પણ છતાંય આ બધું જાણ્યા પછી મને લાગ્યું કે કશું ખોટું થઈ રહ્યું છે. હું એને અટકાવવા માગું છું, સાહેબ. પ્લીઝ...''

''અગિયાર જુલાઈ... મંગળવારે ?''

''હા, સાહેબ... મુંબઈ શહેરનાં સાત સ્ટેશનો પર બ્લાસ્ટ થવાના છે. સ્ટેશનનાં નામ પણ તમને આપી દઉં. મીરા રોડ, બોરીવલી, જોગેશ્વરી, ખાર, બાન્દ્રા, માહિમ, માટુંગા...''

''આટલું બધું કહો છો તો માણસનું નામ પણ આપી જ દો.''

''માણસનું નામ...'' રિન્કુ સહેજ અચકાઈ. સગા ભાઈનું નામ લેતા પહેલાં એનું મન એક ક્ષણ માટે થરથર્યું. પછી એને અનેક નિર્દોષ લોકોની બૂમો અને પીડા યાદ આવી, ''નાસીર... નાસીર ખાન...'' રિન્કુએ ફોન મૂકી દીધો અને ધ્રૂસકે ધ્રૂસકે રડી પડી. સામે ઊભેલો રઘુ એને જોઈ રહ્યો હતો. એક જ સ્ત્રીમાં જીવતાં વિરોધાભાસી વ્યક્તિત્વો એને સમજાતાં નહોતાં.

''હવે શું કામ રડે છે ?'' રઘુ ચીડાયો, ''તારું ધાર્યું તો કરી નાખ્યું તેં.''

"તું સમજતો નથી. એ ભાઈ છે મારો."

"તો શું કામ મરાવે છે ?" રઘુએ ઊંચા અવાજે કહ્યું, "તને શું લાગે છે, એને ખબર નહીં પડે ? તારા ભાઈને પચાસ કાન અને સો આંખો છે. સાંજના છેડે એને સમજ પડી જશે કે કોણે ફોન કર્યો અને ક્યાંથી કર્યો."

"એ મરે એની પહેલાં એને ખબર પડવી જ જોઈએ... હું તો ઈચ્છું છું કે એને ખબર પડે કે મેં એના મોતનો સામાન તૈયાર કર્યો." ઘડીભર પહેલાં રડતી રિન્કુની આંખો બદલાઈ ગઈ. ક્રોધ સળવળવા માંડ્યો, "જે એણે મારા બાપ સાથે કર્યું એ મેં એની સાથે કર્યું."

"રિન્કુ, એ તને જીવતી નહીં છોડે."

"કંઈ વાંધો નહીં." એ રઘુની નજીક આવી, "તું મળી ગયો મને. હવે તારી બાંહોમાં દમ તોડી દઉં એ જ જન્નતનો સીધો રસ્તો છે." રઘુ એને જોઈ રહ્યો. આ સ્ત્રી સાથે હવે એની જિંદગી પસાર થવાની હતી. ઘડી ઘડીમાં રંગ બદલતી આ સ્ત્રી સાથે કેમ જીવાશે એનો વિચાર કરતાં રઘુના કપાળે પરસેવો વળી ગયો.

એ બંને જણાં ઘેર પહોંચ્યાં. રઘુ કપડાં બદલીને પલંગમાં આડો પડ્યો. રિન્કુ રસોડામાં ગઈ. રઘુનું મગજ ચકરાવે ચડ્યું હતું. રિન્કુએ પોતાના સેલ પરથી ફોન કરીને ભૂલ કરી હતી. એ ભલે ગમે તેટલી બહાદુર બને, પણ અંડર વર્લ્ડના માણસોને - પુરુષોને રઘુ બરાબર ઓળખતો હતો. એક વાર નાસીરનું મગજ છટકી જાય તો એ રિન્કુને જીવતી નહીં જ છોડે એવી રઘુને ખાતરી હતી.

એ રિન્કુને પ્રેમ કરતો હતો. એમ કારણ વગર નાસીરના માણસોના હાથે રિન્કુને મરતી પોતે નહીં જોઈ શકે એવી રઘુને ખાતરી થઈ ગઈ. એણે મગજ ચલાવવા માંડ્યું. જો નાસીરને ખબર પડે તો શું થઈ શકે અને ક્યાં ભાગી શકાય એ વિશે વિચારતાં વિચારતાં એની આંખો બંધ થઈ ગઈ.

ભરઊંઘમાં એને પોતાના સેલની રિંગ સંભળાઈ. એણે ફોન ઉપાડ્યો, "તારી બૈરીએ મારી સોપારી આપવાની હિંમત કરી..." નાસીરનો અવાજ એના ગુસ્સાની ચાડી ખાતો હતો.

"જી...જી... ભાઈ..." રઘુ થોથવાયો.

"તને શું લાગે છે, હું એને જીવતી છોડી દઈશ ?"

"મેં એને રોકી હતી ભાઈ, ગમે તેમ તોય તમારી બહેન છે."

"બહેન ? બહેન નથી એ.... દુશ્મન છે મારી... મારા જાનની દુશ્મન." નાસીર બરાડી રહ્યો હતો, "બે કલાકમાં મારા માણસો એને શોધી કાઢશે. ટુકડા કરાવીને ફેંકાવી દઈશ હું..." રઘુ અંદરથી સુધી ધ્રૂજી ગયો. એ જાણતો હતો કે નાસીર જે કંઈ કહી રહ્યો છે એ કરી શકવાની એનામાં શક્તિ છે.

એણે નાસીરને ઘણી વિનંતી કરી. હજી તો નાસીરનો ફોન પૂરો થાય એ પહેલાં એના ઘરની બેલ વાગી. પરિસ્થિતિથી અજાણ રિન્કુ બારણું ખોલવા ગઈ ત્યારે રઘુ ઊભો થઈને એને રોકવા માટે દોડ્યો, પણ દરવાજો ખૂલી ચૂક્યો હતો. નાસીરના માણસો ઘરમાં દાખલ થઈ ચૂક્યા હતા. હૉકી, છરા અને તલવારો લઈને છ જણા રિન્કુને ઘેરીને ગોળ ગોળ ફરતા હતા. ગભરાયેલી રિન્કુ મદદ માટે બૂમો પાડતી હતી.

રિન્કુથી પાંચ-સાત ફૂટ દૂર હોવા છતાં પોતે એની કોઈ મદદ કરી શકે એમ નહોતો. રઘુને પોતાની અસહાયતા પર ચીડ ચડી ગઈ. એ આ માણસોના ટોળામાં દાખલ થઈ ગયો. એણે જોરથી બૂમ પાડી, "સાલાઓ... રિન્કુને હાથ લગાડતા પહેલાં મારી સાથે લડવું પડશે."

"બહુ વહાલી છે તારી બૈરી તને... નક્કી કરી લે, દફનાવવા કે બાળવા માટે જીવતા રહેવું છે કે પછી એક કબરમાં દફન થવું છે બંનેએ..." નાસીરના માણસો હસી રહ્યા હતા. રઘુએ રિન્કુને બચાવવાનાં ઘણાં હવાતિયાં માર્યાં. એને પણ ચપ્પુના બે-ચાર ઘા પડી જ ગયા. નાસીરના માણસો રિન્કુને ઉઠાવીને ચાલતા થયા. લોહીલુહાણ હાલતમાં જમીન પર પડીને રઘુ કણસતો રહ્યો...

★

"ઊઠો, જમવાનું તૈયાર છે." રિન્કુ એને હલબલાવી રહી હતી. રઘુની આંખો ખૂલી ગઈ. ઍરકન્ડિશન કમરામાં એના કપાળ પર પરસેવો હતો... ઊંઘમાં ને ઊંઘમાં લડતાં એણે ચાદર ચૂંથી નાખી હતી. રિન્કુએ એના કપાળ પર મૃદુતાથી હાથ ફેરવ્યો, "ખરાબ સપનું જોતા હતા કે શું ?"

એ ઊઠીને રિન્કુને ભેટી પડ્યો, ''હું મરી જઈશ, પણ તને કંઈ નહીં થવા દઉં.''

''શું થવાનું છે મને ?''

''નાસીરના માણસો તને શોધે છે.''

રિન્કુ હસી પડી, ''મને ?''

''હા...'' એને તરત જ ખ્યાલ આવ્યો કે એ એનું સપનું હતું.

''મને કોઈ નહીં શોધે. કોઈને ખબર પણ નહીં પડે કે આ સમાચાર મેં આપ્યા છે.''

''મૂરખ છે તું... તારો ફોન નંબર કમિશનરના ફોનમાં આવી ગયો હશે.''

''એ મારો ફોન નહોતો.''

''શું ?'' એણે નવાઈથી રિન્કુ સામે જોયું.

''ડૉનની બહેન છું, મૂરખ... એમ સહેલાઈથી ફસાઉં નહીં કોઈ દિવસ.'' રિન્કુ હજીયે હસી રહી હતી, ''એ ફોન ભાઈજાનનો હતો. એમનો સેલ ઉઠાવી લીધો મેં નીકળતી વખતે... કમિશનરના ફોનમાં નાસીરનો પોતાનો ફોનનંબર આવશે.'' આ છોકરીની ચાલાકી, આવડત અને હોશિયારી જોતાં રઘુ તો મોંમાં આગળાં નાખી ગયો. એટલું ઓછું હોય એમ રિન્કુએ ઉમેર્યું, ''મેં આ જ નંબરથી બીજા બે-ત્રણ ફોન કર્યા છે. નંબર તો ભાઈજાનના સેલમાં હતા જ. એવું સળગાવ્યું છે ચારે બાજુ કે નાસીર એક નહીં તો બીજી ગોળીથી મરી જશે.''

રઘુ આ છોકરીની ચાલાકી, એની આવડત અને ચતુરાઈ જોઈ રહ્યો. અત્યાર સુધી એની અંદર રિન્કુના આ ઝનૂન વિશે જે કંઈ ફફડાટ હતો એ બધો જ શમી ગયો. એને સમજાઈ ગયું કે રિન્કુ જે લડાઈ લડવા નીકળી હતી એ વિશે એ પૂરેપૂરી સજ્જ હતી.

''તો પછી અત્યાર સુધી શું કામ લડી નહીં ? તેં ઇચ્છ્યું હોત તો તેં ક્યારનોય મરાવી નાખ્યો હોત નાસીરને... આ બધી બુદ્ધિ અને આવડત તો હતી જ તારામાં.'' રઘુથી પૂછ્યા વિના રહેવાયું નહીં.

''હા, સાચી વાત છે. મેં ઇચ્છ્યું હોત તો સો ટકા એને ક્યારનોય મરાવી નાખ્યો હોત, પણ હું સાચા માણસની રાહ જોતી હતી.''

''સાચો માણસ ?'' રઘુએ ભવાં સંકોચ્યાં.

''આ બધું મારા બાપે ઊભું કરેલું સામ્રાજ્ય છે. નાસીર તો બની બેઠેલો ડૉન છે. મારા બાપનો લોહી અને પરસેવો છે અહીં. એ બધું કોઈ યોગ્ય માણસના હાથમાં જવું જોઈએ. તું આવ્યો ત્યાં સુધીમાં મારી નજરમાં એવો કોઈ માણસ જ નહોતો, જેને આ બધું સોંપી શકાય...'' રિન્કુએ એના ગળામાં હાથ નાખ્યો, ''તને જોયો ત્યારે સમજાઈ ગયું કે હવે બધું ઠીક થઈ જશે. તું આવી ગયો છે એટલે તું બધું સંભાળી જ લઈશ.'' રઘુ રિન્કુની આંખોમાં જોતો રહ્યો. એ રિન્કુની નજીક આવવા જતો હતો કે રિન્કુએ ધક્કો માર્યો, ''ચલ હવે... તું ગરમ થઈશ તો જમવાનું ઠંડું થઈ જશે. આજે પહેલી વાર તારા માટે મારા હાથે રાંધ્યું છે. જમ્યા પછી ભેટ આપવી પડશે.''

''ભેટ ?''

''તારાં મા-બાપ હોત તો એમને કહેત, પણ હવે તારું તો કોઈ છે જ નહીં. નવી દુલ્હન પહેલી વાર રસોઈમાં જાય તો એના હાથ ચૂમીને એને ભેટ આપવી જોઈએ.''

''એ તો હું જમીને જ નક્કી કરીશ કે હાથ ચૂમવા કે પછી...'' રઘુ હસવા લાગ્યો. એણે રિન્કુને પોતાના બંને હાથમાં ઢીંગલીની જેમ ઉપાડી લીધી અને રસોડા તરફ જવા લાગ્યો.

★

સવારે સાદીકની આંખ ઊઘડી ત્યારે સાદીક રુકમણિના પડખામાં હતો. તદ્દન વિવસ્ત્ર દશામાં સાદીક અને અડધાં કપડાં પહેરીને રુકમણિ એક જ પલંગમાં એક જ રજાઈમાં સૂતાં હતાં. આંખ ખૂલી ત્યારે પોતાની બાજુમાં સૂતેલી રુકમણિને જોઈને સાદીકને વહાલ આવી ગયું.

રુકમણિની અને પોતાની હાલત જોઈને રાત્રે શું બન્યું હશે એ વિશેની ચર્ચા કરવાની કોઈ જરૂર જ નહોતી. સાદીકે પોતાના સેલફોનમાં સમય જોયો. એ ચોંકીને બેઠો થઈ ગયો. એક કલાક પછી એણે વીડિયો કૉન્ફરન્સીંગમાં નાસીર સાથે વાત કરવાની હતી. હવે અત્યારે રુકમણિ સાથે લાંબી વાત કરવાનો સમય નહોતો રહ્યો. એણે હળવું ચુંબન કરીને રુકમણિને જગાડી. રુકમણિએ શરમાવાનો ઢોંગ કરી રજાઈને ગળા સુધી ખેંચી લીધી, ''આંખો બંધ કરો...''

"શું કામ ? તારું આ રૂપ જોવા માટે તો અહીં સુધી ખેંચાયો છું."

"ના... મને શરમ આવે છે." રુકમણિએ સદ્ચરિત્ર હોવાનું મહોરું પહેરી રાખ્યું. સાદીક માટે પણ આ એક નવો અનુભવ હતો. એને માટે સ્ત્રી કોઈ નવી વસ્તુ નહોતી... પૈસા ખર્ચીને મળેલાં શરીરો ઘણાં ભોગવ્યાં હતાં એણે, પરંતુ આવી શરમાળ, સ્ત્રીત્વથી ભરપૂર પત્ની જેવી સ્ત્રી એણે પહેલી વાર જોઈ હતી.

એને પણ આ અનુભવનો રોમાંચ હતો...

એણે નાના બાળકની જેમ બંને હાથ મૂકી આંખો બંધ કરી દીધી, "જા... નથી જોતો."

"જુઓ હં... ચિટિંગ નહીં કરતા." રુકમણિએ કહ્યું.

"નહીં કરું." સાદીકે કહ્યું, પરંતુ આંગળીઓની વચ્ચેની જગ્યામાંથી એ રુકમણિને જોઈ રહ્યો હતો. રુકમણિ પથારીમાંથી ઊભી થઈ ત્યારે ફક્ત અંતઃવસ્ત્રો સાથે એના ખુલ્લા વાળ અને શરીરના વળાંકો, એક પણ ડાઘ વિનાની લીસી-તગતગતી ત્વચા જોઈને સાદીકથી રહેવાયું નહીં. આંખો પરથી હાથ હટાવીને એ પલંગમાંથી ઊભો થઈ ગયો. એણે રુકમણિને બંને હાથે પકડી લીધી.

"શું કરો છો ? તમે મને વચન આપ્યું હતું."

"આવાં વચનો તો તોડવા માટે જ હોય છે." સાદીકે કહ્યું અને રુકમણિને ચૂમવાનો પ્રયાસ કર્યો. જોરથી ધક્કો મારીને રુકમણિ બાથરૂમ તરફ ભાગી. સાદીક અંદર દાખલ થવાનો પ્રયત્ન કરે એ પહેલાં એણે જોરથી દરવાજો બંધ કરી દીધો. અંદરથી આવતા શાવરનો અવાજ સાદીકને સતત લલચાવતો રહ્યો, પરંતુ એ અંદર દાખલ થઈ શકે એમ નહોતો.

રુકમણિ બહાર આવી ત્યારે પરિસ્થિતિ સાવ પલટાઈ ચૂકી હતી. વીડિયો કોન્ફરન્સિંગ પર પહોંચવા માટે નાસીરનો ફોન આવી ગયો હતો. સાદીકનું મગજ રુકમણિમાંથી નીકળીને મુંબઈ બ્લાસ્ટના ઑપરેશનમાં દાખલ થઈ ચૂક્યું હતું. રુકમણિ નાહીને નીકળી ત્યારે સાથે લાવેલા સાદા સલવાર-કમીઝ પહેરીને ભીના વાળ ઝટકોરતાં એણે સાદીકને લલચાવવાનો પ્રયાસ કર્યો, પણ ફોન અને મૅસેજિંગમાં બિઝી સાદીકે એની સામે નજર નાખવાની દરકાર સુધ્ધાં કરી નહીં.

રુકમણિએ પણ સુક્કા અવાજે પૂછ્યું, ‘‘જઈએ ?’’

‘‘હું મારી ગાડીમાં જાઉં છું. તને લેવા માટે દસ-પંદર મિનિટમાં બીજી ગાડી આવી જશે.’’

‘‘બસને ?’’ રુકમણિએ નખરો કરવાનો પ્રયાસ કર્યો.

‘‘જો સાંભળ... અત્યારે મારું મગજ ખરાબ છે. ચાર-પાંચ દિવસમાં મારે હિન્દુસ્તાન જવાનું થશે...’’ એણે રુકમણિનો ગાલ પંપાળ્યો, ‘‘પાછો આવું પછી વાત કરીશું.’’

‘‘ત્યાં સુધી તમારા કોઈ માણસનો નંબર તો આપી જાવ. મારે તમને શોધવા હોય તો...’’

સાદીકે થોડી વાર વિચાર કર્યો. પછી પોતાના સેલમાંથી નંબર લખાવ્યો, ‘‘લખી લે... મારો માણસ છે. રઘુ નામ છે એનું.’’ આટલું સાંભળતાં જ રુકમણિના આખા શરીરમાં ઝણઝણાટી થઈ ગઈ. રઘુનો નંબર આટલો ઝડપથી અને આવી રીતે મળી જશે એની રુકમણિને કલ્પના નહોતી. એણે નંબર લખાવ્યો.

‘‘આ તો...’’

‘‘મુંબઈનો નંબર છે.’’

‘‘એ મુંબઈ છે ?’’ રુકમણિથી પૂછતાં પુછાઈ ગયું. પછી એણે ફેરવી તોળ્યું, ‘‘એટલે કે તું મુંબઈ જવાનો છે ?’’

‘‘હા...’’ સાદીક રુકમણિને થોડુંક વહાલ કરીને ત્યાંથી નીકળ્યો. એના ગયા પછી રુકમણિ પલંગ પર પછડાઈ.

રઘુ તો મુંબઈ હતો... રુકમણિ દુબઈમાં ફસાઈ ગઈ હતી.

✷

૧૭

પોલીસ કમિશનરના ટેલિફોનમાં આવેલો નંબર નાસીરનો હતો. કમિશનર ઑફ પુલીસમાંથી આ નંબર શોધતાં જરાય વાર લાગી નહીં. કમિશનર ઑફ પુલીસ હમણાં ધરપકડ કરવા માગતા નહોતા. પહેલાં આ ઑપરેશન શું છે, કોણ કરવાનું છે અને એની પાછળ કોનો હાથ છે એની ખબર કાઢવી અગત્યની હતી.

કમિશનર ઑફિસના ફોન, ફેક્સ, ઈ-મેઇલ કામે લાગી ગયા. દરેકેદરેક માણસ અત્યારે આ ઑપરેશનની વિગતો શોધવાના મરણિયા પ્રયત્નો કરવા લાગ્યો. પરંતુ એવી કોઈ કડી કે વિગત હાથ લાગી નહીં, જેનાથી આ ભયાનક દુર્ઘટનાને અટકાવી શકાય. નાસીરખાન આમાં સંડોવાયેલો હતો એટલી માહિતી પુલીસ કમિશનર પાસે હતી, પણ એ માહિતી સાચી હતી કે નહીં એ વિશે પુલીસ કમિશનર પોતે પણ અવઢવમાં હતા.

જો નાસીર આમાં સંડોવાયેલો હોય તો એના જ ફોન ઉપરથી ફોન કેવી રીતે આવે ? આ સવાલ એમને વારંવાર ગૂંચવી રહ્યો હતો. કોઈ સ્ત્રીઅવાજે એમની સાથે કરેલી વાત એમના મગજમાં શબ્દશઃ રેકર્ડ થઈ હતી, પરંતુ એ કોઈ દુશ્મન ગેંગની સ્ત્રીનું કામ નહોતું એવી ખાતરી કઈ રીતે થાય ?

ઘણું મગજ કસ્યા પછી એમણે જઈને નાસીરને મળવાનું નક્કી કર્યું.

૮મી જુલાઈ... સવારે ૯.૦૦ વાગ્યે એ નાસીરને ત્યાં પહોંચ્યા. સામાન્ય રીતે પોલીસ અંડર વર્લ્ડના દરેક માણસોને ઓળખતી જ હોય છે. અંડર વર્લ્ડ અને પોલીસને એકબીજા સાથે વિચિત્ર પ્રકારની લવહેઇટ રિલેશનશિપ હોય છે. એકબીજા વિના ચાલે નહીં અને એકબીજાને સહી

શકાય નહીં. આવા આ સંબંધોમાં રહીને નોકરી કરી ચૂકેલા કમિશનર પણ અંડર વર્લ્ડના બાદશાહ ગણાતા નાસીરને ઓળખતા હોય એમાં નવાઈ નહોતી.

કમિશનરને પોતાને ત્યાં જોઈને નાસીરનું હૃદય એક ધબકારો ચૂકી ગયું. એણે એમને આનંદથી આવકાર્યા. ચા-પાણી પૂછ્યાં. પછી કમિશનરે ધીમે રહીને વાત શરૂ કરી, ''શું ખબર છે ? હમણાં કંઈ મોટું કામ કરે છે ?''

''સાહેબ, તમે આવું પૂછશો ? તમને તો ખબર છે મારાં બધાં કામ ને બધાં ઠેકાણાં...''

''એ તો બરાબર છે નાસીર... પણ મને એમ કહે કે આ પાકિસ્તાન સાથે તારું શું કનેક્શન છે ?''

''કાંઈ નહીં સાહેબ, થોડાં સગાંવહાલાં છે ત્યાં...''

''થોડાં સગાંવહાલાં ? તારા ફોન પરથી ૨૧ આઉટગોઈંગ અને ૪૩ ઈનકમિંગ છે પાકિસ્તાનથી...'' નાસીર ચોંકન્નો થઈ ગયો. એને ખ્યાલ આવ્યો કે કમિશનર જાતે આવ્યા એનું કારણ કંઈક ખાસ હોવું જોઈએ. વળી, પૂરેપૂરી તપાસ કરીને આવ્યા છે, એટલે હવે આવનારા સવાલો વધુ કાતિલ અને વધુ ગૂંચવનારા રહેવાના.

''અરે સાહેબ, મારી અમ્મી વાત કરે છે...''

''અમ્મી તો સુરતમાં છે નાસીર... છેલ્લા ૩૦ દિવસથી તારી અમ્મી મુંબઈમાં નથી.''

''અરે સાહેબ, અમ્મી મેસેજ આપે, કોઈને માટે કંઈક કહે તો ફોન કરવા પડે.'' નાસીરે હસીને વાત ટાળવાનો પ્રયત્ન કર્યો, ''તમે તો જાણો છો સાહેબ, આ બધું મારા બસનો રોગ જ નથી. હું તો ઈન્ડિયન છું. કાળા ધંધા કરતો હોઈશ, પણ નમકહરામી નથી કરતો.''

''નાસીર, કોઈ તારો ફોન વાપરે છે.'' કમિશનર એને ધીમેથી સકંજામાં લેવા માંડ્યા, ''તારો જ કોઈ સાથી, તારો જ કોઈ માણસ...''

''અરે સાહેબ, મારો તો ફોન જ ખોવાઈ ગયો છે.'' નાસીરે કમિશનરને કહ્યું. એ સાચું બોલતો હતો. ગઈ કાલથી એનો ફોન જડતો નહોતો. એ ફોન વિશે ઉચાટમાં હતો, કારણ કે એમાં બધા જ ફોન નંબર

અને વિગતો સ્ટોર કરેલા હતા. બ્લેકબૅરી સિરિઝના એના લેટેસ્ટ ટેલિફોનમાં ઑપરેશનની વિગતો, માણસોના ફોન નંબર, મુંબઈના નકશા અને આરડીએક્સના જથ્થાની વિગતો જુદા જુદા ફોલ્ડર બનાવીને સ્ટોર કરવામાં આવી હતી. એનું મગજ ફોન ખોવાયો ત્યારથી સતત એની પાછળ રોકાયેલું હતું. એમાં કમિશનર પૂરી વિગતો લઈને આવ્યા એટલે એનું મગજ ઓર ચકરાવે ચડી ગયું.

‘‘સાહેબ, મારો ફોન ગઈ કાલે બપોરથી ચોરાયો છે.’’

‘‘સાચું બોલે છે ?’’ કમિશનર એને પૂરેપૂરો ચાન્સ આપવા માગતા હતા, ‘‘તું ખોટું બોલીશ તો મરી જઈશ એટલું યાદ રાખજે. તારા માથે બહુ મોટો આરોપ આવશે. હજ્જારો લોકોના ખૂનનો આરોપ. દેશવાસીઓ ધિક્કારશે તને. શૂટ ઍટ સાઈટમાં મરી જઈશ...’’

‘‘પણ એટલું બધું શું થયું છે સાહેબ ?’’

‘‘મુંબઈમાં બ્લાસ્ટ થવાના છે. એના સમાચાર અમને તારા ફોનનંબર પરથી મળ્યા છે.’’ કમિશનરે ધીરે રહીને પત્તું ખોલ્યું. એ ખૂબ ધ્યાનથી નાસીરના હાવભાવ જોઈ રહ્યા હતા. નાસીર પહેલાં ચોંક્યો, પછી ઝંખવાયો, પછી ડર્યો અને ધીમે રહીને હિંમત ભેગી કરીને એણે કમિશનર સામે ફિક્કું સ્મિત કર્યું. આ બધું ગણતરીની સેકન્ડોમાં બન્યું.

‘‘મારા ફોન પરથી ? કોણ કરી શકે ?’’

‘‘કોઈ સ્ત્રીનો ફોન હતો.’’ કમિશનર ધીમે ધીમે, એક એક માહિતી આપી રહ્યા હતા. દરેક માહિતી આપતી વખતે એ નાસીરના ચહેરાના હાવભાવ ધ્યાનથી જોતા હતા. જેવું એમણે આ વાક્ય કહ્યું કે નાસીરનો ચહેરો ફરી ગયો. એક જ ક્ષણમાં એ તમતમીને લાલચોળ થઈ ગયો...

‘‘સાલી... હરામખોર...’’

‘‘કોણ ?’’ કમિશનરના ધાર્યા મુજબ જ એ ઉશ્કેરાયો હતો. હવે એના સુધી પહોંચવું અઘરું નહોતું. એ કોઈ એકાદ નાનકડી ભૂલ કરવાનો હતો, જે કમિશનર માટે મહત્ત્વની કડી બની જવાની હતી.

‘‘રંડી... મેં એને ફૂલની જેમ રાખી, હથેળીમાં પગ મુકાવ્યો, એકએક ઈચ્છા પૂરી કરી એની, પણ એણે આખરે દગો કર્યો... સાલી... એની માની જાત પર ગઈ.’’

"કોની વાત કરે છે નાસીર ?" કમિશનર શાંત હતા.

"રિન્કુ... મારી બહેન..."

"તારી સગી બહેને ? કેમ ?"

"કમિશનર સાહેબ, સગી નહીં સાવકી... મેં એને સગી બહેનની જેમ રાખી, પણ એણે એનું સાવકાપણું દેખાડ્યું. અમે બે એક માના જણ્યા નથી એ એણે સાબિત કરી દીધું."

"ઓહ ! તો એણે તને ફસાવ્યો છે."

"બિલકુલ કમિશનર સાહેબ, વ્યવસ્થિત રીતે ફસાવ્યો છે. આવા કોઈ બ્લાસ્ટ થવાના નથી. એણે ખોટી માહિતી આપીને તમને તો ચકરાવે ચડાવ્યા જ, પણ મારા માટેય મુશ્કેલીઓ ઊભી કરી." નાસીરે એક કાંકરે બે પક્ષી માર્યાં, કમિશનરને ગફલતમાં નાખ્યો અને પોતાના માટે સહાનુભૂતિની નાનકડી જગ્યા ઊભી કરી.

"સાચું બોલે છે ? મારી નોકરી જશે હોં..."

"અરે સાહેબ, મારામાં ભરોસો રાખો. આજ સુધી મેં તમને આપેલી કોઈ માહિતી ક્યારેય ખોટી પડી છે ?"

"પડી તો નથી..." કમિશનર ગૂંચવાયા. એની વાત સાચી હતી. એણે આજ સુધી ક્યારેય ખોટી માહિતી નહોતી આપી. એણે આપેલી ઈન્ફર્મેશનના આધારે કમિશનરે ઘણી વાર મોટી મોટી રેડ પાડી હતી અને ફાયદો મેળવ્યો હતો.

આજે પણ નાસીર પર શંકા કરવાનું કોઈ કારણ કમિશનર જોઈ શક્યા નહીં. એનો ફોન ખોવાઈ ગયો છે કે નહીં એટલી જ સચ્ચાઈની તપાસ જો બરાબર થઈ શકે તો આ મામલો અહીં જ સૂલઝી જાય એમ હતો. ખોટી દોડાદોડી અને હો-હા કરવાને બદલે આ બાબતને અહીં જ દબાવી દેવી જોઈએ એવું કમિશનરને લાગ્યું.

"સાહેબ, મને ફસાવવાનો પ્રયત્ન છે, બીજું કંઈ નથી." નાસીરે કમિશનરના મનમાં વધુ દૃઢતાથી ઠસાવવાનો પ્રયત્ન કર્યો.

"નાસીર, તું મને મૂરખ નથી બનાવતો ને ?"

"સાહેબ, એવું કંઈ હોય તો હુંય અહીં છું ને તમે પણ અહીંયા જ છો... ભાગી ભાગીને ક્યાં જઈશ ? તમને મારા સુધી પહોંચતાં કંઈ વાર લાગવાની છે ?"

"એ તો ખરું." કમિશનર પોતાનાં વખાણથી પોરસાયા, "તો રિન્કુને કહેતો કેમ નથી કે આવું બધું બંધ કરી દે."

"મને ખબર ક્યાં છે સાહેબ... આજકાલ ધંધો ઓછો છે એટલે ફોન ઓછા આવે છે. મને એમ કે કાલેબાલે જઈને નવો ફોન લઈ લઈશ... તમે ચેક કરો સાહેબ, ગઈ કાલે રાતથી નંબર બંધ કરાવ્યો છે મેં."

નાસીરની વાત સાચી હતી. આ માહિતી કમિશનર ઑફિસ પાસે પણ હતી જ. હવે કમિશનરને પ્રમાણમાં રાહત થઈ ગઈ, પરંતુ નાસીરનું મગજ વેરની આગમાં ભડભડવા લાગ્યું. કમિશનર અહીંથી ઊભો થાય અને જાય એટલી જ રાહ એ જોઈ રહ્યો હતો. જે ક્ષણે કમિશનર અહીંથી જાય એ ક્ષણે નાસીર ગોળીની જેમ છૂટવાનો હતો અને રિન્કુને આરપાર વીંધી નાખવાનો હતો.

એના મનમાં એક બીજો સવાલ ચાલતો હતો, "રઘુ પણ આનો ભાગ હશે કે રિન્કુએ આ બધું એની જાણ બહાર કર્યું હશે ?" નાસીર રિન્કુને ઓળખતો હતો અને એ જાણતો હતો કે રિન્કુ કંઈ પણ કરી શકે એમ હતી. રઘુની સ્થિતિ સમજ્યા વિના એના જેવા વફાદાર અને બહાદુર છોકરાને ખોઈ નાખવાની નાસીરની તૈયારી નહોતી. એટલે રિન્કુના મોતનો પરવાનો તો એણે ફાડ્યો, પરંતુ રઘુ ઉપર હજુ શંકાની સોય પહોંચી નહોતી.

★

રિન્કુને હાથમાં ઊંચકીને રઘુ રસોડામાં પહોંચ્યો. રિન્કુના હાથનું બનાવેલું ભોજન ભરપેટ જમીને બંને જણા પલંગમાં આડાં પડ્યાં. રઘુના ખભે માથું મૂકી પોતાનો હાથ એની આસપાસ વીંટાળી રિન્કુ ઊંઘવાનો પ્રયત્ન કરી રહી હતી, પરંતુ રઘુનું ચતુર મગજ કામે લાગી ગયું હતું. આ છોકરીએ તો નાસીરના ફોન પરથી કમિશનરને ફોન કરી દીધો. હવે તંત્ર સાબદું થઈ ગયું હશે.

જ્યાં સુધી રઘુની સમજ હતી ત્યાં સુધી એનું મગજ એને કહી રહ્યું હતું કે રિન્કુએ જે છેડા સળગાવ્યા હતા એ ધીમેધીમે સવાર સુધીમાં નાસીરને ત્યાં ફૂટવાના હતા. નાસીરને સવારે આ બધી ખબર પડે એ પહેલાં મુંબઈ છોડી દેવું જોઈએ એવું રઘુના મગજમાં આવ્યું. રિન્કુ એ માટે તૈયાર નહીં

થાય એવી એને ખાતરી હતી. એણે ખૂબ મગજ ચલાવ્યું. પછી કલાકેક રહીને ધીમેથી રિન્કુને કહ્યું, ''રિન્કુ, તું ભગવાનમાં માને છે ?''

''કેમ નહીં ?''

''ખુદામાં નથી પૂછતો, ભગવાનમાં કહું છું...''

''માનું છું. તારામાં માનું છું ને તારા ભગવાનમાં પણ માનું છું, પણ આવું કેમ પૂછે છે ?''

''મને અચાનક યાદ આવ્યું કે મારી માએ મને કહ્યું હતું કે તારી વહુને લઈને કુળદેવીનાં મંદિરે દર્શન કરજે.''

''આ તેં મને પહેલાં કેમ ના કહ્યું ?'' રિન્કુ બેઠી થઈ ગઈ.

''મને યાદ જ નહોતું...''

''આ તો ગુસ્તાખી થઈ ગઈ... ગુનો થઈ ગયો ખુદાની શાનમાં...''

''અમારા ભગવાન તો બહુ પ્રેમાળ હોય છે. કુળદેવીનાં દર્શન કરવાના એવું કહ્યું હતું તો હવે જઈ આવીએ.''

''પણ અહીંયાં બધું...''

''એક દિવસનો સવાલ છે. સુરત જઈને આવતાં રહીશું.'' રઘુએ કહ્યું. રુકમણિને જીવતી જોયા પછી એને સુરત જવામાં કોઈ વાંધો નહોતો. વળી એને ખબર હતી કે સુરતમાં એને જોઈતી મદદ અને વફાદાર માણસો મળી રહેશે. મુંબઈમાં જે નહીં થઈ શકે તે બધું જ સુરતમાં થઈ શકશે.

''સુરત ?'' રિન્કુએ નવાઈથી પૂછ્યું, ''તમારા ભગવાન ત્યાં છે ?''

''હા... આવીશ ? પ્લીઝ...'' રિન્કુએ રઘુના ગાલ પર ચુંબન કર્યું અને ધીમેથી ડોકું હલાવ્યું. રઘુને શાંતિ થઈ ગઈ. કાલે વહેલી સવારે અહીંથી એક વાર સુરત જવા નીકળી જઈએ પછી નાસીર અને નાસીરના માણસો જખ મારે છે... એણે વિચાર્યું. એણે પણ રિન્કુના હોઠ પર ચુંબન કર્યું, ''તું મારી પત્ની છે. તારું ધ્યાન રાખવું, તારી સલામતીનું ધ્યાન રાખવું મારી ફરજ છે.'' એણે કહ્યું. રિન્કુ કશું સમજી નહીં, પણ રઘુના મનમાં હવે પછીનો પ્લાન ઑફ એક્શન ગોઠવાવા માંડ્યો હતો.

જાણે-અજાણે કિસ્મતે એની સામે એવાં પત્તાં ગોઠવ્યાં હતાં કે નાસીરનું મોત જ હવે એની જિંદગીની કિંમત હતી.

★

બે દિવસ રુકમણિએ રઘુના નંબર સાથે મનોમંથન કર્યા કર્યું.

રઘુને ફોન કરવો કે નહીં એ વિચારે એ ગૂંચવાયા કરતી હતી. પોતે તો અહીંયા ચંદુને ત્યાં કેદ હતી. ચંદુએ એને ખરીદી હતી. પોતાની દુઃખભરી કથા સંભળાવીને એ અહીંથી ભાગી શકે એમ નહોતી. એની પાસે એટલા પૈસા પણ નહોતા કે એ ચંદુને પોતાની કિંમત ચૂકવી આપે. વળી, પોતાના એક જ શૉમાં ચંદુને સમજાઈ ગયું હતું કે રુકમણિ નામની આ ઢીંગલી એને શું કમાવી આપે એમ છે. એટલે ચંદુ હવે એને સસ્તામાં છોડે એ વાતમાં માલ નહોતો. અહીંથી ભાગીને પોતે ક્યાં જાય એની રુકમણિને ખબર નહોતી પડતી.

એનો પાસપૉર્ટ ચંદુ પાસે જમા હતો. એટલે દેશ છોડવાનો સવાલ નહોતો...

બે રાત અને બે દિવસ એણે ખૂબ મગજ કસ્યું. રઘુનો નંબર એના હાથમાં હોવા છતાં રઘુ સુધી નહીં પહોંચી શકવાની એની અસહાયતા એને ભયાનક પીડા આપી રહી હતી...

આખરે એણે ફોન ઉપાડીને રઘુનો નંબર ડાયલ કર્યો...

રિન્કુને પડખામાં લઈને સૂતેલો રઘુ ચોંકીને જાગ્યો. એણે ફોન ઉપાડીનો જોયું તો દુબઈનો નંબર હતો.

''દુબઈથી ?'' એને વિચાર આવ્યો... ''નાસીરે સાદીકને કહ્યું હોય અને સાદીક અમને શોધવાનો પ્રયાસ કરતો હોય એમ બને... હવે કાલે સવારે અહીંથી નીકળી જઈએ ત્યાં સુધી મારે કોઈ ફોન ન ઉપાડવો જોઈએ...'' એણે નક્કી કર્યું. ફોનની રિંગ વાગતી રહી, પણ રઘુએ ફોન લીધો નહીં.

સામા છેડે રઘુ સુધી પહોંચવાના ભયાનક પ્રયાસ કરતી રુકમણિ ફોનની રિંગ સાંભળતી રહી અને અકળાતી રહી.

✷

૧૮

રિન્કુ અને રઘુ સુરત જવા નીકળ્યાં ત્યારે મુંબઈ શહેરમાં હજુ પૂરું અજવાળું પણ નહોતું થયું. રિન્કુએ ઘણા સવાલો પૂછ્યા, ''કેમ આટલા વહેલા ?'', ''અચાનક કેમ નક્કી કર્યું ?'', ''સુરતમાં ક્યાં જવાનું છે ?''થી શરૂ કરીને ''પાછાં ક્યારે આવીશું ?'' સુધીના બધા જ સવાલો એણે પૂછ્યા. એને બ્લાસ્ટના દિવસની ચિંતા હતી. રઘુએ કોઈ પણ હિસાબે એ દિવસે અહીં હાજર રહેવું જોઈએ એવી એની ઇચ્છા હતી. એ નાસીરનું મોત ઇચ્છતી હતી અને બ્લાસ્ટના દિવસે સાદા એન્કાઉન્ટરમાં પણ નાસીર પર ગોળી ચલાવવામાં આવે તો કોઈનેય શંકા ન પડે એવી રિન્કુની ગણતરી હતી.

સામે રઘુએ ઘણું વિચારીને પોતાની બાજી ગોઠવવા માંડી હતી. હવે જો એ બંને જણાને જીવતાં રહેવું હોય તો નાસીરે મરવું જ પડે એવું નક્કી થઈ ગયું હતું. જો નાસીરનું મૃત્યુ થવાનું જ હોય તો એ એવી રીતે થાય, જેનો વધુમાં વધુ ફાયદો રઘુને થાય. હવે જ્યારે બેમાંથી કોઈ એક જણે મરવાનું જ હતું ત્યારે નાસીરનું મોત રઘુના મનમાં નક્કી થઈ ગયું હતું.

રિન્કુના ગમે તેટલા હઠાગ્રહ છતાં પણ રઘુ નાસીરનું ખૂન કરવા માગતો નહોતો. જેણે એને મુંબઈ શહેરમાં આશરો આપ્યો અને જેણે એને અહીં રોટી-રોજી કમાવી આપી એને મરવા દેવાની રઘુની મુદ્દલેય ઇચ્છા નહોતી. પરંતુ હવે બાજી પલટાઈ ગઈ હતી. એક તો રિન્કુએ પરિસ્થિતિ જ એવી ઊભી કરી હતી કે બેમાંથી એકે મરવું પડે અને બીજું નાસીરનો પ્લાન જાણ્યા પછી રઘુને લાગ્યું કે એનું મૃત્યુ અનિવાર્ય હતું. આજે નહીં તો આવનારા દિવસોમાં પણ હવે એણે મરવું પડે એવી સ્થિતિ ઊભી થઈ ગઈ હતી.

બંને જણા સવારે ગાડી લઈને સુરત જવા નીકળ્યાં ત્યારે રઘુએ રિન્કુને એવો અણસાર સુધ્ધાં આવવા દીધો નહીં કે પાછાં આવતી વખતે રઘુ એકલો જ પાછો આવવાનો છે. એણે માવજીને ફોન કરીને બધી બાજી ગોઠવી કાઢી. રિન્કુને ત્યાં લઈ જઈને થોડા દિવસ માટે કેદ કરી દેવાની હતી. રઘુનું નામ ન આવે એ રીતે માવજી એને પોતાના માણસો દ્વારા ઉઠાવી લેવાનો હતો.

અહીં જ્યારે સાચે જ સળગે ત્યારે રિન્કુ અહીં ન હોય તો પોતાની લડાઈ લડવામાં સરળતા રહે એવી રઘુને ખાતરી હતી. સીધી રીતે રિન્કુને કહેવાથી એ મુંબઈ છોડવાની નહોતી અને નાસીર જાણતો હતો કે રઘુની એકમાત્ર નબળાઈ રિન્કુ હતી. એટલે જ્યારે સાચા અર્થમાં યુદ્ધ કરવાનું આવે ત્યારે નાસીર એ નબળાઈનો ઉપયોગ ન કરે એ વાતમાં માલ નહોતો.

આટલું બધું વિચારીને રઘુ સુરત જવા નીકળ્યો હતો.

બંને જણા વાતો કરતાં, વહાલ કરતાં, ફિલ્મી ગીતો સાંભળતાં ડ્રાઈવ કરી રહ્યાં હતાં. રઘુ ઉપરથી એવી રીતે વર્તતો હતો, જાણે કશું બન્યું નથી. પણ એના મગજની નીચલી સતહમાં એકસરખું પ્લાનિંગ ચાલતું હતું. એણે કોઈ પણ સંજોગોમાં રિન્કુને મૂકીને રાત સુધીમાં પાછા ફરવું પડે. પછી પોતાના રહેવાની વ્યવસ્થા કરીને હથિયારની વ્યવસ્થા કરવી પડે. એની પાસે બે રિવૉલ્વર હતી, પણ નાસીરને મારવા માટે થોડું વધુ આધુનિક હથિયાર હોય તો સરળ પડે.

એણે જિંદગીમાં ક્યારેય નહોતું કર્યું એવું કામ, છેતરપિંડી, બનાવટ અને નાટક કરવાનો હતો એ. આખોય તખતો એણે ગોઠવી નાખ્યો હતો.

હવે એ પ્રમાણે જો બધું બરાબર ચાલે તો બ્લાસ્ટના દિવસે સવારે જ નાસીર આ દુનિયામાં ના હોય એમ બને.

એ સાચા હૃદયથી બ્લાસ્ટ રોકવા માગતો હતો. પરંતુ જ્યાં સુધી એ સમજી શક્યો હતો ત્યાં સુધી નાસીરનું પ્લાનિંગ એટલું ફૂલપ્રૂફ હતું કે હવે કશું રોકી શકાય એમ નહોતું. નાસીરને મારી નાખતા પહેલાં એનાં બેનામી એકાઉન્ટ્સ, પૈસા અને કોન્ટેક્ટની વિગતો લઈ લેવી જરૂરી હતી. આ બધું ત્યારે જ થઈ શકે, જ્યારે નાસીરને એના પર આંધળો વિશ્વાસ આવી જાય ને એ પણ અચાનક.

અઘરું હતું, અશક્ય નહીં... બંને જણા સુરત પહોંચ્યાં કે રઘુ એને અંબાજી રોડ પર માતાજીના મંદિરમાં દર્શન કરવા લઈ ગયો. 'બાધા છે...' વગેરે કહીને નાની-મોટી વિધિ કરાવી. ત્યાં સુધીમાં રિન્કુને વિશ્વાસ બેસી ગયો કે રઘુ સાચે જ એની કુળદેવીનાં દર્શન કરાવવા લાવ્યો હતો. દર્શન વગેરે પત્યા પછી બંને જણા પીપલોદ પર આવેલી 'સેફ્રોન' રેસ્ટોરાંમાં જમ્યાં...

ત્યાંથી બહાર નીકળતાં હતાં કે રઘુએ એને પૂછ્યું, ''સાડીબાડી લેવી છે કાંઈ? આ મારું ગામ છે હોં...''

રિન્કુએ માથું હલાવીને ના પાડી, ''કશું લેવું નથી, પણ તારું જૂનું ઘર જોવું છે. તારા મિત્રોને મળવું છે.''

રઘુને ખાતરી હતી કે રિન્કુ આવું કશુંક કહેશે. એટલે એણે માનસિક તૈયારી રાખી જ હતી. એણે ગાડી સીધી મુગલ સરાઈ તરફ થઈને વેડ રોડ તરફ લીધી. માવજી સાથેનું સેટિંગ પણ એ જ હતું. વેડ રોડ પર આવેલા નાનાં નાનાં મકાનોની ગલીઓમાંથી રિન્કુને ઉપાડી લેવી અને એ જ ગલીઓમાં ગોળ ગોળ ફેરવીને ગૂંચવી નાખવી. પછી એવી જગ્યાએ બંધ કરી દેવી, જ્યાં એને બધી જ સગવડ મળી રહે પણ ચાર દિવસ સુધી ત્યાંથી નીકળવાનો વિચાર સુધ્ધાં કરી શકે નહીં.

બંને જણા વેડ રોડ પરનાં મકાનોની નજીક ગાડી પાર્ક કરીને ઊતર્યાં. રઘુ એને ચાલતાં ચાલતાં હરિહરનગરમાંથી પસાર કરીને લઈ જતો હતો. બંને જણા ચાલી જેવાં મકાનો પાસેથી પસાર થતાં હતાં કે અચાનક બંને તરફથી બબ્બે માણસો એમની સામે આવીને ઊભા રહી ગયા. રિવૉલ્વર તાકીને રઘુની સામે ઊભા રહ્યા.

''આજે નહીં... આજે મારી વહુને લઈને પહેલી વાર આવ્યો છું.''

''તો તો વધારે સારો મોકો છે. એ પણ જાણેને કે તારામાં કેટલું પાણી છે.'' માવજીએ શીખવ્યા મુજબ એના માણસે રઘુને પડકાર ફેંક્યો.

''મારે લડાઈ-ઝઘડો કે ખૂનખરાબો નથી કરવો. હવે વાત જૂની થઈ ગઈ. ગઈ ગુજરી ભૂલી જા.''

''શાબાશ... તું અમારું નુકસાન કરીને ભાગી ગયો એટલે હવે તારે ગઈ ગુજરી ભૂલી જવી છે. અમારો હિસાબ ચૂકતે કર્યા વગર અમે અહીંથી નથી જવાના.''

"હું પાછો આવીશ, આજે નહીં." રિન્કુને પૂરેપૂરો વિશ્વાસ આવે એ માટે રઘુએ વાત લાંબી ચલાવી. ખાસ્સી રકઝકના અંતે એ ચારમાંના એક માણસે આવીને રઘુના જડબા પર મુક્કો માર્યો. હવે રઘુ પાસે સ્વબચાવ સિવાય બીજો કોઈ રસ્તો નહોતો એવું સાબિત થઈ ગયું. ત્યાં દેખાવ પૂરતી થોડી મારામારી કરીને રઘુએ એ લોકોને રિન્કુને લઈ જવા દીધી. ચાર જણા રિન્કુને લઈને બાજુની ગલીમાં ગુમ થઈ ગયા. રઘુ એમની પાછળ દોડ્યો, રિન્કુ બૂમો પાડતી રહી, પરંતુ એ લોકો એને લઈને એકથી બીજી અને બીજીથી ત્રીજી ગલીમાં એવી સિફતથી ખોવાયા કે રિન્કુ પણ મૂળ રસ્તો ભૂલી ગઈ.

કોઈ એક ગલીના નાકે ઊભેલી ઇનોવામાં રિન્કુને બેસાડીને એ લોકો ડુમસ રોડ તરફ નીકળી ગયા.

રિન્કુ હાથ-પગ પછાડતી રહી, ચીસો પાડતી રહી. એને કોઈ નુકસાન ન થાય એ રીતે પેલા ચારેય જણા એને ધમકી આપતા રહ્યા, પણ હાથ ઉપાડ્યો નહીં. આખરે ડુમસ રોડ પર આવેલા એક નાનકડા ફાર્મહાઉસ જેવા મકાનના કંપાઉન્ડમાં ગાડી દાખલ થઈ.

"નીચે ઊતર." એમાંના એક માણસે જરા કડક રીતે કહ્યું.

"નહીં ઊતરું." રિન્કુ પોતાની વાત પર અડી ગઈ. ખાસ્સી ઝપાઝપી અને રકઝક પછી આખરે એ લોકોએ રિન્કુને બહાર ખેંચી કાઢી. ફાર્મહાઉસની અંદર લઈ જઈ એ લોકોએ રિન્કુને મૂકી દીધી. બારણું બંધ કરતા પહેલાં ફ્રીઝમાં મૂકેલો ખાવાનો સામાન, ગૅસકૂકર, પીવાનું પાણી અને બાથરૂમ બતાવી દીધાં...

રિન્કુ બૂમો પાડતી રહી અને દરવાજો બહારથી બંધ થઈ ગયો.

★

રિન્કુને ઉઠાવીને માવજીના માણસો નીકળ્યા કે તરત જ રઘુએ ગાડી મુંબઈ તરફ લઈ લીધી. એકસો પચાસ - એકસો સાઠની સ્પીડે એ સડસડાટ મુંબઈ તરફ નીકળ્યો, પરંતુ ટ્રાફિક અને બીજા પ્રશ્નોને કારણે મુંબઈ પહોંચ્યો ત્યારે રાત પડી ગઈ હતી. સમય બગાડ્યા વિના એ સીધો નાસીરના ઘરે પહોંચી ગયો.

નાસીર અગિયારમી તારીખની મસલતોમાં વ્યસ્ત હતો. એના

માણસો જાણતા હતા કે રિન્કુએ ફોન કરીને કમિશનરને બ્લાસ્ટની ઈન્ફર્મેશન આપી દીધી છે. તેમ છતાં રઘુને અહીં આવેલો જોઈને સૌને નવાઈ લાગી. કોઈ એને રોકે કે કશું પૂછે એ પહેલાં રઘુ સડસડાટ નાસીરભાઈના રૂમમાં પહોંચી ગયો.

''ભાઈ...'' એ જઈને સીધો નાસીરભાઈની સામે ઊભો રહી ગયો. પોતાની રિવૉલ્વર એમના ટેબલ પર મૂકી, ''હું તમારો ગુનેગાર છું. મને મારી નાખો.''

આ દૃશ્ય અને પરિસ્થિતિ નાસીરની કલ્પના બહારનાં હતાં એટલે શું કરવું એ એને સમજાયું નહીં. બે-ચાર ક્ષણો પછી કળ વળી ત્યારે નાસીરે ગુસ્સામાં એની સામે જોયું, ''અહીં શું કામ આવ્યો છે ?''

''મારી વફાદારી સાબિત કરવા ભાઈ...''

''મને શું...'' નાસીરથી ગાળ બોલાઈ ગઈ, ''.........સમજે છે ?''

''ભાઈ, તમારું નમક ખાધું છે. આ શહેરની પહેલી રોજી અને પહેલી રોટી તમે આપી છે. હું ક્યારેય તમારી સાથે બેઈમાની નહીં કરું.'' આ કહેતી વખતે રઘુની અંદર શારડી ફરી વળતી હતી. આખી જિંદગી સામી છાતીએ લડેલો આ માણસ અભિનય કરતી વખતે પોતાની જાતને ઓછી અને નાની અનુભવતો હતો, પણ હવે એની પાસે બીજો કોઈ રસ્તો નહોતો એટલું એને સમજાઈ ગયું હતું.

''જા, તારી બૈરીને લઈ આવ. બેઈમાની એણે કરી છે, તેં નહીં.''

''એને તો રાત્રે મેં બહુ મારી. સવારના ઘર છોડીને ભાગી ગઈ છે તે હજુ સુધી આવી નથી.''

''સાચું બોલે છે ?''

''આ ઘોડાના સોગંદ ભાઈ...જો જુઠ્ઠું બોલતો હોઉં તો અહીંયાં શું કામ આવું ?'' રઘુનો અભિનય એટલો અદ્ભુત હતો અને એનો સવાલ એટલો સાચો કે નાસીરને એની વાત ગળે ઊતરી ગઈ, ''તમે તો જાણો છો, મને એની સાથે પરણવામાં કોઈ રસ નહોતો. મેં તો તમારા હુકમનું પાલન કર્યું છે.'' આ વાતની નાસીર પણ ના પાડી શકે એમ નહોતો.

એ થોડી વાર રઘુ સામે જોતો રહ્યો. પછી એણે આંખો ઝીણી કરી,

"તો અહીં શું કામ આવ્યો છે ?"

"અહીં ના આવું તો ક્યાં જાઉં ભાઈ ? મારા માટે તો તમે જ અન્નદાતા છો, તમે જ ભગવાન છો..."

નાસીર સાચે જ ગદ્‌ગદ થઈ ગયો. એને આ માણસની વફાદારી પર કોઈ શક રહ્યો નહીં, "દેખાય તો ઉડાવી દેજે સાલીને... હું તને કહું છું." નાસીરે ઊભા થઈને એનો ખભો થાબડ્યો, "મારી ભૂલ થઈ ગઈ, બાઈ પર ભરોસો કરાય જ નહીં. એ બહેન હોય કે બૈરી... સાલી આખરે તો ઔરત જાત..."

"ભાઈ, તમે મને નહીં કાઢો ને ? હું તમારા વિના ક્યાં જઈશ ?"

"અરે ના રે... શું કાઢું તને ? તું તો મારો માણસ છે. મારો વફાદાર, ખાસ સાથી છે તું." નાસીરે એને ગળે લગાડ્યો. રઘુનું પહેલું કામ પૂરું થયું હતું. હવે એણે બીજું કામ હાથમાં લેવાનું હતું.

"તું આ ઑપરેશનમાં મારી સાથે જ છે, સાથે જ રહેજે." નાસીરે અનાયાસે જ કહી દીધું. રઘુને જે જોઈતું હતું તે મળી ગયું. હવે જો એ નાસીરની સાથે હોય તો એને ઉડાવવો અઘરો નહોતો. એને 'હાશ' થઈ ગઈ.

★

વારંવાર સેલફોન પર રઘુને સંપર્ક કરવાનો પ્રયત્ન કર્યા છતાં જ્યારે રઘુએ ફોન લીધો નહીં ત્યારે રુકમણિએ મુંબઈ પહોંચવાના બીજા રસ્તા શોધવા માંડ્યા. ચંદુ એનો પાસપૉર્ટ પાછો નહીં આપે એની એને ખબર હતી. એટલે એણે સાદીકને ફોન કર્યો, "હું બોલું છું."

"બોલ... હું તારો જ વિચાર કરતો હતો. આજે હિન્દુસ્તાન જાઉં છું."

"મારે તમારી સાથે આવવું છે."

"ગાંડી થઈ ગઈ છે ? હું ફરવા નથી જતો. જિંદગી અને મોતની લડાઈ થશે ત્યાં."

"ફરવા જતા હોત તો ના આવત. તમે તકલીફમાં છો એટલે જ મારે તમારી સાથે આવવું છે." એણે પતિવ્રતા ધર્મપત્નીની જેમ કહ્યું, "સુખમાં મને સાથે નહીં લઈ જાવ તો ચાલશે, પણ મુશ્કેલીમાં તમારી સાથે હોઉં એનું જ નામ પ્રેમ."

સાદીક ગળગળો થઈ ગયો. એને આવી કોઈ સ્ત્રી મળશે એવી કલ્પના સુધ્ધાં નહોતી. રુકમણિ સમજી ગઈ હતી કે સાદીકની એકમાત્ર નબળાઈ પ્રેમ અને વફાદારી છે. એટલે એના ઉપર રોકડી કરી લેવાનું એણે નક્કી કર્યું હતું. રઘુ સુધી પહોંચવા માટે જીવન-મરણનો દાવ ખેલી નાખવાની એણે ગાંઠ વાળી હતી.

''તું મને પ્રેમ કરે છે ?''

''નહીં તો શું વેશ્યા બનીને આવી હતી તમારા રૂમમાં ?'' રુકમણિએ આઘાત લાગ્યો હોય તેમ વાતને બહેલાવી, ''તમે પણ મને બીજાની જેમ...''

''અરે ના... હું એવું નથી કહેતો.'' સાદીકને સાચે જ લાગી આવ્યું, ''રુકી... ત્યાં એક કલાક પણ નહીં મળે તારા માટે.''

''હું કંઈ હનીમૂન પર નથી આવતી. તમારી મદદ કરીશ. તમારું ધ્યાન રાખીશ. કદાચ તમને કંઈ થાય તો તમારી સેવા માટે...'' એણે અવાજને બને એટલો લાગણીશીલ કરી નાખ્યો, ''તમારી દાસી છું હું.''

''સાચે જ આવવું છે તારે ?'' રુકમણિ ખુશ થઈ ગઈ. સાદીક પલળ્યો હતો.

''હજી પૂછો છો ?''

''હું તારી વ્યવસ્થા કરું છું. તું તૈયાર રહેજે.''

''પણ મારો પાસપોર્ટ તો ચંદુ પાસે છે.'' રુકમણિએ કાળીનો એક્કો ફેંક્યો.

''એ બધું થઈ પડશે. તું તૈયાર રહેજે. હું કહું એટલે દસ મિનિટમાં નીકળવું પડશે.''

''જરૂર. મારે વળી અહીંથી શું લેવાનું છે... તમારો હાથ પકડીને નીકળી જાઉં તો શું જોઈએ મારે ?'' એણે સાદીકને પ્રેમના મારથી અધમૂઓ કરી નાખ્યો હતો.

ફોન મૂકીને સાદીકે સીધો ચંદુને ફોન જોડ્યો.

તો, ફોન મૂકીને રુકમણિ ભારત જવાની તૈયારીઓમાં ગૂંથાઈ ગઈ.

*

૧૯

રુકમણિનો ફોન મૂકીને સાદીકે ચંદુને ફોન જોડ્યો, ''બોલોને સાહેબ...''

''રુકમણિનો પાસપૉર્ટ જોઈએ છે. હું માણસ મોકલું છું. કાઢી રાખજે.''

''પણ સાહેબ...''

''માણસ તને દસ લાખ રૂપિયા આપશે... એને પાસપૉર્ટ આપજે. બાકીનો હિસાબ હું આવીને કરીશ.''

ચંદુ પાસે ઝાઝું બોલવાની જગ્યા નહોતી. સાદીક પણ ઉતાવળમાં હતો. એણે હુકમ કરીને ફોન મૂકી દીધો. ચંદુ મનમાં ઘણો અકળાયો, પણ હવે કંઈ થઈ શકે એમ નહોતું. રુકમણિને સાદીકની પાર્ટીમાં મોકલીને એણે જિંદગીની મોટામાં મોટી ભૂલ કરી હતી એમ એને લાગ્યું. સોનાનાં ઈંડાં આપતી મરઘીને સાદીક ઉઠાવી જશે એ વાતે ચંદુનું મગજ ચકરાવે ચડ્યું. એણે બધી છોકરીઓના પાસપૉર્ટ રાખ્યા હતા ત્યાંથી રુકમણિનો પાસપૉર્ટ તો બહાર કાઢ્યો, પણ હજી એનું મન માનતું નહોતું. એણે છેલ્લો દાવ ખેલી જોવાનો પ્રયત્ન કર્યો.

રુકમણિ જો સાદીક સાથે જવા રાજી ન હોય તો આમાં કંઈક થઈ શકે એમ વિચારીને એ રુકમણિના ફ્લેટ પર પહોંચ્યો, એણે રુકમણિના રૂમનો દરવાજો ખખડાવ્યો, ''રુકી... સાદીક તારો પાસપૉર્ટ માગે છે.''

''કેમ ?'' રુકમણિએ મોટી મોટી આંખોમાં નવાઈ છલકાવી.

''એ જ તો...'' ચંદુને લાગ્યું કે રુકમણિ કશું જાણતી જ નહોતી, ''એને તો હવે કોઈ પણ રીતે તારા માલિક થઈ જવું છે.''

''મેં તો તને કહ્યું હતું કે મને ના મોકલ...'' ચંદુ અકળાયો,

"ખરો માણસ છે. મારી કરેલી-કારવેલી ખેતી પર એને આખું વરસ અનાજની કોઠીઓ ભરવી છે."

"ના પાડી દેને..." રુકમણિએ લાડ કર્યા, "એમ કોઈ માગે એટલે તું મારો પાસપૉર્ટ આપી દઈશ ?"

"એવું નથી રુકી, એની સાથે વેર કરવું મને નહીં પોસાય."

"મને તો એમ કે તું બહાદુર છે, પણ તું તો..." રુકમણિને જાણે મજા પડતી હતી. એ મનોમન જાણતી હતી કે સાદીકે માગ્યો છે એટલે પાસપૉર્ટ આપ્યા વિના ચંદુને છૂટકો નથી. હવે ચંદુને માનસિક ત્રાસ આપવામાં રુકીને જાણે ઉંદર-બિલાડી જેવી મજા આવતી હતી.

"રુકી, એ તને લઈ જશે તો મારો તો..." ચંદુ કહેવા માગતો હતો કે *ધંધો બંધ થઈ જશે,* પણ એ કશું બોલ્યો નહીં.

"ચંદુ, મને તો એમ કે અહીંયાં રહીશ, કમાઈશ પછી દેશમાં પાછી જઈને લગન કરીશ. તેં તો મારી જિંદગી જ..." રુકમણિએ અસહાય હોવાનું નાટક ચાલુ રાખ્યું.

"હા, પણ..." ચંદુને પોતાની ભૂલ સમજાતી હતી, "તું ના પાડી દે તો એ તને નહીં લઈ જાય."

"હું કેવી રીતે ના પાડું ? એણે મને તો કશું પૂછ્યું જ નથી. તમે બંને જણાએ વસ્તુની જેમ મારો વ્યવહાર કરી નાખ્યો. તેં મને વચન આપ્યું હતું કે તું મારી ઈજ્જતનો સોદો નહીં કરે, તેમ છતાં તને નુકસાન ન થાય માટે મેં..." રુકમણિએ તો વળી ઊંધી જ વાત શરૂ કરી, "મારે નથી જવું ભારત..."

"રુકી, એણે તો તારો પાસપૉર્ટ જ માગ્યો છે." ચંદુ પોતે જ અસહાય થઈ ગયો હતો, "હવે તને એ છોડશે નહીં."

"ચંદુ, એની જિંદગીનો શો ભરોસો ? કાલે ઊઠીને એન્કાઉન્ટર થઈ જાય તો મારું કોણ ? કોની ગોળી પર એનું મોત લખ્યું છે એની મને ક્યાં ખબર છે ?"

"હા પણ...હવે મારી પાસે કોઈ રસ્તો નથી." ચંદુએ હાથ ઊંચા કરી દીધા.

રુકમણિ મનોમન ખુશ થઈ ગઈ. કોઈ પણ રીતે એ ભારત જવા

માગતી હતી અને સાદીક સાથે જવું એટલે સીધા રઘુની સામે જ પહોંચી જવાનો સરળ રસ્તો. એણે પણ અસહાય હોવાનો ડોળ કરતાં કહ્યું, ''શું થાય હવે ? આપી દે એને પાસપૉર્ટ. મારી જિંદગીનું હું ફોડી લઈશ. તને નુકસાન ના થવું જોઈએ.''

રુકમણિએ ધાર્યું કર્યું અને તોય ચંદુને લાગ્યું કે રુકમણિએ એના પર ઉપકાર કર્યો. એની બેગ પેક જ હતી. જેવો ચંદુ ગયો કે રુકમણિએ ખુશખુશાલ થઈને ફરી એક વાર રઘુને ફોન કર્યો.

આ વખતે રઘુ નાસીરની સાથે હતો. દુબઈનો નંબર જોઈને એણે ફોન ઉપાડ્યો.

''રઘુ...'' રુકમણિના અવાજમાં છલકાતી ખુશી રઘુ સાંભળી શક્યો.

''કોણ ?'' અવાજ ઓળખ્યા છતાં રઘુ ઝંખવાઈ ગયો. આ એનો નવો નંબર હતો અને એણે છેલ્લે મળેલા ખબર મુજબ હવે રુકમણિ ક્યારેય એના સુધી પહોંચી શકે એમ નહોતી. તેમ છતાં આ અચાનક આવી પડેલા ફોને એના આખાય અસ્તિત્વને હચમચાવી નાખ્યું. રુકમણિનો અવાજ આજે પણ રઘુની નસનસમાં ઉન્માદ જગાડતો હતો.

રુકમણિ સાથે ગાળેલી ક્ષણો ફક્ત એનો અવાજ સાંભળતાં જ જાણે જીવતી થઈ ગઈ. રઘુને લાગ્યું કે રુકમણિ સ્વયં એની સામે ઊભી છે. રિન્કુ સાથે આટલા ઉત્તમ સંબંધો છતાં પણ રુકમણિ હજુ સુધી એના મન અને મગજમાંથી નીકળી નહોતી એવું રઘુને અત્યારે પહેલી વાર સમજાયું.

''હું રુકી... તારી રુકમણિ...''

''કોણ ? ઓળખાણ ના પડી.'' નાસીર એની બાજુમાં ઊભો હતો. રઘુ માટે ક્ષણે ક્ષણ કીમતી હતી. નાસીરને સહેજ પણ વહેમ પડે કે નાનકડી પણ શંકા એના મગજમાં સળવળે તો આટઆટલા કર્યા કારવ્યા પર પાણી ફરી વળે. એટલે એણે જાત પર ભયાનક સંયમ રાખ્યો.

''રઘુ ? તને મારી ઓળખાણ નથી પડતી ?'' રુકમણિનો અવાજ ડુમાઈ ગયો, ''તું મને સાવ જ ભૂલી ગયો છે કે પછી વાત નથી કરવા માગતો મારી સાથે ?''

''જુઓ, તમે કોઈ ખોટો નંબર લગાડ્યો છે.'' રઘુ વારંવાર એને

ના કહી રહ્યો હતો, પરંતુ ફોન મૂકી દેવાની કે કાપી નાખવાની એની માનસિક તૈયારી નહોતી.

“કોણ છે ?” હવે નાસીરના કાન સળવળ્યા.

“ખબર નથી.”

“તો પછી મૂકી દે ફોન.” નાસીર અકળાયો. રુકમણિ આ સંવાદ સાંભળી શકી. એને સમજાયું કે રઘુની સાથે કોઈ છે, જે રઘુના સમય અને અત્યારની પરિસ્થિતિ પર કાબૂ ધરાવે છે.

એણે સમજદારીથી કહ્યું, “હું તને ક્યારે ફોન કરું ? મારે તારી સાથે અગત્યની વાત કરવી છે.”

“જુઓ... મને લાગે છે તમે સાચો નંબર શોધી કાઢો. તમે જેને શોધો છો એ માણસ હું નથી.” રઘુએ ફોન ડિસકનેક્ટ કર્યો. ફોન તો કપાઈ ગયો, પણ રઘુના મનમાં રુકમણિનો અવાજ ઘુમરાતો રહ્યો. હવે એની સાથે ક્યારે વાત થઈ શકશે એ બાબતે એનું મન ઉચાટ અનુભવવા લાગ્યું. રુકમણિએ જ્યારે કહ્યું કે અર્જન્ટ કામ છે અને વાત કરવી છે ત્યારે એને સાચા અર્થમાં ચિંતા થઈ. *ખરેખર કંઈ મુશ્કેલીમાં હશે ? દુબઈમાં ફસાઈ હશે ? પૈસાની જરૂર હશે કે કોઈએ એની સાથે દુર્વ્યવહાર કર્યો હશે,* જેવા કેટલાય સવાલો એના મનમાં ઊઠી ઊઠીને એને સતાવવા લાગ્યા.

પરંતુ અત્યારે નાસીર સિવાયની બીજી કોઈ વાત થઈ શકે એમ નહોતી. નાસીરને માંડ માંડ પડેલો વિશ્વાસ જો કોઈક કારણસર ગૂંચવાય તો આવતી કાલે ફાટેલો નાસીરના મોતનો પરવાનો કેન્સલ થઈ જાય. જો નાસીર બચી જાય તો રઘુ અને રિન્કુએ મરવું પડે. એટલે આ રમતમાં હમણાં નાનકડી પણ ગફલત રઘુનો પોસાય એમ નહોતી.

“તમે કંઈક કહેતા હતા.” એણે નાસીરની વાતનું અનુસંધાન સાધવાની કોશિશ કરી.

“શું કહેતો હતો ?” આ ટેલિફોનની માથાકૂટમાં નાસીર મૂળ વાત ભૂલી ગયો હતો.

“પેલી કંઈ ઑપરેશનની વાત કરતા હતાને ભાઈજાન...” રઘુ કોઈ પણ રીતે નાસીરની સાથે જવા કટિબદ્ધ હતો. એણે નાસીરને યાદ

કરાવ્યું. થોડીક વાર પહેલાં નાસીરે કહ્યું હતું - તું આ ઑપરેશનમાં મારી સાથે જ રહેજે...

''અરે હા હા... આવતી કાલે આપણે બહુ જ મોટું કામ કરવાનું છે. સવાર આઠ વાગ્યે મને મળજે.'' એણે રઘુનો ખભો થાબડ્યો, ''તું મારો માણસ છે... આજના જમાનામાં વફાદાર માણસ મળે છે ક્યાં ?''

''વફાદાર ?'' રઘુને મનોમન હસવું આવી ગયું, ''વફાદારી જોઈતી હોય તો કૂતરો પાળ નાસીર...'' એ મનમાં જ ગાળ દઈને બોલ્યો, ''કાલે સાંજે મારી વફાદારી તારા શરીરના ચીંથરેચીંથરા કરી નાખશે અને પછી હું મુંબઈ પર રાજ કરીશ.''

''કાલ સુધીમાં જો તારી બૈરી મળે તો એને લઈને આવજે.'' હવે નાસીરે રિન્કુનું નામ લેવાનું પણ બંધ કર્યું હતું. એક જમાનામાં જે બહેનને એ હથેળીમાં પગ મુકાવતો હતો, એના મોઢામાંથી બોલે એ પહેલાં એની ઈચ્છા પૂરી કરતો હતો. એ જ બહેન આજે એની દુશ્મન થઈ ગઈ હતી.

''મળશે તો હું જ મારી નાખીશ. તમને વહાલી હતી એટલે મેં તો...'' રઘુએ પોતાનું સ્ટેન્ડ ક્લિયર કરવાનો પ્રયાસ કર્યો, ''મેં કોઈ દિવસ નહોતું વિચાર્યું કે રિન્કુ આવી નીકળશે.''

''સગા એ સગા ને સૌતેલા એ સૌતેલા...'' નાસીરે જાણે તામ્રપત્ર બહાર પાડતો હોય એવી રીતે જગતનું મહાન સત્ય ઉચ્ચાર્યું, ''જેને થોડીક મદદ કરી છે એવો માણસ પણ વફાદારી છોડતો નથી અને એક એ છે...'' આજે પહેલી વાર એની આંખમાં પાણી આવી ગયાં. રઘુ જોઈ શક્યો કે એને બહેન સાચે જ વહાલી હતી. પિતાનું ખૂન સત્તાની લાલસા કે કોઈની ચઢવણીમાં થઈ ગયું હોય એવું બને, પણ હવે શું ? હવે ઘણું મોડું થઈ ગયું હતું. નાસીર પાસે ફક્ત વીસ કલાક હતા.

રઘુ દુઆસલામ કરીને બહાર નીકળતો હતો ત્યાં નાસીરે એને અટકાવ્યો, ''આજે સાદીક આવે છે, તું જશે એને ઍરપૉર્ટ લેવા ?''

''જરૂર...'' રઘુએ સહેજ પણ અનાકાની કર્યા વિના હા પાડી, કારણકે આ ઑપરેશનમાં સાદીકની નજીક હોવું એટલે ઑપરેશનની રજેરજ વિગતોથી માહિતગાર હોવું - એટલું રઘુ સમજી શક્યો હતો.

★

સાદીકની સૂચના મુજબ એનો માણસ દસ લાખ રૂપિયા લઈને ચંદુ પાસે પહોંચી ગયો. સામે ચંદુએ રુકમણિનો પાસપૉર્ટ આપી દીધો. પાસપૉર્ટ સાદીકના હાથમાં પહોંચ્યો ત્યારે સાદીકે ચંદુને ફોન કર્યો, ''ચંદુ, મારા પર તારો ઉપકાર રહેશે. પાછો આવીને તને માલામાલ કરી દઈશ. તેં મને જે આપ્યું છે એના બદલામાં તને જે આપીશ એની તને કલ્પના નથી.''

''મારા સાહેબ, તમે કંઈ આપો કે નહીં, તમારી ખિદમત કરવી એ મારી ફરજ છે.''

''ચંદુ, જે માણસ મારા માટે કંઈ કરે છે એને મેં હંમેશાં ત્રણગણું કરીને આપ્યું છે. હું બે દિવસમાં હિન્દુસ્તાનથી પાછો આવીશ. વિચારી રાખજે, તારે શું જોઈએ છે...'' સાદીકે ફોન કાપ્યો.

એ ગાડીમાં ઍરપૉર્ટ પહોંચ્યો ત્યારે બીજી ગાડી રુકમણિને લેવા એના અપાર્ટમેન્ટ પર પહોંચી ગઈ હતી.

રુકમણિને ઍરપૉર્ટ પર જોઈને સાદીક જેવા પથ્થરહૃદય માણસની આંખમાં ઝળઝળિયાં આવી ગયાં. એણે આગળ વધીને રુકમણિને આલિંગન આપ્યું. થોડીક ક્ષણો રુકમણિને વહાલથી પકડી રાખી. એના વાળમાં હળવેથી આંગળીઓ ઘુમાવી અને કપાળ પર ચુંબન કર્યું, ''તું મારું ગુડલક છે.'' રુકમણિ એક ક્ષણ માટે અંદરથી હાલી ગઈ. એની તમામ લુચ્ચાઈઓ અને ગણતરીઓ પછી પણ આ માણસની સચ્ચાઈ અને એનો પ્રેમ એને સ્પર્શી ગયો, ''હું આની સાથે બરાબર કરું છું ?'' એને વિચાર આવ્યો, ''મોહબ્બત અને જંગમાં બધું જ જાયઝ છે...'' એના મને એને કહ્યું. પોતે જે કંઈ કરી રહી હતી એને એણે સાચું ઠેરવવાનો પ્રયાસ કર્યો. જો હું સાદીકનો ઉપયોગ નહીં કરું તો હું ક્યારેય મારા રઘુ સુધી નહીં પહોંચું... એના મને કહ્યું ત્યારે એના આત્માએ એને પૂછ્યું, ''તારો રઘુ ? જેણે તને ઓળખવાની ના પાડી એ રઘુ ?'' એના મને જ એનો જવાબ આપી દીધો. એ મુશ્કેલીમાં હશે, નહીં મારો રઘુ આવું કરે નહીં... એણે મનોમન ફરી એક વાર જાતને મજબૂત કરી અને રઘુ સુધી પહોંચવા માટે સાદીકનો પુલ બનાવવાની તૈયારી કરવા માંડી...

★

ઍરપૉર્ટ જઈ રહેલા રઘુને સ્વપ્નેય કલ્પના નહોતી કે એનો સામનો

કોની સાથે થવાનો છે. એ તો સાદીકને લઈને પાછા આવતી વખતે એને કઈ રીતે ટ્રેપમાં લેવો અને એની સાથે કયા પ્રકારના દાવપેચ રમવા એનો જ વિચાર કર્યા કરતો હતો. એને એ જ વખતે રિન્કુનો વિચાર આવ્યો. એણે માવજીને ફોન લગાડ્યો, ''કેમ છે મારી ઘરવાળી ?''

''મજામાં છે. પિત્ઝા અને કૉક હમણાં જ પહોંચાડ્યાં છે.''

''અલ્યા, એટલી સારી રીતે ના રાખતા કે ઘેર આવવાની ના પાડે.'' એણે મજાક કરી. સાથે જ ગંભીરતાથી કહ્યું, ''તું માને છે એટલી ડફોળ કે ગાફેલ નથી, હોં ... ડૉનની બહેન છે. ધ્યાન રાખજો. બાકી તમને ક્યારે ચકમો આપી દેશે એની તમને ખબર નહીં પડે.''

''મોબાઈલ ફોન લઈ લીધો છે. ફાર્મહાઉસમાં ફોન નથી. ત્રણ દરવાજા બહારની તરફ ખૂલે છે. ત્રણેય પર માણસો છે, હાથમાં ભરેલી રિવોલ્વર સાથે...''

''મારી બૈરીનો વાળ વાંકો થયો તો જીવ લઈશ, એટલું યાદ રાખજો. ફક્ત ચોવીસ કલાક સાચવવાના છે. પછી...''

''પછી ભાગવાનો રસ્તો કરી આપીશું ભાભીને...'' માવજી હસ્યો, ''તું ચિંતા ના કર... બધું બરાબર ગોઠવાયેલું છે.''

''રુકીને ફોન નંબર તેં આપ્યો ?''

''ના, ના... મૂરખ છે તું ? હું એને શું કામ તારો નંબર આપું ?''

''એનો ફોન હતો... દુબઈથી...'' રઘુના અવાજમાં એક થડકારો હતો.

''અલ્યા, ફોનમાંથી બહાર ના કૂદી પડ. આટલો ડરે છે શું કામ ?'' માવજી હસી રહ્યો હતો, ''તને ખબર છે કે દુબઈથી ફોન હતો એટલે આવીને વળગી નહીં પડે એટલો તો સધિયારો રાખ મારા ભાઈ...'' આ કહેતી વખતે માવજીને કલ્પના નહોતી અને રઘુને અણસારો નહોતો કે ગણતરીની મિનિટો પછી રુકમણિ એની સામે આવીને ઊભી રહેવાની હતી.

રઘુની જિંદગીનો આખેઆખો ભૂતકાળ, જેનાથી અત્યાર સુધી ભાગતો ફરતો હતો એ થોડીક જ મિનિટો પછી જીવતો-જાગતો-સદેહ એની સામે ઊભો રહી જવાનો હતો.

રઘુએ એરપોર્ટના પાર્કિંગમાં ગાડી પાર્ક કરી અને અરાઈવલ લૉન્જ તરફ જઈને વિમાનમાંથી ઊતરતા પ્રવાસીઓ જ્યાંથી બહાર આવતા હતા ત્યાં ઊભેલા ટોળાની સાથે ઊભા રહીને સાદીકની પ્રતીક્ષા કરવા માંડી.

*

૨૦

સાદીક અને રુકમણિ વિમાનમાંથી ઊતરી, ઈમિગ્રેશન ક્રોસ કરીને અરાઈવલ લૉન્જ તરફ આગળ વધ્યાં. ટ્રોલી પર મૂકેલી બૅગ્સને ધકેલતો સાદીક આગળ ચાલી રહ્યો હતો. રુકમણિ પોતાની પર્સ સંભાળતી આમતેમ જોતી ચાલતી હતી. અચાનક એની નજર સામે ઊભેલા રઘુ પર પડી. એને થયું કે ઈશ્વરે એની પ્રાર્થના સાંભળીને રઘુને એની સામે મોકલી આપ્યો હતો. એણે કોઈ પણ રીતે સાદીકને હટાવવો પડે, તો જ રઘુ સાથે વાત થઈ શકે...

રઘુ ચારે બાજુ બાઘા મારતો હતો. એ સાદીકને ઓળખતો હતો. એટલે સાદીકના આવવાની રાહ જોતો એ પસાર થતાં મુસાફરોના ટોળાની વચ્ચે પોતાની નજરોને ઘુમાવી રહ્યો હતો.

રુકમણિએ સાદીકની પાસે જઈને એના ખભે હાથ મૂક્યો, ‘‘હું બે જ મિનિટમાં આવું.’’

‘‘મુંબઈ પહોંચીને ખોવાઈ ના જતી...’’ સાદીકે મજાક કરી, ‘‘તારા વગર મરી જઈશ હું.’’ રુકમણિએ સાદીક સામે જોયું, એના ગાલ પર હળવી ટપલી મારી અને લેડીઝ ટૉઈલેટ તરફ આગળ વધી ગઈ.

બીજી તરફ સાદીકે રઘુને જોયો એટલે ઝડપથી આગળ વધીને એ રઘુ સુધી પહોંચી ગયો. સાદીક અને રઘુ એકબીજાને ભેટ્યા. અત્યાર સુધી બનેલી તમામ ઘટનાઓ વિશે નાસીરે જણાવી દીધું હતું એટલે સાદીક રિન્કુએ ઊભા કરેલા રમખાણ વિશે જાણતો હતો. એણે રઘુના ખભે હાથ મૂકીને એનો ખભો દબાવ્યો, ‘‘ચલતા હૈ...’’

‘‘જુઓને સાદીકભાઈ, હું તો વગર લેવાદેવાનો ફસાઈ ગયો.’’ રઘુને ખ્યાલ આવી ગયો કે સાદીક બધું જાણે છે. એટલે એણે પોતાની

પોઝિશન સાફ કરવા માંડી, ''મને તો કંઈ ખબર જ નથી આ ભાઈ-બહેનના ઝઘડા વિશે.''

''ઝઘડો તો કંઈ નહોતો...'' સાદીકે ધીમેથી કહ્યું, ''પણ આટલી ટબુકડી છોકરીના મનમાં આટલું ઝેર હશે એવું કોઈએ વિચાર્યું નહોતું. શું નથી કર્યું એના માટે ભાઈએ... પણ સૌતેલા એ સૌતેલા...'' એણે ફરીથી રઘુને ગળે લગાડ્યો, ''પણ તું વફાદાર રહ્યો એ જાણીને આનંદ થયો.''

''મેં તો ભાઈનું નમક ખાધું છે.'' રઘુએ તદ્દન નમ્રતાથી કહ્યું, પણ એ મનોમન જાણતો હતો કે આ જ સાદીકે થોડા કલાકોમાં એને પોતાના બૉસ તરીતે સ્વીકારવો પડવાનો હતો.

''તારી ભાભીને લઈને આવ્યો છું.'' સાદીકે ખુશ થતાં હસીને કહ્યું.

રઘુના દિલમાં એક ટીસ ઊઠી, *આજના ઑપરેશનમાં જો આને કંઈ થઈ ગયું તો ?* ''અચ્છા !'' એણે ખુશ થતાં પૂછ્યું, ''કોણ છે એ ખુશનસીબ ?''

''બસ, તને મળાવું છું. તારું પણ એની સાથે કંઈ લેણદેણ હશે, બાકી સૌથી પહેલો તું મળે છે એને. હજી સુધી કોઈને કહ્યું નથી.'' સાદીક નવા નવા પ્રેમમાં પડેલા માણસની જેમ શરમાઈ શરમાઈને બોલતો હતો. રઘુએ આમતેમ જોયું. એને કોઈ દેખાયું નહીં, ''લેડીઝ રૂમમાં ગઈ છે, હમણાં આવશે.'' હજી સાદીકનું વાક્ય પૂરું થાય એ પહેલાં રઘુના ફોનની રિંગ વાગી. ફરી દુબઈનો નંબર હતો. રઘુએ ફોન ઉપાડ્યો.

''રુકમણિ બોલું છું.'' રઘુની આંખો ફરી ગઈ. સાદીક ઊંધો ફરીને રુકમણિ ગઈ હતી તે દિશામાં જોઈ રહ્યો હતો. એટલે પોતાને મળેલી ત્રણ સેકન્ડમાં રઘુએ જાતને સંભાળી લીધી, ''હું ઍરપૉર્ટ પરના લેડિઝ ટોઇલેટમાં છું. તું બહાર આવીને ઊભો રહે, મારે તને મળવું છે.''

''હું અહીંયાં કોઈને લેવા આવ્યો હતો. એ આવી ગયા છે એટલે જાઉં છું... ફરી ક્યારેક મળીશું.'' રઘુનું વાક્ય પૂરું થયું કે તરત સાદીક એના તરફ ફર્યો અને એને જોવા લાગ્યો. રઘુએ સ્મિત કરીને સાદીકને કહ્યું, ''દોસ્ત છે... અહીં જ ક્યાંક ઍરપૉર્ટ પર છે એટલે મળવાનું કહે છે.''

''રઘુ, હું મુંબઈથી દુબઈ અને દુબઈથી મુંબઈ ફક્ત તારા માટે દોડતી રહી... હવે તું સામે છે ત્યારે ભાગી જાય છે ?''

''ચોક્કસ ફોન કરજે. હમણાં બે દિવસ બિઝી છું. પછી જરૂર મળીશું.'' રઘુએ લાંબી રાહ જોયા વિના ફોન કાપી નાખ્યો અને સાદીકની ટ્રોલી ધકેલતાં આગળ જવાનો પ્રયાસ કર્યો. સાદીકે એના ખભે હાથ મૂક્યો.

''તારી ભાભીને તો આવવા દે.'' રઘુ ત્યાં જ ઊભો રહી ગયો. હજી એ ટ્રોલી સાઇડમાં ખસેડે એ પહેલાં ફરી એના ફોનની રિંગ વાગી. ફરી એ જ નંબર. રઘુએ ફોન કાપી નાખ્યો. ફરી રિંગ વાગી. રઘુએ ફરી ફોન કાપ્યો, ''કોણ છે આ હરામખોર ? હવે આવે તો મને આપી દેજે...'' સાદીકે શંકાથી કહ્યું કે ગુસ્સાથી એ રઘુને સમજાયું નહીં. એણે હસીને ડોકું ધુણાવ્યું.

રુકમણિને રઘુએ જે રીતે ફોન કાપ્યો એ પછી ખૂબ ખરાબ લાગ્યું. બે-ચાર સેકન્ડ તો એને આઘાતમાંથી બહાર આવતાં લાગી. રઘુ એની સાથે આ રીતે વાત કરી શકે એ હજીયે રુકમણિના માન્યામાં જ નહોતું આવતું. એણે વૉશબેસિનનો નળ ચાલુ કરીને મોઢા પર પાણીની છાલકો મારી. પર્સમાંથી વેટ ટિશ્યૂ કાઢીને હાથ, ગળું અને ગરદન બરાબર સાફ કર્યા. પછી ભીના ચહેરા પર ડ્રાય ટિશ્યૂ ફેરવી ચહેરો કોરો કર્યો. લિપસ્ટિક અને મસ્કારાને થોડા રિ-ટચ કર્યા. વાળની ગૂંચ કાઢીને પીન ફરી ભરાવી. પર્સમાંથી ડિઓડરન્ટ કાઢી થોડું છાંટ્યું... શર્ટમાં હાથ નાખીને બ્રા ખેંચીને સરખી કરી. પોતાની જાતને આખા અરીસામાં જરા ગર્વથી નિહાળી અને બહાર નીકળી.

રઘુએ ફોન ઉપાડ્યો એ વાતથી એને એક રાહત થઈ ગઈ કે એ હવે મુંબઈમાં જ છે અને ગમે ત્યારે રઘુ સુધી પહોંચી શકશે. બીજી તરફ રુકમણિનો ફોન વારંવાર કાપ્યા પછી રઘુ સાવચેત થઈ ગયો.જો રુકમણિ મુંબઈ ઍરપૉર્ટ પર હોય તો રઘુ માટે એનાથી વધુ ભયજનક બાબત બીજી કોઈ નથી. કાલના દિવસનું ઑપરેશન પૂરું થયા પછી રિન્કુ પાછી આવવાની હતી અને જે સ્ત્રી પોતાના ભાઈનું ખૂન કરાવી શકે એ સ્ત્રીને જો એવી ખબર પડે કે ભૂતકાળમાં રઘુની કોઈ પ્રેમિકા હતી, જે આજે ફરી મળી છે

તો એ રઘુને જીવતો છોડે કે નહીં એ શંકાસ્પદ બાબત હતી.

રઘુએ મનોમન નક્કી કરી લીધું. આજના ઑપરેશન પછી આમ પણ એણે જાતને થોડા દિવસ માટે ગુમ કરવાની હતી. ઑપરેશન પૂરું થતાં જ આ સિમકાર્ડ ફેંકી દઈને નવું સિમકાર્ડ ખરીદવાનો એણે મનોમન નિર્ણય કરી લીધો. આ બધા વિચારોના ઉતાર-ચઢાવ થોડીક જ સેકન્ડમાં પૂરા થયા. રઘુએ સાદીક સામે જોયું, ''આપણને મોડું થાય છે.''

''એ રહી તારી ભાભી...'' સાદીકે લેડીઝ ટોઇલેટમાંથી બહાર આવતી રુકમણિ તરફ આંગળી ચીંધી. રઘુના શરીરની નસોનું લોહી જાણે એના શરીરમાં થીજી જવા લાગ્યું. સાદીકની સાથે મુંબઈ આવેલી રુકમણિ હજી હમણાં જ થોડી સેકન્ડ પહેલાં ફોન પર રઘુને કહેતી હતી કે એ રઘુ માટે મુંબઈ આવી હતી. અહીં સાદીક એને પોતાની થનારી પત્ની તરીકે ઓળખાવતો હતો ! આ છોકરીએ શી રમત માંડી છે એ રઘુને સમજાયું નહીં.

રુકમણિ નજીક આવી ત્યાં સુધીમાં એણે રઘુને જોઈ લીધો હતો. ચહેરા પર સ્વસ્થતાનો આંચળો ઓઢી એણે રઘુની સામે સ્મિત ફરકાવ્યું. રઘુ એને જોઈને ડઘાઈ ગયો. કશું બોલી શક્યો નહીં. એણે હાથ જોડીને નમસ્તે કર્યા. રુકમણિએ પણ ડોકું ધુણાવ્યું. પછી ઝાઝી લપછપ કર્યા વિના રઘુએ ટ્રોલી ધકેલતાં આગળ ચાલવા માંડ્યું.

રુકમણિના ખભે હાથ મૂકીને સાદીકે પણ ચાલવા માંડ્યું. એણે ચાલતાં ચાલતાં રુકમણિના ગાલ પર ચૂમી કરી. રઘુને ચૂમીનો અવાજ પણ સંભળાયો અને સાદીકને દૂર ધકેલતાં રુકમણિએ ધીમા અવાજે કહેલી વાત પણ, ''શું કરો છો ? અહીંયાં બધાની વચ્ચે...''

''સાલી રાં...'' રઘુએ દાંત પીસ્યા, ''વેશ્યા તો વેશ્યા જ રહેવાની.'' આંખો મીંચીને એક ક્ષણ એણે રિન્કુનો વિચાર કર્યો અને પછી ટ્રોલી મૂકીને સાદીક તરફ ફર્યો, ''ગાડી પાર્કિંગમાં છે. હું લઈને આવું.'' એ સડસડાટ પાર્કિંગ તરફ ચાલી નીકળ્યો. સાદીકે ફરી એક વાર રુકમણિના ખભે હાથ વીંટાળ્યો.

''ત્યાં જઈને ભાઈને મળવાનું છે. આ રઘુ ભાઈનો સૌથી વિશ્વાસુ માણસ છે...'' સહેજ અચકાઈને ઉમેર્યું, ''ભાઈનો બનેવી પણ છે, પણ

હમણાં ભાઈ-બહેનને જરા બગડ્યું છે.''

''બનેવી ?'' રુકમણિએ બની શકે એટલો વધારે સંયમ રાખવાનો પ્રયત્ન કર્યો, તેમ છતાં એના અવાજમાંથી નવાઈ અને આઘાત છલકાઈ જ ગયાં.

''હા... નાસીરભાઈની એક જ બહેન છે, રિન્કુ... બેનઝીર નામ છે એનું. હજી હમણાં જ દુબઈમાં લગ્ન થયાં બંનેનાં. કોણ જાણે છોકરીની બુદ્ધિ કેમ બગડી ગઈ... પણ ભાઈની સામે પડી છે.'' સાદીકે અફસોસમાં ડોકું ધુણાવ્યું, ''જીવતી નહીં છોડે.''

''ભાઈ મારી નાખશે ?'' રુકમણિના અવાજમાં ઉત્સાહ છાનો ના રહ્યો.

''તને આટલી બધી મજા શાની આવે છે ?'' સાદીકે એના ખભા પર મૂકેલા હાથના દબાણથી એને નજીક ખેંચી.

''અરે ! મારી જિંદગીમાં આવી વાતો મેં પહેલાં સાંભળી જ નથી. હું તો સીધીસાદી છોકરી... એક કંપનીમાં એકાઉન્ટન્ટની નોકરી કરતી હતી. ત્યાંથી કમાવા માટે દુબઈ આવી. પહેલાં નાચ પછી તો તમે મને...'' રુકમણિએ નજર ઝુકાવીને શરમાવાનો અભિનય કર્યો. સાદીક એની આ અદા પર કુરબાન થઈ ગયો. એણે આગળ વધીને ફરી એક વાર આગળ વધીને રુકમણિના કપાળ પર ચુંબન કર્યું. તે જ વખતે ગાડી લઈને રઘુ આવી પહોંચ્યો. એણે ઝડપથી ઊતરીને સામાન ગાડીની ડેકીમાં મૂકવા માંડ્યો. સાદીક આગળનો દરવાજો ખોલીને ગોઠવાઈ ગયો. રઘુએ રુકમણિ માટે પાછળનો દરવાજો ખોલ્યો. ગાડીમાં બેસતાં બેસતાં રુકમણિએ રઘુના હાથ પર પોતાનો હાથ મૂકી સહેજ દબાવ્યો અને બેસતાં બેસતાં એણે રઘુની છાતી સાથે પોતાનું માથું ઘસ્યું.

રઘુ તરત જ પાછો ખસી ગયો. આગળની સીટમાં ગોઠવાઈ ગયેલા સાદીકે આમાંનું કશું જ જોયું નહીં, પણ રઘુને એટલું સમજાઈ ગયું કે રુકમણિ અહીં પોતાને પાછો પામવા આવી હતી. આ સ્ત્રી, જે સાદીક જેવા ખૂંખાર માણસને દીવાનગીની આવી હદ સુધી લઈ જઈ શકે એ સ્ત્રી કંઈ પણ કરી શકે એટલી રઘુને ખાતરી થઈ. એણે સતત સાવધ રહેવાનું નક્કી કરી લીધું. નાસીર નારાજ હતો... હવે રુકમણિના આવા ચાળાને કારણે

જો સાદીકનું મગજ છટકે તો શું થઈ શકે એની રઘુને બરાબર સમજ હતી.

ઑપરેશન ન પતે ત્યાં સુધી એણે પોતાની જાત પર પૂરેપૂરો સંયમ રાખવાનો નિર્ણય લઈ લીધો.

★

પિત્ઝા ખાઈને રિન્કુ કૉકનો ગ્લાસ ભરીને બેઠી હતી. એનું મગજ જેટની સ્પીડે ચાલતું હતું. એને અહીંયા ઉઠાવીને શા માટે પૂરી દેવામાં આવી એ વિશે હજીયે પોતે અસમંજસમાં હતી. આ ખરેખર રઘુની દુશ્મનીને કારણે થયું છે કે નાસીરે કોઈ પ્રકારની ચાલ ચાલીને એને ઉપડાવી લીધી છે એનો નિર્ણય હજુ રિન્કુ કરી શકતી નહોતી.

એણે ધીમે ધીમે એક પછી એક કડીઓ ગોઠવવા માંડી.

ધીરે ધીરે એના મગજની ગાંઠો ખૂલતી ગઈ... થોડી જ મિનિટોમાં એને સમજાઈ ગયું કે આમાં નાસીર ક્યાંય નહોતો. નાસીરને તો જાણ સુધ્ધાં નહોતી કે પોતે સુરત આવવા નીકળી છે. નાસીર કદાચ એને મુંબઈમાં જ શોધતો હોય એવું પણ બની શકે.

એને બીજો વિચાર એ આવ્યો કે જો રઘુની સાથેની દુશ્મનીને કારણે એને ઉઠાવવામાં આવી હોય તો એ લોકોને ખબર કઈ રીતે પડી કે રઘુ સુરત આવ્યો છે અને ખબર પડી પણ હોય તો રઘુ સુરતના કયા વિસ્તારમાં છે એની એમને કઈ રીતે ખબર પડે ? આ અપહરણ અચાનક જ કરવામાં આવ્યું હોય એવું નહોતું. ડૉનની બહેન એટલું તો સમજી શકી કે આ અપહરણ વ્યવસ્થિત રીતે પ્લાન કરીને, ગોઠવીને ભરાયેલું પગલું હતું.

જો નાસીરે આ અપહરણ ન ગોઠવ્યું હોય તો આવું એક જ માણસ કરી શકે... એનો પોતાનો પતિ રઘુ !

પણ રઘુ આવું શા માટે કરે ? મારી સલામતી માટે ? કે બીજા કોઈ કારણસર... અત્યાર સુધી રઘુનો પૂરેપૂરો ભરોસો કરીને ચાલી રહેલી રિન્કુના મનમાં શંકાનો કીડો સળવળ્યો. મને અહીંયાં પુરાવીને જો રઘુ નાસીરને ખબર આપે તો પોતે નાસીરનો વહાલો થઈ જાય અને મારી જિંદગી અહીં જ પૂરી થઈ જાય.

''મારે કોઈ પણ રીતે અહીંથી નીકળવું રહ્યું.'' રિન્કુએ પોતાની જાતને જ કહ્યું, ''આ કામ જો રઘલાનું હોય તો એને પણ ઉપર પહોંચાડી

દેતાં હું અચકાઈશ નહીં.'' એની અંદર રહેલું ગરમ લોહી ઝડપથી ફરવા માંડ્યું. એ પછીની પાંચ મિનિટ એણે શાંત ચિત્તે પ્લાનિંગ કરવામાં ગાળી. ઓરડામાં ફરીને ખૂણેખૂણો તપાસ્યો. પલંગ અને પલંગની ઉપર પાથરેલી ચાદર પણ તપાસી જોઈ. બારીઓની કડીઓ ચેક કરી... બારીના પડદા ખસેડીને ચારે તરફ તપાસ કરીને સ્થળ અને દિશાનું ભાન મેળવવાનો પ્રયત્ન કર્યો.

''ઓ ભાઈ... ઓ ભાઈ...'' એણે બારણું ખખડાવવા માંડ્યું... થોડી વાર બૂમો પાડ્યા પછી ઓસરીમાં પડતો દરવાજો ખૂલ્યો.

''શું છે ?'' એક માણસ એની સામે રિવૉલ્વર તાકીને ઊભો હતો.

''મને પેટમાં બહુ જ દુઃખે છે.'' રિન્કુએ બંને હાથે અદબ વાળીને વાંકા વળીને પેટ દબાવ્યું, ''કોઈ દવા છે ?''

''દવા ?'' પેલો માણસ વિચિત્ર રીતે હસ્યો, ''અહીંયાં વળી દવા ક્યાંથી હોય ?''

''હું તમને લખી આપું. તમે લાવી આપો છો ?'' એણે આંખોમાં આંસુ લાવવાનો અભિનય કરતા ઉમેર્યું, ''પ્લીઝ...''

''ઠીક છે, લખો...'' પેલા માણસે ત્યાં જ ઊભા રહીને કહ્યું.

''કાગળ ને પેન તો આપો...'' પેલો માણસ બારણું બંધ કરીને પાછો ગયો. દરમિયાનમાં રિન્કુનું મગજ ચાલ્યું. *દવા લાવી શકે છે એનો અર્થ એ થાય છે આ જગ્યા શહેરથી બહુ દૂર નથી.* એણે વિચાર્યું, *એટલે ભાગીને જો મુખ્ય રસ્તા સુધી પહોંચી શકું તો વાહનની મદદ મળી શકે.* પેલો માણસ કાગળ અને પેન લઈને આવ્યો. રિન્કુએ ડિસ્પ્રીન અને ક્રોસિન એવી બે ગોળીઓનાં નામ લખ્યાં.

''મંગાવી આપું છું.'' પેલો માણસ દરવાજો બંધ કરે એ પહેલાં રિન્કુએ પગ ઉઠાવીને એના બે પગની વચ્ચે મર્મસ્થાનમાં ઘૂંટણ ઠોકી દીધું. પેલો માણસ બંને હાથે પગની વચ્ચે દબાવતો વાંકો વળીને ત્યાં જ બેસી ગયો. રિન્કુએ એની ઢીલી પડેલી પકડમાંથી રિવૉલ્વર છીનવીને એના લમણે ધરી.

''ઉડાવી દઈશ. તું ઓળખતો નથી મને. નાસીર ખાનની બહેન છું હું.'' આ માણસ તો એટલું જ જાણતો હતો કે એણે આ છોકરીની

રખેવાળી કરવાની હતી. એને કલ્પના પણ નહોતી કે આ ડૉન નાસીરખાનની બહેન છે. એની આંખો પહોળી થઈ ગઈ. એના કપાળ પર પરસેવો વળવા માંડ્યો. બે-ચાર હજાર રૂપરડી માટે ક્યાં ફસાયો હતો એનો એને ખ્યાલ આવી ગયો.

એણે રિન્કુ સામે જોઈને દયામણી આંખો સાથે હાથ જોડ્યા, ''હું તમને જવા દઉં છું. મને છોડી દો.''

''જવા દેવાથી નહીં ચાલે. બાકીના માણસને ખબર ના પડે એમ બહાર નીકળવાનો રસ્તો બતાવ.'' રિન્કુએ હુકમ કર્યો અને રિવૉલ્વર લમણામાં સહેજ વધુ દબાવી.

''બતાવું છું... મને છોડી દો.'' એ માણસ પીડા સાથે કરાંજતો ઊભો થયો અને બંને હાથ પગની વચ્ચે દબાવીને પહોળા પગે ચાલતો રિન્કુની આગળ થયો. એની પીઠ પર રિવૉલ્વર અડાડીને રિન્કુ ધીમે ધીમે એની પાછળ પાછળ જવા લાગી.

*

૨૧

માવજીનો માણસ બે પગની વચ્ચે હાથ દબાવીને પહોળા પગે આગળ ચાલતો હતો. એની પીઠ પર રિવૉલ્વર અડાડીને અત્યંત સાવધ રિન્કુ એની પાછળ પાછળ ચાલતી હતી. રિન્કુ જાણતી હતી કે આ માણસ કોઈ પણ ક્ષણે પલટીને વાર કરી શકે એમ છે. એક તો સ્ત્રીના હાથે માર ખાધાનો એને ભયાનક ક્ષોભ હશે અને ઉપરથી જેણે પણ પોતાને અહીં પુરાવડાવી એ માણસનો ભય પણ એને મરણિયા થઈને લડવા મજબૂર કરશે.

રિન્કુનો ભય સાચો પડ્યો. પેલા માણસે આગળ ચાલતાં ચાલતાં એ અચાનક ફરીને રિન્કુને પછાડવાનો પ્રયત્ન કર્યો, પરંતુ સાવધ રિન્કુએ એ માણસના માથામાં રિવૉલ્વરનું હેન્ડલ ઠોકી દીધું. બંને હાથે માથું દબાવીને એ માણસે રિન્કુ સામે જોયું, ‘‘ખરી છે...’’ એણે ડોકું ધુણાવ્યું.

ધીમેધીમે કરતાં બંને બહાર નીકળ્યાં. આમતેમ જોતાં રિન્કુએ રસ્તાનો અંદાજ લગાવવાની કોશિશ કરી. એને ખ્યાલ આવી ગયો કે જગ્યા શહેરથી બહુ દૂર નહોતી. આવતાં-જતાં વાહનોનો ટ્રાફિક અને બીજી બાબતો જોતાં એને એટલું સમજાઈ ગયું કે હવે આ માણસને જવા દઈએ તો ઝાઝું નુકસાન થાય એમ નથી.

એણે બૂમ પાડી, ‘‘બંને હાથ પાછળ બાંધીને વાંકો વળ.’’ માણસ એની સામે જોતો રહ્યો. આ એન્કાઉન્ટર કરવાની રીત હતી. બંને હાથ પાછળ બાંધીને વાંકા વળેલા માણસને નિઃસહાય સ્થિતિમાં ગોળી મારી દેવી પોલીસ માટે સાવ સામાન્ય બાબત હતી. માવજી સાથે કામ કરતો માણસ જોકે આવા એન્કાઉન્ટરનો સાક્ષી હજી સુધી નહોતો બન્યો, પણ એણે આવી અનેક કથાઓ સાંભળી હતી એ નક્કી...

એણે રિન્કુની સામે દયનીય આંખોએ જોયું, ‘‘મને શું કામ મારી નાખે છે ? મેં તારું કંઈ નથી બગાડ્યું.’’

રિન્કુ હસી પડી, ‘‘મેં ક્યાં કહ્યું કે તેં કાંઈ બગાડ્યું છે...’’

‘‘તો પછી મને શું કામ...’’ માણસનો અવાજ ગળામાં જ અટવાઈ ગયો.

‘‘હું તને મારી નથી નાખવાની. ખાલી બેભાન કરીશ. અડધો એક કલાકમાં હોશ આવી જશે. આઇ પ્રોમિસ.’’ માણસે એની સામે નવાઈથી જોયું, ‘‘કઈ જાતની છોકરી હતી આ...’’

‘‘પણ મને શું કામ...’’ એણે ફરી પૂછ્યું.

‘‘જો, સમજવાનો પ્રયત્ન કર.’’ રિન્કુના અવાજની ઠંડકથી એ માણસ ડઘાઈ ગયો હતો, ‘‘હું તને એમ ને એમ છોડી દઉં તો કાલે તું મને નડવાનો એ નક્કી.’’

‘‘અરે પણ...’’

‘‘જો દોસ્ત, આપણે બંને જણા જાણીએ છીએ કે ઘાયલ થઈને છૂટો મુકાયેલો કોઈ માણસ વેર લીધા વિના રહે નહીં.’’

‘‘હું એવો નથી.’’ પેલો માણસ એકદમ ઢીલો થઈ ગયો, ‘‘હું તમને કોઈ નુકસાન નહીં કરું.’’

રિન્કુ હસી પડી, ‘‘તું મને શું નુકસાન કરવાનો. અત્યારે તો રિવૉલ્વર મારા હાથમાં છે, પણ ભાઈ બાઝી પલટાય ત્યારે તુંય ફરીને વાર કરવાનું નહીં ચૂકે.’’

‘‘નહીં કરું, વચન આપું છું.’’

રિન્કુ હજી હસી રહી હતી, ‘‘દોસ્ત, હજી થોડી વાર પહેલાં જ તેં મારા પર હુમલો કરવાનો પ્રયત્ન કર્યો હતો. હું તારી વાત કેવી રીતે માની લઉં ? હું ડૉનની બહેન છું. રોજેરોજ લોહી રેડાતું જોયું છે મેં. જોકે મને ગમતું નથી, પણ હું ડરતી યે નથી...’’ એણે હજી વાક્ય પૂરું થાય એ પહેલા રિવૉલ્વરનું નાળચું પેલા માણસના માથામાં ઠોકી દીધું. એનામાં હતી એટલી તાકાતથી એણે વાર કર્યો હતો. કોઈ કશું સમજે તે પહેલાં માણસ તમ્મર ખાઈને રોડની સાઇડ ઉપર બેહોશ થઈ ગયો. રિન્કુએ સ્મિત સાથે રિવૉલ્વર પોતાના સલ્વારના નેફામાં ખોસી દીધી. આમતેમ જોઈને

કુર્તો સરખો કર્યો. દુપટ્ટો બરાબર ઓઢ્યો અને પછી મુખ્ય રસ્તાની ધારેધારે આગળ ચાલવા લાગી.

આગળ ચાલતાં ચાલતાં એણે પોતાની જાત સાથે એક સંવાદ કર્યો, ''શું ખરેખર મારે રઘુને સંપર્ક કરવો જોઈએ ? એ પણ જો નાસીર સાથે મળેલો હોય તો...'' પછી એને પોતાની જાત પર જ શરમ આવી. જે માણસ એને આટલું ચાહતો હતો એ માણસ વિશે પણ શંકાથી વિચારતા એને શરમ આવી ગઈ. એણે નક્કી કર્યું, એ સૌથી પહેલાં રઘુનો સંપર્ક કરશે.

★

અંદર ગયેલો માણસ ખાસ્સા સમય સુધી બહાર ન આવ્યો એટલે બીજા બે માણસોને શંકા પડી. રિવૉલ્વર હાથમાં લઈ આમતેમ જોતા બંને જણા રિન્કુના રૂમ તરફ આગળ વધ્યા. ધ્યાનથી જોતાં ખ્યાલ આવ્યો કે રૂમ ખાલી હતો, દરવાજો ખુલ્લો... રિન્કુ ભાગી ગઈ હતી. બંને માણસો પાછલા દરવાજેથી એમને શોધતા બહાર નીકળ્યા ત્યારે રસ્તાની ધાર પર બેહોશ પડેલો એમનો સાથી એમને જડી આવ્યો. નવાઈ અને આઘાતથી બંને જણા સ્તબ્ધ જેવા થઈ ગયા. આવી નાજુક-નમણી ટબુકડી દેખાતી છોકરી એમના માણસને બેહોશ કરીને નીકળી ગઈ એ હજી ય એમના માન્યામાં નહોતું આવતું.

''હવે ?'' એક જણે બીજાને પૂછ્યું.

''હવે શું ? માવજી મારી નાખશે.'' બધા જ માવજીના સ્વભાવથી વાકેફ હતા. એનું ફટકે પછી માવજી કોઈને ય છોડતો નહીં. એનો હાથ હથોડા જેવો હતો. ઊપડે પછી એને અટકાવવો અઘરો પડતો. સામાન્ય રીતે તદ્દન શાંત સ્વભાવના માવજીએ નાની-મોટી ભૂલો માટે માણસોના દાંત તોડી નાખ્યા હતા.

''કહેવું તો પડશે...'' સામેનો માણસ રીતસર ધ્રૂજવા લાગ્યો હતો. એમના બેહોશ પડેલા સાથીને તો અત્યારે એ લોકો ભૂલી જ ગયા હતા. પહેલો સવાલ તો એમનો બચવાનો હતો.

''કંઈ કહેવું જ નથી. આપણે પણ ભાગી જઈએ.'' બીજા માણસને તાત્કાલિક જે સૂઝ્યું એ એણે કહી નાખ્યું.

"મૂરખ છે, ભાગી ભાગીને ક્યાં જઈશું ?"

"તો ?"

"એક રસ્તો છે. તું મને થોડું માર અને હું તને થોડું મારું." પેલા ધ્રૂજતા માણસને રસ્તો સૂઝી આવ્યો, "આપણે માવજીને કહીશું કે આઠ-દસ માણસો આવ્યા હતા. મારામારી થઈ અને રિન્કુને લઈ ગયા."

"વિચાર ખોટો નથી." સામેના માણસે વિચાર્યા વિના જ એના સાથીને મુક્કો ઠોકી દીધો. બંને જણાએ એકબીજાને માર્યા. ઝાડના થડ સાથે શરીર ઘસ્યાં... થોડું લોહી, થોડા ભૂરાં ચાઠાં પડ્યાં પછી બેહોશ સાથીને જગાડવાનો પ્રયત્ન કર્યા વિના એમણે માવજીને ફોન લગાડ્યો.

"બૉસ, છોકરી... આઇ મીન ભાભી... "

"શું થયું ?" માવજીને ફાળ પડી.

"આઠ-દસ માણસો આવ્યા હતા. મારામારી કરી. અમને ખૂબ માર્યા. ચંદુ તો હજી બેભાન છે."

"ભાભી ક્યાં છે ?"

"એને લઈ ગયા, બૉસ."

"તું શું બોલે છે ?"

"હા, બૉસ."

"અરે ભગવાન, હું હવે રઘલાને શું જવાબ આપીશ." માવજીથી બોલાઈ ગયું, "ચોક્કસ નાસીરભાઈના માણસો હશે... આમાં તો મારું આવી બનશે. આટલાં વર્ષોથી સંબંધ છે મારે નાસીરભાઈ સાથે... મને પણ જીવતો નહીં છોડે." માવજીએ જ રઘુને નાસીર પાસે મોકલ્યો હતો. છેલ્લાં કેટલાય વર્ષોથી સુરત અને ગુજરાતનું કામ માવજી જોતો. નાસીરને એના પર ઘણો વિશ્વાસ હતો. આજે જે કંઈ થયું એ પછી જો નાસીરને ખબર પણ પડે કે રિન્કુને માવજીએ આશરો આપ્યો હતો તો નાસીર માવજીને છોડે નહીં એની માવજીને પાકી ખબર હતી. એનું મગજ જૅટની સ્પીડે કામ કરવા માંડ્યું. એણે માણસોને સૂચના આપી, "તમે કંઈ બોલતા નહીં. આપણે હમણાં રઘુને કંઈ જણાવવું જ નથી."

"ભલે, બૉસ." એના માણસને નવાઈ લાગી. સામાન્ય રીતે આવું કંઈ પણ થાય તો માવજીનું મગજ છટકી જાય. એ રાડારાડ કરે. મા-

બહેનની ગાળો દેવામાંથીયે ચૂકે નહીં, પણ આજે માવજીએ સાવ શાંતિથી કામ લીધું. કશું જ બોલ્યા વિના આખી ય વાતને ચૂપચાપ સમેટી લીધી. આ પરથી એના માણસને એક વાત ખ્યાલમાં આવી ગઈ - મામલો ઘણો ગંભીર અને મોટો હતો. આ છોકરી માવજી માટે અગત્યની હતી. માવજી અત્યારે ચૂપ રહેવા માગે છે, કારણ કે એને કોઈ મોટા માણસની બીક છે.

માણસે શાંતિથી સૂચનાઓ સાંભળી ફોન મૂકી દીધો. પછી પોતાના સાથીને કહ્યું, ''મિલાવ હાથ. વાત પતી ગઈ.''

''પણ...'' સાથી ગૂંચવાયેલો હતો.

''આપણને જેમ માવજીની બીક લાગે છે એમ એને એની ઉપરના માણસની બીક લાગે છે. એણે જ કહ્યું છે ભીનું સંકેલી લેવાનું.''

''વેરી ગુડ... ચાલો ઘરે...''

''ચંદિયાને લેતા જઈએ.'' બંને જણા ટીંગાટોળી કરીને ચંદુને લઈ લીધો. ફાર્મહાઉસ પર પડેલી ઈનોવા લઈને ત્રણે જણા સુરત શહેર તરફ પાછા ફર્યા...

માવજીએ 'તેરી ભી ચૂપ, મેરી ભી ચૂપ' વિચારીને જ્યાં સુધી રઘુનો ફોન ન આવે ત્યાં સુધી કંઈ જ ન બોલવાનું નક્કી કર્યું.

★

સાદીક અને રુકમણિને લઈને રઘુ નાસીર પાસે પહોંચ્યો. સામસામે ભેટ્યા પછી સાદીકે રુકમણિની ઓળખાણ કરાવી. નાસીરે રુકમણિને ધ્યાનથી જોઈ... ''આજ સુધી મારો સાદીક કોઈ છોકરીમાં લપટાયો નથી એટલું યાદ રાખજે.'' રુકમણિ નીચી નજરે સાંભળી રહી, ''એનું ધ્યાન રાખજે. એને છેતરવાનો કે મૂરખ બનાવવાનો પ્રયત્ન કર્યો છે તો મારાથી બૂરો માણસ કોઈ નથી એટલું યાદ રાખજે.''

નાસીરે રઘુને ઈશારો કર્યો, ''આને લઈને જઈને એનો રૂમ બતાવ.'' રઘુ અસમંજસમાં મુકાઈ ગયો. એ કોઈ પણ ભોગે રુકમણિ સાથે એકલો પડવા માગતો નહોતો, પણ નાસીરના હુકમને ટાળી શકે એમ નહોતો. એટલે કંઈ બોલ્યા વિના રુકમણિની નજીક જઈ એણે નીચા નમીને હાથથી પોતાની સાથે આવવાનો ઈશારો કર્યો. રુકમણિ પણ સતી સાવિત્રીની જેમ એની પાછળ ચૂપચાપ જવા લાગી.

જતાં જતાં એક મિનિટ અટકીને એણે સાદીકને જોયો, ‘‘ખુદા હાફિઝ.’’ એણે લાડથી કહ્યું. પછી રઘુની પાછળ ચાલવા લાગી.

નાસીરના ઓરડામાંથી બહાર નીકળતાં જ રુકમણિની રઘુની સાથે થઈ ગઈ. રઘુની બાજુમાં ચાલતા ચાલતા એણે ધીમેથી રઘુનો હાથ પકડવાનો પ્રયત્ન કર્યો. રઘુએ ઝટકામાં હાથ છોડાવ્યો, ‘‘અહીં બધે ક્લોઝ સર્કિટ કૅમેરા છે.’’ એણે ફેંકી.

રુકમણિએ એનો હાથ છોડી દીધો. પછી રઘુ સામે જોયા વગર ધીમેથી કહ્યું, ‘‘તું કંઈ પણ કર. હું તને છોડવાની નથી.’’

‘‘મારાં લગ્ન થઈ ગયાં છે.’’ એણે રુકમણિની સામે જોયા વિના નીચી નજરે કહ્યું, ‘‘નાસીરની બહેન છે એ છોકરી. તને ને મને બંનેને ચીરી નાખશે, ખબર છે ?’’

‘‘એટલે તારું મન તો લપસે છે, પણ નાસીરથી ડરે છે.’’ રુકમણિની આંખોમાં ફરી એ જ તોફાન હતું, ‘‘મારાથી રૂપાળી હશે કદાચ, પણ મારી જેમ તને પથારીમાં...’’

‘‘તને પથારી સિવાય બીજું સૂઝે છે શું ?’’ રઘુના દાંત પીસાઈ ગયા, ‘‘સાલી વેશ્યા... મને છોડ્યો કે સાદીકને પકડ્યો. હવે એને પણ છેતરવા તૈયાર થઈ છે. તને શરમ નથી એ તો જોઈ લીધું મેં.’’ હજી તો રઘુનું વાક્ય પૂરું થાય કે રુકમણિએ ઉશ્કેરાટમાં એને કૉલરમાંથી પકડી લીધો. એની આંખોમાંથી આગ વરસતી હતી. હોઠ થથરતા હતા. ચહેરો તપીને લાલ થઈ ગયો હતો.

‘‘ચૂપ રહે તું... તને ખબર શું છે મારા વિશે ? ક્યાં નથી શોધ્યો તને ? અહીંથી દુબઈ, ને દુબઈથી મુંબઈ પાછી આવી... મારી રહીસહી બચત માસીને આપી દીધી, છૂટવા માટે. નાગો નાચ કર્યો લોકોની સામે... પણ કોઈને હાથ અડાડવા દીધો નથી, સમજ્યો ?’’ એણે રઘુને ખેંચીને પોતાના ચહેરાની લગોલગ પકડી લીધો. એના ગરમ ગરમ શ્વાસ રઘુના ચહેરા પર અથડાતા હતા, ‘‘તારા જેવું નહીં કે સીડી ચડવા માટે બૈરાંના ખભે પગ મૂકી દીધો.’’ એણે રઘુની આંખોમાં આંખો નાખી, ‘‘બોલ... પ્રેમ નથી કરતોને રિન્કુને ? ખાલી નાસીરને ખુશ કરવા એની બહેન સાથે લગન કર્યાં તેં... બહુ મોટાં સપનાં છે તારાં... જીતવા માટે કંઈ પણ કરી

શકે છે તું... મને વેશ્યા કહે છે ? અરે જા... મારાથી મોટી વેશ્યાગીરી તો તેં કરી. જાત ને જિંદગી બેઉ વેચી નાખી."

એ આગળ બોલે તે પહેલાં રઘુનો હાથ ઊંચકાયો અને એના ગાલ પર પડ્યો. તડાક દઈને તમાચાનો અવાજ આવ્યો. રુકમણિના ગાલ પર પડેલા રઘુના તમાચાએ એના હોઠનો ખૂણો ચીરી નાખ્યો હતો. રઘુનો શ્વાસ ઉશ્કેરાટમાં ઝડપથી ચાલતો હતો. આંખમાં આંસુ સાથે પોતાના ચિરાયેલા હોઠ પર આંગળી ફેરવતા રુકમણિએ એની આંખમાં જોઈને સ્મિત કર્યું, "મને પણ આવું જ લાગી આવે છે. તને એકલાને સ્વમાન છે એવું નહીં માનવાનું. તું એકલો જ સાચો છે એવું નથી, સમજ્યો ?"

"શું કરું તારું ?" રઘુને હવે પોતાના ઉશ્કેરાટ પર અફસોસ થયો હતો.

"કૅમેરા નથી ને, સાચું બોલ ?" રુકમણિની આંખોમાંથી હજી આંસુ સરી રહ્યાં હતાં, પણ ચહેરા પર તોફાની સ્મિત આવી ગયું.

"નથી... પણ હું તારાથી ડરું છું, સાલી." રઘુએ કહી જ નાખ્યું. હજી તો રઘુનું વાક્ય પૂરું થાય એ પહેલા રુકમણિએ બંને હાથે એનો ચહેરો પકડીને એક પ્રગાઢ ચુંબન કરવા માંડ્યું. રઘુના હોઠ રુકમણિ એવી રીતે ચૂસી રહી હતી, જાણે વરસોથી તરસી હોય. રુકમણિના હાથમાંથી છૂટવાનો સંઘર્ષ કરતાં કરતાં ધીમેધીમે રઘુ ઢીલો પડી ગયો. એના હાથ રુકમણિની પીઠ પર ભીંસાયા અને એણે પણ જાતને વહેતી મૂકીને રુકમણિને ચૂમવા માંડી...

બંને જણા પ્રગાઢ ચુંબનમાં ગૂંથાયેલાં હતાં ત્યારે રઘુના સેલફોનની રિંગ વાગી. એણે ચોંકીને રુકમણિને છોડી દીધી અને ખિસ્સામાં વાગતો સેલફોન બહાર કાઢ્યો.

એક અજાણ્યો નંબર એના સેલફોનની સ્ક્રીન પર દેખાતો હતો.

*

૨૨

રઘુના સેલફોનની સ્ક્રીન પર એક અજાણ્યો નંબર દેખાતો હતો. રઘુ અને રુકમણિ પ્રગાઢ ચુંબનમાં ગૂંથાયેલાં હતાં. રિંગ વાગી એટલે ચોંકીને રઘુએ રુકમણિને છોડી દીધી. એણે ફોન ઉપાડ્યો, ''હલો...''

''હું છું...'' રિન્કુનો અવાજ સાંભળીને રઘુના હોશ ઊડી ગયા.

''તું ? ક્યાંથી બોલે છે ?''

''હું ત્યાંથી ભાગી છૂટી છું. તું ક્યાં છે ?''

રઘુ કેવી રીતે કહે કે એ સુરતમાં નથી, એ તો મુંબઈ પહોંચ્યો છે. પોતાની પત્ની કોઈની કેદમાં હોય અને માણસ એને એ જ સ્થિતિમાં મૂકીને ભાગી છૂટે એ વાત રિન્કુને કેવી રીતે કહેવી ?

''હું તો... હું તો...'' રઘુનું મગજ ઝડપથી કામ કરવા માંડ્યું. રિન્કુને આપવા માટે એણે સડસડાટ જવાબ તૈયાર કર્યો, ''હું મુંબઈ આવી ગયો છું રિન્કુ, મને ખાતરી હતી કે તું તારી વ્યવસ્થા કરી લઈશ, પણ અહીંયાં...'' રુકમણિ પર કેટલો વિશ્વાસ કરવો એની રઘુને હજુ ખબર નહોતી, એટલે એણે ગોળગોળ વાત કહેવાનો પ્રયત્ન કર્યો, ''અહીંયાં વધારે જરૂર હતી મારી, કાલે ઑપરેશન છે. તું સમજે છે ને ?''

''તારી બૈરી છે ?'' રુકમણિએ પૂછ્યું. એના મગજમાં ચારસો ચાળીસ વૉલ્ટનો કરંટ લાગ્યો હતો. એક તો એણે રઘુને માંડ માંડ પોતાના મોહમાં પાછો બાંધ્યો હતો. રઘુ પીગળવાની તૈયારીમાં જ હતો કે આ બાઈનો ફોન આવ્યો. રુકમણિનું લોહી ગરમ થઈ ગયું હતું. આટલા વખતથી તરસી એની કાયા રઘુના સ્પર્શના વરસાદમાં હજી ભીંજાવાની શરૂ થઈ કે એની બૈરીના ફોને રઘુના મગજને બદલી નાખ્યું. રુકમણિ ચીડથી ભરાઈ ગઈ.

"ચૂપ..." રઘુએ નાક ઉપર આંગળી મૂકી ચૂપ રહેવાનો ઇશારો કર્યો, "તું ક્યાં છે ?"

"હું હાઈવે પર છું."

"બે દિવસ મુંબઈ નહીં આવતી, અહીંયાં તારા જીવ પર જોખમ છે." આટલું તો રુકમણિની સામે કહેવું જ પડે એમ હતું એટલે રઘુએ સંકોચ વગર કહી નાખ્યું.

"તો ક્યાં જાઉં ?" રિન્કુ મુંઝાઈ.

"સુરતમાં જ કોઈ હોટેલમાં રોકાઈ જા." રઘુને પહેલો જે રસ્તો સૂઝ્યો એ એણે કહી નાખ્યો. આટલી વાતચીતમાં રુકમણિને ખ્યાલ આવી ગયો હતો કે રિન્કુ સુરતમાં છે. એનાથી મુંબઈ અવાય એમ નથી અને સુરતમાં ક્યાં રહેવું એ સવાલ છે.

રુકમણિએ રઘુ સામે સ્મિત કર્યું, "એને કહે લોર્ડ્સમાં જતી રહે. એનો માલિક મારો ઘરાક હતો. મને ઓળખે છે. મારું નામ લેશે તો પૈસા પણ નહીં લે."

"ઇડિયટ... તારું નામ કેવી રીતે લે ? એ મારી બૈરી છે. શું કહે કે મને રુકમણિ નામની વેશ્યાએ મોકલી છે ?" રઘુનું વાક્ય પૂરું થાય એ પહેલાં રુકમણિએ રઘુને એક તમાચો જડી દીધો.

"વેશ્યા તારી..." એણે રઘુને કોલરમાંથી પકડી લીધો, "એક તો તારી મદદ કરું છું. વગર લેવાદેવાએ તારી બૈરીની મદદ કરું છું ને તું મને ગાળ દે છે ?" આ બધી વાતચીત દરમિયાન રઘુએ ફોન પર હાથ મૂકી રાખ્યો હતો એટલે રિન્કુ કશું સાંભળી શકી નહીં.

"એક કામ કર..." રઘુએ ફોનમાં કહ્યું, "લોર્ડ્સ હોટેલમાં જતી રહે. ત્યાં જઈને રૂમ લઈ લે."

"મારી પાસે બહુ પૈસા નથી."

"પૈસાની ચિંતા ના કર. હું અહીંથી તને પૈસા પહોંચાડવાની વ્યવસ્થા કરું છું. સારી જગ્યા છે. વ્યવસ્થિત લોકો છે. બે દિવસ શાંતિથી રહે. ત્યાં સુધીમાં અહીંયા પણ બધું પતી જશે. પછી જોઈશું."

"એક વાર ત્યાં બધું પતી જાય પછી તો તું મુંબઈનો બાદશાહ છે. સાદીકભાઈને કહીને હું તારી બધી વ્યવસ્થા કરાવી દઈશ."

"હમણાં શાંતિ રાખ અને મુંબઈ તો નહીં જ આવતી." રઘુએ કહ્યું. પછી કાળજીથી ઉમેર્યું, "હોટેલમાં જઈને રૂમ મળી જાય કે તરત મને ફોન કરજે. રૂમ નંબર અને બધી વિગતો આપજે."

અત્યાર સુધી હિંમતથી વાઘણ બનીને લડી રહેલી રિન્કુને ડૂમો ભરાયો, "જાનુ, આ બધું તેં ઊભું નથી કર્યું ને ?" છેલ્લા કેટલાય કલાકોથી એના મગજને ઘેરી વળેલી શંકા આખરે જીભ પર આવી જ ગઈ, "તું એ નાલાયક નાસીર સાથે ભળી નથી ગયો ને ? મને લોર્ડ્સમાં મોકલીને ત્યાં મારી ગેમ તો નહીં કરાવી નાખે ને ?"

"તારું દિમાગ ખરાબ છે ?" રઘુનો અવાજ ઊંચો થઈ ગયો, "તું જાન છે મારી... તને કંઈ નુકસાન થાય તો મારું શું થાય એનો વિચાર કર્યો છે ?" ત્યાં ઊભી રહીને સાંભળતી રુકમણિને રૂંવેરૂંવે આગ લાગી ગઈ.

"કોણ જાણે કેમ, મને એવું થયું કે..."

"ખોટા ખોટા વિચારો નહીં કર. હું તારો છું જાના ને તારો જ રહેવાનો છું." રઘુએ કહ્યું, "આઇ લવ યુ..."

"આઈ લવ યુ ટૂ જાનુ..." રિન્કુથી ડૂસકું મુકાઈ ગયું.

"રડ નહીં... પ્લીઝ, રડ નહીં." રઘુએ કહ્યું, "તું કહે તો હું હમણાં જ નીકળીને ત્યાં આવી જાઉં."

"ના, તું ત્યાંનું જ કામ પતાવ." રિન્કુએ ફરી એક વાર હિંમત ભેગી કરીને આંખ લૂછી નાખી, "બસ, કાલનો જ દિવસ છે ને ? હું કરી લઈશ." એને અચાનક યાદ આવ્યું, "મારી પાસે ફોન નથી. હું તને હોટેલમાંથી ફોન કરીશ અને પછી તું એ જ નંબર પર મને કોન્ટેક્ટ કરજે." એણે ફોન મૂક્યો.

ફોન ડિસકનેક્ટ થયો કે તરત રુકમણિની બદલાયેલી આંખો જોઈને રઘુ સહેજ અચકાયો, "બહુ પ્રેમ કરે છે ?" રુકમણિનો અવાજ તરડાયેલો હતો. ચહેરો સફેદ થઈ ગયો હતો.

"હા." કેટલાય સમયથી રઘુની અંદર તરફડી રહેલું એનું પુરુષત્વ અચાનક તીર બનીને રુકમણિ ભણી છૂટ્યું, "આની જગ્યાએ કદાચ તું હોત, પણ તું તો પેલા પોલીસડાની સાથે..." રઘુનું મોઢું કડવાશથી ભરાઈ ગયું. એણે તિરસ્કારથી રુકમણિ સામે જોયું, "તું કોઈ[illegible]વ નહીં થઈ શકે.

તને પથારી અને પુરુષો બદલ્યા વિના ચેન નથી પડતું.''

''શરમ નથી આવતી ? હું તારા માટે અહીં સુધી...''

''મારા માટે ?'' રઘુ જોરજોરથી હસવા લાગ્યો, ''આ સાદીકની પથારી ગરમ કરીને તું મારા માટે અહીં સુધી આવી, એવું સમજાવે છે ? મૂર્ખો સમજે છે મને ?''

''તારા સોગંદ... મેં સાદીકને શરીર નથી સોંપ્યું.'' એના અવાજમાં અપરાધભાવ હતો. સહેજ ધીમેથી નીચું જોઈને એણે ઉમેર્યું, ''હા... લલચાવ્યો છે, પટાવ્યો છે, પણ એ વિના તો છૂટકો જ નહોતો. અહીં સુધી આવવું હોય તો...''

''તો...'' કડવા સ્મિત સાથે રઘુ એને જોઈ રહ્યો હતો, ''તો બકરો ફસાવ્યા વિના કેમ ચાલે ?''

''હું તારું ખૂન કરી નાખીશ.'' રુકમણિની આંખોમાંથી ઝેર વરસતું હતું, ''મારા પ્રેમ પર શંકા નહીં કરતો. હું ફક્ત તારા માટે અહીં સુધી આવી છું અને હવે જિંદગીભર તારી સાથે જ રહેવાની છું.''

''મૂરખ જેવી વાત નહીં કર રુકી... સાદીક મારા ભાઈ જેવો છે અને મારાં લગન શહેરના ડૉનની બહેન જોડે થયાં છે.''

''જેનું કાલે ઑપરેશન છે.'' રુકમણિ એકદમ નજીક આવી ગઈ. એણે પોતાના બંને હાથની આંગળીઓ ઉન્માદક અંદાજમાં રઘુના ચહેરા પરથી સરકાવી, ''જાનુ... મારી જાન... જે કહેવું હોય તે કહી લે, પણ એને જ્યારે ખબર પડશે કે એનો ફોન આવ્યો ત્યારે તું મને કિસ કરતો હતો ત્યારે શું થશે ? ''

''ભૂલ થઈ ગઈ મારી. હું તારા મોહમાં ઘસડાઈ ગયો હતો. હું મારી રિન્કુને ક્યારેય દુઃખ નહીં પહોંચાડું એટલું સમજી લેજે.''

''તો તું પણ સમજી લેજે કે સ્ત્રીનો પ્રેમ એના વેરથી જુદો નથી. નાગનું ઝેર ઉતારવા માટે એ જ ઝેરમાંથી ઇન્જેક્શન બનાવાય છે એવું મેં ક્યાંક ટી.વી. પર જોયું હતું...''

''શું કરી લઈશ તું ?''

''લોડ્ર્સમાંથી ઉપડાવી લઈશ એને...'' રુકમણિના કમસીન ચહેરા પર એક ઈર્ષ્યાળુ, કડવું સ્મિત ફેલાઈ ગયું, ''ખાલી પોલીસવાળા જ મારા

આશિક નથી, ગુંડા પણ મારા આશિક છે અને પોલીસવાળા પણ પ્રેમમાં તો ગુંડાગીરી કરવા તૈયાર થઈ જતા હોય છે.''

''રિન્કુને કંઈ થયું તો તારું ખૂન કરી નાખીશ.''

''ઓહોહો ! ચાર દિવસમાં તો બહુ પ્રેમ થઈ ગયો. મેં જાત ઘસી નાખી તારી પાછળ એની કોઈ કદર નથી ?''

''એ તારા જેવી નથી.'' રઘુનો સંયમ એના હાથથી નીકળી ગયો, ''સાર્વજનિક નળ જેવી... આવતો-જતો દરેક માણસ ખોલીને પાણી પી લે... સારા ઘરની સારી છોકરી છે. પ્રેમ કરે છે મને. સાચા હૃદયથી.''

''પ્રેમ તો હું કરું છું તને.'' રુકમણિ ફરી એની નજીક આવી. એણે રઘુને કોલરમાંથી પકડ્યો, એની આંખમાં આંખ નાખી, ''ને જિંદગીભર કરીશ. હવે જવા નહીં દઉં તને, એટલું યાદ રાખજે.''

''રિન્કુને ખબર પડશેને તો ટુકડા કરાવીને મુંબઈના દરિયામાં ફેંકાવડાવી દેશે.''

''ખબર પડશે ત્યારે જોઈશું.'' રુકમણિએ બેફિકરાઈથી આગળ ચાલવા માંડ્યું. ચાર-છ ડગલાં આગળ ગયા પછી અદાથી પાછળ વળીને રઘુ તરફ સ્મિત કર્યું, ''મને મારા રૂમ સુધી તો મૂકી જા.''

રઘુ મોટી મોટી ડાંફો ભરતો રુકમણિની આગળ થઈ ગયો. બંને જણા થોડું અંતર રાખીને આગળ-પાછળ ચાલતાં રુકમણિની રૂમ સુધી પહોંચી ગયાં. જેવા રૂમમાં દાખલ થયાં કે રુકમણિએ દરવાજો બંધ કરી દીધો. રઘુને ધક્કો મારીને દરવાજા સાથે અડાડીને ઊભો રાખી દીધો, કોઈ પાગલની જેમ એણે રઘુના હોઠ પર, ગાલ, આંખ પર અને ગળા પર ચુંબનો કરવા માંડ્યાં. રઘુના શર્ટના બટન ધીમે ધીમે એક પછી એક ખૂલતાં જતાં હતાં. થોડી વાર સુધી જાતને રોકીને પૂરેપૂરો સંયમ રાખવાનું નક્કી કરીને, પોતાના બંને હાથ દરવાજા ઉપર ચોંટાડીને ઊભેલા રઘુનું પુરુષત્વ પીગળતું જતું હતું. થોડી સેકન્ડો સુધી જાતને જાળવી રાખ્યા પછી એની અંદર રુકમણિ માટેનો મોહ ફરી એક વાર જાગૃત થઈ ગયો. એણે પણ રુકમણિને પોતાના બાહુપાશમાં લઈ લીધી.

એકબીજાને ચૂમતાં અને એકબીજાના શરીરને હથેળીઓથી જગાડતા બંને જણા ક્યારે પલંગ સુધી પહોંચી ગયાં એનું એમને ખુદને ભાન નહોતું રહ્યું.

★

સાદીક અને નાસીર બીજા દિવસનો પ્લાન ડિસ્કસ કરી રહ્યા હતા. ખાસ્સી વાર સુધી રઘુ પાછો ન ફર્યો એટલે સાદીકને ચિંતા થઈ. એણે નાસીર સામે જોયું, ''આ... તારો રઘુ...''

''એનું શું છે ?''

''હજી આવ્યો નહીં ?''

''તારી ગર્લફ્રેન્ડને ભગાડી જશે એવી બીક લાગે છે ?'' નાસીરે મજાક કરી, ''ચિંતા ના કર. રઘલો પરણેલો છે. ભગાડી જશે તોય પોતાના ઘરમાં નહીં રાખે.''

''બહુ સારું...'' સાદીક ચિડાયો, ''તું એને બોલાવ. મારે આવતી કાલની થોડી વાતો નક્કી કરવી છે.''

''મેં એને જાણીજોઈને જ બહાર મોકલ્યો છે. હું એની હાજરીમાં જે કંઈ પ્લાન સમજાવું એ તારે ફક્ત સાંભળી લેવાનો.'' નાસીરના ચહેરા પર શેતાની સ્મિત આવી ગયું, ''સાચો પ્લાન આપણે રાત્રે ડિસ્કસ કરીશું. આપણે બે જ જણા...''

★

લોર્ડ્સ હોટેલમાં નાહીધોઈને ડ્રેસિંગ ગાઉન પહેર્યા પછી રિન્કુ આરામથી પલંગમાં બેઠી. એણે રઘુના ટેલિફોનનો નંબર લગાડ્યો.

રુકમણિ રઘુના ખભે માથું મૂકી એની છાતીના વાળમાં આંગળાં ફેરવતી હતી. રુકમણિના લાંબા-ખુલ્લા વાળમાં રઘુની આંગળીઓ પણ ફરી રહી હતી, ''ખોટાં નખરાં કરતો હતો. હું જાણું છું કે તું મારા વિના નહીં રહી શકે.''

''એવું તો કંઈ નથી, પણ તારી ચામડીમાં નશો છે. તારા હાથમાં જાદુ છે. ભલભલા પુરુષને તું કાહ્યો-કાહ્યો કરી નાખી શકે... આવડત છે તારામાં.''

''તારી બૈરીમાં નથી આવી આવડત ?''

''ક્યાંથી હોય ? એણે તારા જેટલા મર્દ નથી જોયા...'' રઘુએ કહ્યું અને રુકમણિએ એની ખુલ્લી છાતી પર મુક્કો માર્યો, ''સાચી જ વાત છે વળી, એ તો બિચારી સીધી છે.''

"ને હું વાંકી છું ?"

"વાંકી ? ગોળ ગોળ ગૂંચળા જેવી છે. પાકી જલેબી..."

"પણ ચાસણીમાં બોળેલી... મીઠી...સ્વાદિષ્ટ...મજેદાર... કેમ ?" રુકમણિએ માથું ઊંચું કરીને એના ગાલ પર ચુંબન કર્યું અને એની આંખમાં આંખ પરોવી, "રોજ રોજ ઘરની રોટલી ખાઈને થાકી જ જવાનો છે... દરેક માણસને મિષ્ટાન્ન અને ફરસાણ તો અવારનવાર જોઈએ છે, સમજ્યો ?"

"તું અવારનવારના મિષ્ટાન્નમાં ગોઠવાઈ શકે એવી નથી રુકમણિ, તું મને આખો ને આખો માગીશ, જે હવે શક્ય નથી. રિન્કુ મારી જિંદગીમાં સૌથી અગત્યની છે. પત્ની છે મારી."

રુકમણિ કશું બોલી તો નહીં, પણ રઘુની આ વાતે એના તનબદનમાં આગ લગાડી દીધી. એણે મનોમન ગાંઠ વાળી, "તારી રિન્કુડીને રાતની રાત તારી રાહ જોતી ના કરી દઉં તો મારું નામ રુકમણિ નહીં."

હજી રુકમણિ કંઈ બોલે તે પહેલાં જ રઘુના સેલફોનની રિંગ વાગી. સુરતનો અજાણ્યો લેન્ડલાઇન નંબર જોઈને રઘુએ સીધું જ કહ્યું, "હા જાનુ, પહોંચી ગઈ ?"

રુકમણિ ઝાટકો મારીને ઊભી થઈ અને કપડાં પહેરવા લાગી. રઘુ એની સાથે ફોન પર વાત કરતો રહ્યો.

*

૨૩

રિન્કુનો ફોન આવ્યો કે રુકમણિ ઝાટકો મારીને ઊભી થઈ ગઈ અને કપડાં પહેરવા લાગી. રઘુ એની સાથે ફોન પર વાત કરી રહ્યો હતો, ''હા જાનુ, પહોંચી ગઈ ?''

''હા, પણ બહુ ડર લાગે છે. હું કોઈ દિવસ આવી રીતે હોટલમાં એકલી રહી નથી.''

''એમાં ડરવાનું શું, જાનુ ? ફોન તારી પાસે છે. તું જેટલી વાર ફોન કરીશ એટલી વાર મારા સુધી પહોંચી શકીશ.''

''પણ, તું છે ક્યાં ?''

''હું...'' રઘુ ગૂંચવાયો, ''હું નાસીરભાઈના ત્યાં છું... ઓપરેશનનું પ્લાનિંગ ચાલે છે... ''

''તું સાચવજે હો... સાદીક આવી ગયો ?''

''હા.'' રઘુ ફરી એક વાર સાદીકની સાથે રુકમણિને જોઈને જે અનુભવ્યું હતું એ અનુભવી રહ્યો...

''તને શું લાગે છે ? બધું બરાબર થશે ને ?'' રિન્કુના અવાજમાં એક ધ્રુજારી હતી.

''જો રિન્કુ, આપણે આપણા તરફથી પૂરો પ્રયત્ન કરવાનો. પછી તો જે થાય તે...'' રઘુનો અવાજ પણ સહેજ ધ્રૂજી ગયો. એ સમજી શકતો હતો કે આ રમતમાં કંઈ પણ થઈ શકે એમ હતું. નાસીરની ગોળી પહેલા ચાલે તો રઘુ ન પણ રહે એવી રઘુને ખબર હતી, એટલું જ નહીં આ તરફ રઘુ એકલો હતો, પરંતુ બીજી તરફ નાસીર અને એનું આખું ટોળું હતું.

વાત કરતાં કરતાં રઘુ ઊભો થયો અને એણે પણ કપડાં પહેરવા માંડ્યા. આ ઓરડામાં વધુ સમય રહેવું ખતરનાક હતું. સાદીક કોઈ પણ મિનિટે આવી શકે...

"જે થાય તે એટલે ?" રિન્કુનું હૃદય ધડકવા લાગ્યું.

રઘુ ઇચ્છતો હતો કે આ વાત બને એટલી જલદી પૂરી થાય, કારણ કે એને આ ઓરડામાંથી બહાર નીકળવું હતું. પણ એને લાગ્યું કે રિન્કુની વાત લાંબી ચાલશે એટલે એણે ઇશારાથી આવજો કહીને ઓરડાની બહાર જવા માંડ્યું. રુકમણિએ પાછળથી એનો કૉલર પકડ્યો.

"આમ જ જતો રહીશ ?" રુકમણિએ જરા મોટા અવાજે જ પૂછ્યું.

"કોણ છે તમારી સાથે ?" રિન્કુએ સામેથી પૂછ્યું.

"ટી.વી. ચાલે છે." એક સેકન્ડ પણ ગુમાવ્યા વિના રઘુએ જવાબ આપ્યો.

રુકમણિએ એને મુક્કો માર્યો, "જૂઠ્ઠું બોલે છે ?" રઘુએ હાથથી જ ઇશારો કરીને રુકમણિને ચૂપ રહેવાનું કહ્યું,પણ રુકમણિ તો નજીક આવીને વીંટળાઈ વળી. એણે ફરી એક વાર રઘુના શર્ટનાં બટન ખોલવા માંડ્યાં. એની છાતીમાં પોતાનું નાક ઘસવા માંડ્યું. બંને હાથ એની કમર પર લપેટીને રુકમણિ વેલની જેમ એના શરીરની આસપાસ વીંટળાઈ ગઈ. એક હાથે ફોન પકડીને રઘુએ પણ એના વાળમાં આંગળાં ફેરવવા માંડ્યાં.

રિન્કુનો ફોન ચાલુ જ હતો, "અત્યારે ટીવી જુએ છે ?"

"તો શું કરું ? હવે અમારે રાહ જોવા સિવાય કંઈ કરવાનું જ નથી."

"પોલીસે કશું કર્યું છે ?" રિન્કુએ ચિંતાથી પૂછ્યું.

"મને લાગતું તો નથી. અત્યાર સુધી નાસીર આરામથી પોતાનું કામ કરી રહ્યો છે. બધી તૈયારી થઈ ચૂકી છે."

"એટલે તને લાગે છે કે આ ઓપરેશન નહીં અટકે."

"હા, લોકો તો મરશે એ નક્કી છે, રિન્કુ. હું માત્ર એટલો પ્રયત્ન કરવાનો છું કે આ નાસીરનો છેલ્લો ગુનો છે." બોલતાં બોલી નાખ્યું પછી રઘુને સમજાયું કે એણે રુકમણિની સામે બફાટ કર્યો હતો. રુકમણિ જેટલી ચાલાક સ્ત્રી આ એક વાક્ય પરથી કંઈ ન સમજે એવું શક્ય જ નહોતું. રુકમણિની આંખો ફરી ગઈ. એ વધુ ધ્યાનથી રઘુની વાત સાંભળવા લાગી. રઘુ હવે આગળ વાત કરવા નહોતો માગતો. તેમ છતાં એણે રિન્કુને કહ્યું :

"જો, અત્યારે તો નાસીર એવું કહે છે કે એ હશે ત્યાં જ હું હોઈશ, પણ એવું નહીં થાય તો..."

"હું કંઈ નથી જાણતી. તારે આ કામ કરવું જ પડશે. કોઈ પણ રીતે."

"હા રિન્કુ, હું તને આપેલું વચન પૂરું કરવાનો પ્રયત્ન કરીશ." રઘુનું ગળું ભરાઈ આવ્યું, "મારો જીવ જાય તો પણ..."

"તને કંઈ નથી થવાનું." રિન્કુનો અવાજ દઢ અને સ્વસ્થ હતો, "મારા નસીબમાં નાસીરની લાશ જોવાનું લખ્યું છે. હું કાલે સવારે અહીંથી નીકળીશ. નીચે રિસેપ્શન પર મુંબઈની ટિકિટ તપાસ કરવાનું કહ્યું છે. હમણાં ખબર પડશે..."

"જો રિન્કુ, જ્યાં સુધી નાસીરનું કામ ન પતે ત્યાં સુધી તારે મુંબઈ આવવું જોખમકારક છે. સમજ જાનુ..." રઘુએ ધીમેથી સમજાવટભર્યા સૂરે કહ્યું.

"તો ત્યાં સુધી સુરત પડી રહું ? નાસીરનું કામ તો તારે પતાવવું જ પડશે. કાલે નહીં તો પરમ દિવસે... પરમ દિવસે નહીં તો પછી..."

"અને એણે મને પતાવી નાખ્યો તો ?" રઘુનો અવાજ સહેજ ઊંચો થઈ ગયો. એ ચિડાઈ ગયો.

"જાનુ" રિન્કુ અચાનક રડી પડી, "આવું શું બોલતો હોઈશ ?"

"તું મને ચારેબાજુથી પ્રેશર નહીં કર. હું અકળાઈ જઈશ તો કંઈ નહીં કરી શકું. પ્લીઝ, મને શાંતિથી મારું કામ કરવા દે." રઘુએ હવે વાત પૂરી કરી, "હવે બહુ અરજન્ટ જરૂરિયાત ના હોય તો મને ફોન નહીં કરતી. હું જ તને કોન્ટેક કરીશ. હોટેલમાં શાંતિથી ખાજે-પીજે અને ટીવી જોજે." એણે ફોન મૂકતા પહેલાં એક ચુંબન કર્યું, "આઈ લવ યુ, જાનુ.."

"આઈ લવ યુ ટુ..." રિન્કુનો ફોન કપાયો કે રુકમણિએ રઘુના હોઠ પર હોઠ મૂકી દીધા.

"છોડ, હવે મારે જવું જોઈએ." રઘુએ કહ્યું.

"તો જા ને... મેં ક્યાં રોક્યો છે ?" રુકમણિ હજુ એને વીંટળાયેલી જ હતી. રઘુએ બંને હાથે રુકમણિને હાથ છોડાવ્યા અને એના ગાલ પર ટપલી મારી બહાર નીકળવા માંડયું, રુકમણિએ ફરીથી એને કૉલરમાંથી

પકડી લીધો, ''પાછો ક્યારે આવીશ ?''

''જીવતો રહીશ તો આવીશ ને ?''

''નાસીરની ગેમ કરવાનો છે ?'' રુકમણિએ એની આંખમાં આંખ નાખીને પૂછ્યું.

''હા.'' રઘુ સમજી શકતો હતો કે હવે જૂઠું બોલવાનો કોઈ અર્થ નહોતો.

''તને ખબર છે કેટલું અઘરું છે ? સાદીક એની સાથે જ હશે. સાદીક ચિત્તા જેવો છે. પાંદડું ખખડે તોય એના કાન સરવા થઈ જાય. નાસીર માટે જીવ આપી શકે એમ છે.''

''બધું જાણું છું, છતાં મેં રિન્કુને વચન આપ્યું છે.''

''રિન્કુનો તો ભાઈ છે, સગો...'' રુકમણિની આંખો નવાઈથી પહોળી થઈ ગઈ.

''સગો નહીં, સાવકો.'' હવે જ્યારે આ વાત ખૂલી જ ગઈ હતી ત્યારે રઘુનું મગજ પાંચ ગણી ઝડપે કામ કરવા માંડ્યું, ''રિન્કુના બાપનું ખૂન નાસીર અને સાદીકે મળીને કર્યું હતું. રિન્કુ ભૂલી શકી નથી.'' રુકમણિ થોડીક ક્ષણો માટે રઘુની સામે જોતી રહી એટલે પોતાનું વેર લેવા માટે તારી બૈરી તારો જીવ જોખમમાં નાખવા તૈયાર થઈ છે ? અક્કલ છે કે નહીં એનામાં... ભાઈને ઓળખતી નથી ? સાદીકને ગંધ પણ આવશે તો તને ચીરી નાખશે, ખબર છે ?''

''જાણું છું...'' રઘુનો અવાજ સહેજ ઢીલો થઈ ગયો, ''પણ ડરી ડરીને ક્યાં સુધી જીવવાનું ? વેર રિન્કુનું છે. એની સાથે સાથે મારું સપનું જોડાયેલું છે.''

''ડૉન બનીશ ? નાસીરની જગ્યા લઈશ તું ?'' રુકમણિની આંખો ચમકી ઊઠી.

''હા...'' રઘુનો અવાજ પથ્થર જેવો સખત અને મજબૂત હતો.

''તારું સપનું પૂરું કરવા માટે હું મદદ કરું તો ?''

''એટલે ?''

''સાદીક મારો દીવાનો છે.''

''પથારીમાં પકડી રાખીશ ?'' રઘુનો હાથ ઊંચો થઈ ગયો, ''સાલી,

રાં... આનાથી આગળ કંઈ વિચારી શકતી જ નથી."

"બેવકૂફ, તું નથી વિચારતો આની આગળ." રુકમણિએ એના કૉલર બંને હાથે પકડી લીધા, "મને એક મિસ્ડ કૉલ કરજે. હું એ જ વખતે સાદીકને ફોન કરીશ." રુકમણિના ચહેરા પર ક્રૂર સ્મિત આવ્યું, "એ મારો ફોન ઉપાડ્યા વિના નહીં રહે. હું એને વાતોમાં રોકી રાખીશ. તું નાસીરનું કામ પતાવી દેજે."

" ઓહ ગૉડ, શું મગજ ચાલે છે તારું ?"

"હજી તેં મારું મગજ જોયું જ ક્યાં છે ?" હાથમાં પકડેલા કૉલરને ધક્કો મારીને છોડી દીધા રુકમણિએ, "તારી સાથે સાથે પડછાયો બનીને ચાલું તો કોઈની હિંમત નથી કે તારો વાળ વાંકો કરી શકે."

"રુકી... કેમ મારાથી દૂર જતી રહી ?" રઘુએ એને બાહુપાશમાં લઈને કપાળ પર ચુંબન કર્યું, "આપણે સાથે હોત તો દુનિયા જીતી લેત."

"આપણે સાથે જ છીએ, રઘલા.." રુકમણિએ પોતાના હાથ એની આસપાસ વીંટાળ્યા, "પહેલાં હું લગન કરવાની ના પાડતી હતી, હવે તારાથી થાય એમ નથી. સ્થિતિ એની એ જ છે, પણ સાથે તો રહેવાય ને ?"

રુકમણિના સવાલે રઘુને વિચારતો કરી મૂક્યો. હજી એ કંઈ જવાબ આપે તે પહેલાં દરવાજે ટકોરા પડ્યા. રઘુએ ચિત્તાની ઝડપે ફટાક દઈને દરવાજો ખોલી નાખ્યો. એણે ધાર્યું હતું એમ જ સાદીક હતો.

"દરવાજો કેમ બંધ હતો ?"

"મેં બંધ કરવાનું કહ્યું હતું." રુકમણિએ નજીક જઈને સાદીકના બાવડે હાથ વીંટાળ્યો. સહેજ નજર ઉઠાવીને દીવાલ પર લટકતું ઘડિયાળ જોયું, "પચ્ચીસ મિનિટથી પૂછું છું, પણ તમારો માણસ જવાબ નથી આપતો."

"શેનો જવાબ ?" સાદીકની આંખો હજી ઝીણી જ હતી.

"શું કરો છો તમે બધા ? તમે કહ્યું હતું કે જીવનું જોખમ છે. એવું તે કયું કામ છે ?"

"રઘલા, કંઈ ભસ્યો તો નથી ને ?" સાદીકે રઘુના ખભે દોસ્તાના હાથ મૂક્યો, "જોકે મારો રઘલો જીવ જાય તોય બોલે એવો નથી. એની

બૈરીને છોડી દીધી, ખબર છે તને ? નાસીરનો વફાદાર છે…'' એણે રઘુનો ખભો થાબડ્યો. એક કાચી ક્ષણ માટે રઘુ અને રુકમણિની આંખો મળી. રુકમણિની આંખોમાં ઉપાલંભ હતો. રઘુ સમજી શક્યો કે રુકમણિ સાદીકના આ વાક્ય પર ખડખડાટ હસી ન શકી !

''ખરી વાત છે. લઈ જાવ, તમારા વફાદારને. મારે કંઈ કામનો નથી….'' રુકમણિએ નખરો કર્યો, ''ભાભીજી…ભાભીજી કરીને અડધો કલાકથી હાથ બાંધીને ઊભો છે, પણ જીભ ખોલતો નથી.''

''શાબાશ, મેરે શેર…'' સાદીકે ફરી એનો ખભો થાબડ્યો. પછી રઘુની સામે આંખ મારી, ''હવે જરા હું હલકો થઈ જાઉં ?'' રઘુ ફરી એક વાર રુકમણિ સામે અછડતી નજર નાખીને રૂમની બહાર નીકળ્યો. એની પાછળ રૂમનો દરવાજો બંધ થયો ત્યારે રઘુની છાતીમાં એક કાંટો ચૂભ્યો હોય એવો અહેસાસ થયો.

'મેં રુકમણિની સામે રિન્કુ સાથે જાનુ… જાનુ… કરીને વાત કરી… સાદીક દરવાજો બંધ કરે એમાં મને ખોટું લગાડવાનો કોઈ અધિકાર નથી.' એણે વિચાર્યું. પછી મન મનાવીને નાસીરના રૂમ તરફ આગળ વધી ગયો.

★

''આવી ગયો તું ? બહુ વાર લાગી ? સાદીક ઊંચોનીચો થતો હતો. એની છમિયાને પટાવી નથી ને તેં ?'' નાસીરે મજાક કરી.

''કાલે જિંદગી અને મોતની વચ્ચેનો ખેલ છે. અત્યારે બૈરાં સૂઝે ?'' રઘુએ ચાલાકીથી સવાલ પૂછીને જવાબ ટાળ્યો. પછી નાસીરે એને નજીક બોલાવીને બેસાડ્યો. બીજા દિવસના ઑપરેશનની ઝીણી ઝીણી વિગતો એને સમજાવવા માંડી. પોતે ક્યાં જવાનો છે અને કઈ રીતે બધું મોનિટર કરવાનો છે એ બધું એણે રઘુને કહેવા માંડ્યું. રઘુ ધ્યાનથી સાંભળતો હતો. જરૂર પડે ત્યાં સવાલ પૂછતો હતો…

આખોય નકશો અને ઝીણી ઝીણી વિગતો એના મગજમાં નોંધાતી જતી હતી. નાસીરની આખી વાત પૂરી થઈ ત્યારે રઘુના મગજમાં એક જ વાત બરાબર ઘૂંટાઈ ગઈ. માહિમ અને માટુંગા જંક્શનની વચ્ચે અંતર બહુ જ ઓછું હતું. એ દરમિયાન નાસીર, રઘુ અને સાદીક સાથે પ્રવાસ

કરવાના હતા. એ દરમિયાન જો નાસીરને ઉડાવી શકાય તો કામ પતી જાય.

સાદીક રુકમણિ સાથે ફોન પર હોય ત્યારે નાસીરને ગોળી મારી દઈને એ ગોળી બહારથી આવી છે એવું દેખાડવું સહેલું હતું. નાસીરનું ભેજું વીંધીને એને ઢાળી દેવા માટે એક જ ગોળી પૂરતી હતી.

''ભાઈ, આપ ફીકર મત કરો. મેં સાયા બનકે આપકે સાથ રહૂંગા.''

''મેરા ભરોસા હૈ રે...'' નાસીરની આંખો ઝીણી થઈ, ''ઉસ કુતિયા કી કોઈ ખબર આઈ ક્યા ?''

''નહીં, ભાઈ.. આતી તો મૈં નહીં બતાતા ?'' રઘુએ ફરી સવાલ પૂછીને નાસીરને ચૂપ કરી દીધો. એ પછીની ખાસી ક્ષણો નાસીરે આપેલી માહિતીને પોતાના મગજમાં બરાબર ફીટ કરીને ક્ષણેક્ષણને વ્યવસ્થિત ગોઠવવામાં રઘુ એકદમ ગૂંથાઈ ગયો. સામે બે રાતથી નહીં ઊંઘેલો નાસીર આંખ મીંચીને થોડી વાર માટે પોતાની કાર્બૂ ચૅર પર લાંબો થયો...

ઓરડામાં ભયાવહ સન્નાટો તોળાવા લાગ્યો.

આવતી કાલે ગૂંજનારી ચીસો અને થનારા અનેક મોતની ભયાવહતા ઓરડામાં આંટા મારતી હતી, તો બીજી તરફ સાદીક પોતાની ડ્રીમગર્લ રુકમણિના શરીરને એક પછી એક વસ્ત્રો ઉતારતો ઘૂંટડે ઘૂંટડે પી રહ્યો હતો.

સાથે જ એનું ડ્રીંક પણ એનામાં એક એક ઘૂંટડા સાથે બેહોશીની દવા ઊડેલતું જતું હતું. જાત પરથી મુસ્તાક રુકમણિને ખાતરી હતી કે બે ડ્રીંક પૂરાં કરતાં સુધીમાં સાદીક બેહોશ થઈ જશે અને તે દિવસની જેમ જ પોતે પોતાની જાતને બચાવી શકશે.

સાદીકનું બીજું ડ્રીંક પૂરું થવાની તૈયારીમાં હતું, પણ હજી સુધી એ ભાનમાં હતો. રુકમણિનાં તમામ વસ્ત્રો ઊતરી ચૂક્યાં હતાં. ફક્ત બે અંતઃવસ્ત્રો બાકી હતાં. સાદીક એના વાળમાં આંગળાં ફેરવતો, એને ચૂમતો, ધીમેધીમે જાત પરનો કાબૂ ગુમાવી રહ્યો હતો. એ હજી સુધી બેહોશ નહોતો થયો એ વાતે હવે રુકમણિ ટેન્શનમાં હતી અને રઘુ સાથે ફરી પાછાં એક થયા પછી રુકમણિ પોતાનું શરીર હવે કોઈને સોંપવા બિલકુલ તૈયાર નહોતી.

*

૨૪

સાદીક હજી બેહોશ નહોતો થયો. હવે રુકમણિને ડર લાગવા માંડ્યો. સાદીક જો આ જ સ્થિતિમાં રહેશે તો શું થશે એની કલ્પના રુકમણિ કરી શકતી હતી... હવે એના શરીર પર ફક્ત બે જ અંતઃવસ્ત્રો બાકી હતાં...

‘‘પાસે આવ...’’ સાદીકે લસરતા અવાજે કહ્યું.

‘‘પાસે તો છું...’’ રુકમણિનો અવાજ પણ હવે થથરતો હતો. એ રાહ જોતી હતી કે સાદીક ઉપર એણે ડ્રિન્કમાં મેળવેલી દવાની અસર થાય અને સાદીક બેહોશ થાય.

આવતી કાલનું ટેન્શન હશે કે બીજું કોઈ પણ કારણ, પરંતુ સાદીક ઉપર આજે એ બેહોશીની દવાની અસર નહોતી થતી. રુકમણિએ મનોમન દઢ નિર્ધાર કરી લીધો, જો સાદીક બેહોશ ન થાય અને એની પાસે હજી વધુ શારીરિક નિકટતાની માગણી કરે તો કોઈ પણ બહાને એને ટાળી દેવો. એમ પણ ન માને તો રુકમણિએ આમતેમ જોઈને એક કાચના ફ્લાવર વાઝ પર નજર નોંધી રાખી હતી. ફ્લાવર વાઝ પાડીને પોતાને જ ઈજા કરવાનું એણે નક્કી કરી લીધું હતું.

રુકમણિના ઓરડામાંથી બહાર નીકળેલો રઘુ પણ બેચેન થઈ ગયો હતો. એની પાછળ બંધ થયેલા દરવાજાની અંદર શું થતું હશે એની કલ્પના એના મગજ અને મનને હલબલાવી મૂકતી હતી. જોકે એની પાસે પોતાની જાતને સમજાવવા માટે એક કારણ હતું, રિન્કુ ! પોતે પરણેલો હતો. બીજી કોઈ સ્ત્રીને પ્રેમ કરતો હતો. એટલે રુકમણિને રોકી શકાય નહીં એવું એણે પોતાના મનને સમજાવવાના ઘણા પ્રયત્નો કર્યા. તેમ છતાં બંધ દરવાજાને પેલે વાર જે સ્ત્રીને હજી હમણાં જ પોતે પ્રેમ કરી રહ્યો હતો એ

કોઈ બીજાના બાહુપાશમાં હશે એટલો વિચાર માત્ર એને અકળાવી રહ્યો હતો.

આ તરફ સાદીકે બે-ત્રણ વાર બોલાવવા છતાં રુકમણિ એનાથી થોડી અતડી અને થોડી દૂર હતી. આખરે એ પોતાની ખુરશીમાંથી ઊભો થયો, રુકમણિની નજીક આવ્યો. એણે રુકમણિને ઢીંગલીની જેમ બે હાથે ઉપાડી લીધી અને પલંગ પાસે પહોંચ્યો. એણે રુકમણિને પલંગમાં નાખી, પોતાનું શર્ટ ઉતાર્યું અને પલંગમાં પછડાયો.

''તું ખૂબ કમસીન અને હસીન છે. ખુદાકસમ...તને બનાવીને એક વાર ખુદાની નિયત પણ ખરાબ થઈ હશે.'' સાદીક પૂરેપૂરો ભાનમાં હતો. ફક્ત એની જીભ સહેજ લસરતી હતી. એણે રુકમણિને બાહુપાશમાં લીધી. એની પીઠ પર, એના ખભા પર, એના ગળા પર હાથ ફેરવવા માંડ્યો.

રુકમણિ અકળાતી હતી. આ અણગમતા, વણજોઈતા સ્પર્શથી એને ખૂબ ત્રાસ થતો હતો. એણે બે-ચાર વાર સાદીકનો હાથ ખસેડી નાખ્યો, પરંતુ થોડો નશામાં અને થોડો ઉશ્કેરાઈ ગયેલો સાદીક હવે અટકે એમ નહોતો. એણે રુકમણિનાં અંતઃવસ્ત્રો ઉતારવાનો પ્રયાસ કરવા માંડ્યો. રુકમણિ થોડું છટપટી પરંતુ છ ફૂટ ઊંચા રાક્ષસી તાકાત ધરાવતા સાદીકની સામે રુકમણિનું કંઈ ચાલે એમ નહોતું. એણે થઈ શકે એટલો રોકવાનો પ્રયાસ કર્યો... પણ સાદીકે એના બંને હાથ પકડીને પોતાના શરીરનું બધું વજન રુકમણિ પર નાખી એને કચડી નાખી. સાદીકનો ચહેરો રુકમણિના ચહેરા પર ઝળુંબતો હતો... રુકમણિએ આંખો મીંચી દીધી. હવે પછીની પળે થનારા બળાત્કાર માટે એણે મનને તૈયાર કરી લીધું.

પોતાનાથી બનતા તમામ પ્રયાસો કર્યા છતાં પણ જો આ પરિસ્થિતિ ન જ રોકી શકાવાની હોય તો સાદીકને ગુસ્સે કરવાનો કોઈ ફાયદો નહોતો એટલું રુકમણિ સમજી શકી. એણે રઘુના મિશનનો વિચાર કર્યો. સાદીક ગુસ્સે થઈ જાય કે એને કોઈ પણ પ્રકારની શંકા પડે તો રઘુએ તૈયાર કરેલી આખીયે જાળ નકામી સાબિત થાય.

એણે જાતને મનાવી. *હવે જે થાય તે, મારા રઘુ માટે હું મારી જાતનું બલિદાન પણ આપી દઈશ.* એણે મનોમન ઈશ્વરનું નામ લીધું, જો

ખરેખર મારો પ્રેમ સાચો છે તો મારે આ સ્થિતિમાં કેમ મુકાવાનું ? હું પૂરા મન અને હૃદયથી જે માણસને ચાહું છું એ માણસ સિવાય કોઈને પણ શરીર કેમ સોંપવું પડે મારે ? એણે ઈશ્વરને પૂછી નાખ્યું, અને જાણે ઈશ્વરે એની વાત સાંભળી હોય એમ સાદીકના સેલ પર રિંગ વાગી. કંટાળા સાથે સાદીકે સેલના સ્ક્રીન પર વાંચ્યું અને વીજળીનો ઝાટકો લાગ્યો હોય એમ રુકમણિ ઉપરથી ઊભો થઈને શર્ટ પહેરી લીધું, ‘‘હું હમણાં આવું છું. ભાઈ બુલાતે હૈં...'' રુકમણિના જવાબની રાહ જોયા વિના એ દરવાજો ખોલીને બહાર નીકળી ગયો. પથારીમાં સૂતેલી રુકમણિ પણ વીજળીની ઝડપે ઊભી થઈને વસ્ત્રો પહેરવા લાગી.

અત્યાર સુધી રોકી રાખેલો ડૂમો જોખમ ટળી જતાં જાણે પીગળી ગયો... એ જોરથી રડી પડી. હજી રુકમણિનું ડૂસકું પૂરું છૂટે એ પહેલાં તો રઘુ એના રૂમમાં દાખલ થયો, ‘‘રુકી...''

‘‘ક્યાં સુધી ચાલશે આવું ?''

‘‘આજનો દિવસ. એક વાર નાસીર ઉપર પહોંચી જાય પછી તને કોઈ હાથ નહીં લગાડે. બસ, આજનું ઑપરેશન પૂરું થાય...''

‘‘રઘુ, હું માંડ બચી.'' રુકમણિ આગળ વધીને એને ભેટવા જતી હતી કે રઘુએ એને હાથથી દૂર ધકેલી.

‘‘હું જાઉં છું. સાદીક ગમે તે ક્ષણે આવશે. એ બીજી વાર મને અહીંયાં જુએ એવું હું નથી ઇચ્છતો.'' એ રુકમણિ કશું બોલે એ પહેલાં બહાર નીકળી ગયો. પોતાના શરીર પર ફરેલા સાદીકના હાથ હજીયે રુકમણિને અકળાવી રહ્યા હતા. આજ સુધી કેટલાય પુરુષો એને સ્પર્શ્યા હતા, પરંતુ એક વાર રઘુ માટે પ્રેમ થયા પછી રુકમણિએ જાતને આબાદ જાળવી હતી.

પ્રેમ શરીરથી નથી થતો, મનથી થાય છે. માણસનું મન એના શરીરને ગાડીના સ્ટિયરિંગની જેમ આગળ લઈ જાય છે, પાછળ લઈ જાય છે કે દિશા બતાવે છે. શરીર તો બિચારું મશીન છે. એને પોતાની ઇચ્છા કે જરૂરિયાત હોતી જ નથી. પ્રેમની ભૂખ હૃદયમાં જાગે છે, શરીરમાં નહીં... રુકમણિ વિચારી રહી હતી. એણે બાથરૂમમાં જઈને વૉશબેસીનનો નળ ચાલુ કર્યો. પાણીની છાલકો મારી મારીને ચહેરો ધોયો. પછી પથારીમાં આવીને આડી પડી.

★

સાદીક ભાઈ પાસે પહોંચ્યો ત્યાં સુધીમાં તો રઘુ પાછો ત્યાં જ પહોંચી ગયો હતો.

''મને બોલાવ્યો ભાઈ ?'' સાદીકના અવાજમાં અધૂરા રહી ગયેલા પ્રેમની ચીડ હતી. સાથે જ નાસીરે નોંધ્યું કે એનો અવાજ લસરતો હતો.

''હા, આ રઘુ કંઈ સમજવા માગે છે.'' નાસીરે આંખો ઝીણી કરી, ''આજે ન પીધો હોત તો ન ચાલત ? તને ખબર છે કાલે...''

''ગલતી થઈ ગઈ ભાઈ... આ રુકમણિ...'' સાદીક વધુ ન બોલી શક્યો. એને પણ સમજાયું કે આવતી કાલના ઑપરેશનની અગત્યતા જોતા એણે આજે શરાબ પીવી જોઈતી નહોતી. એ થોડો ઝંખવાયો. ''બોલ...'' સાદીકે કંટાળાથી રઘુ સામે જોયું.

''કાલે મંગળવાર... ૧૧ જુલાઈ... પહેલો બ્લાસ્ટ મીરા રોડ. સવા છ... એ પછી દસ મિનિટમાં સાત ધડાકા થશે... બરાબર ?''

''અરે ભાઈ, આ બધું થઈ ગયું. વીસ વાર એકની એક વાત કરીશું એથી કંઈ ફરક નહીં પડે. આપણે અહીંથી ચાર વાગ્યે નીકળવાનું છે. ભાઈ બધે નથી આવવાના. ફક્ત માહિમ અને માટુંગા સ્ટેશનની વચ્ચે એક વાર ભાઈ મળશે. બાકી એ અહીં બેસીને બધાની સાથે કો-ઓર્ડિનેટ કરશે. બરાબર છે, ભાઈ ?''

''ભઈ, મારા માટે તો બધું બરાબર જ છે.'' નાસીરે બેફિકરાઈથી કહ્યું, પછી રઘુ સામે જોયું, ''તું જે પૂછતો હતો તે પૂછી નાખ. ડરવાની જરૂર નથી. તું અમારી ટીમનો ભાગ છે.''

''સાદીકભાઈ, આ ધડાકાનાં રિમોટ ક્યાં છે ? કોણ કરશે ?''

''એ જાણીને તારે શું કરવું છે ?'' સાદીક છંછેડાયો.

''અરે સાદીક, મગજ શું કામ ગુમાવે છે ? એને કહેવું તો પડશે ને ?'' નાસીરે નજીક આવીને રઘુના ખભે હાથ મૂક્યો, ''જો, આરડીએક્સ પ્લાસ્ટિક્સ એક્સ્પ્લોઝિવ્સ અને પેન્સિલ ટાઇમરથી બધું ગોઠવાઈ ગયું છે. સાત છોકરાઓ પાસે ટિફિન, રેડિયો, પ્લાસ્ટિકની થેલી જેવી વસ્તુઓમાં એક્સપ્લોઝિવ્સ તૈયાર છે. એ લોકો એક પછી એક ટ્રેનમાં ચડશે અને ડબામાં વસ્તુઓ ગોઠવીને ઊતરી જશે. એ લોકો ઊતરશે કે મને મિસ્ડ કોલ

આવવા માંડશે. એમના ઊતર્યા પછી એમના મિસ્ડ કોલ આવે કે તરત જ હું સ્ટેશન પર ઊભેલા આપણા માણસ નંબર બેને મિસ્ડ કોલ આપીશ. એ સમજી જશે કે આપણો માણસ ટ્રેનમાંથી ઊતરી ગયો છે...''

''એ પછી સ્ટેશન પર ઊભેલો માણસ પચાસ મીટરની રેન્જમાંથી બહાર નીકળી જશે. બહાર નીકળીને રેન્જમાં સિગ્નલ પકડાય એવા છેલ્લા પોઈન્ટ પર ઊભો રહીને એ મોબાઈલમાં ગોઠવેલો રિમોટ દબાવી દેશે.'' નાસીરભાઈને આટલી વિગતવાર પ્લાન સમજાવતા જોઈને સાદીકને પણ લાગ્યું કે હવે વાત પકડી રાખવાનો કોઈ અર્થ નથી.

''એક પછી એક માણસો ઊતરશે, એક પછી એક મિસ્ડ કોલ આવશે અને એક પછી એક ધડાકા થતા જશે. આ બધું દસ મિનિટમાં પતી જશે રઘુ. એ પછી સાદીક રાતની ફ્લાઈટ પકડીને દુબઈ ભેગો થઈ જશે. હું પણ દુબઈ જતો રહીશ, પણ બીજી કોઈ ફ્લાઈટમાં.''

''ને હું ?''

''તું અહીં રહીશ. મારો ધંધો સંભાળીશ.''

''પોલીસને મારા પર શક ગયો તો ?''

''નહીં જાય. રિન્કુએ પોલીસને મદદ કરીને તમારા પરથી શકનું વર્તુળ હટાવી નાખ્યું છે. પોલીસ માને છે કે આપણી વચ્ચે હવે દુશ્મની છે. એ વાતનો ફાયદો ઉઠાવીશું.''

''ભાઈ...''

''હવે શક નહીં રઘુ... હવે ફક્ત પૂરેપૂરા ઈમાનથી આ ઑપરેશન પાર પાડવાનું.'' નાસીરનો હાથ હજીયે રઘુના ખભે હતો. એણે રઘુનો ખભો થપથપાવ્યો, ''એક વાર ઑપરેશન પૂરું થશે એટલે કોલાબાથી બૉમ્બે સેન્ટ્રલનો આખો એરિયા મારે તને સોંપવો છે. એ વિસ્તારનાં આપણાં બધાં જુગારખાનાં, હથિયારના ધંધા અને હપતા... પ્રોટેક્શન મનીનું કામ તારે એકલા હાથે સંભાળી લેવાનું છે.'' એણે ધીમેથી ઉમેર્યું, ''પચીસ ટકા ભાગીદારીમાં.''

પચીસ ટકા ભાગીદારી સાંભળીને સાદીકની આંખોમાં એક સાપ ફેણ ઊંચકીને પાછો શાંત થઈ ગયો. નાસીરનું ધ્યાન નહોતું, પણ રઘુની ચાલાક નજરથી એ ઈર્ષ્યાનો સાપ સંતાઈ શક્યો નહીં. રઘુને એ જ ક્ષણે

સમજાઈ ગયું કે રુકમણિને બચાવવા માટે અને આગળ ઉપર ભવિષ્યમાં આ માણસ પ્રશ્નો ઊભા ના કરે એવી વ્યવસ્થા કરવા માટે પણ આજે એણે એક નહીં, બે લાશો ઢાળવી પડશે.

"ચલો હવે બધા થોડી વાર ઊંઘી જાઓ. કાલે બપોરે એક વાગ્યા સુધી બધાને છુટ્ટી છે." નાસીરે કહ્યું અને બગાસાં ખાતો પોતાના ઓરડા તરફ ઊંઘવા ચાલી ગયો.

રઘુએ ઘડિયાળમાં જોયું. સવારના પાંચ વાગવા આવ્યા હતા, "નમાઝનો સમય થયો ભાઈજાન." એણે સાદીકને હળવેથી યાદ કરાવી દીધું કે હવે અલ્લાહનું નામ લેવાનો સમય છે, રુકમણિનો વિચાર કરવાની જરૂર નથી.

સાદીકે ડોકું ધુણાવ્યું અને સવારની નમાઝ અદા કરવા પોતાના ઓરડા તરફ ચાલ્યો.

એ ઓરડામાં દાખલ થયો ત્યારે રુકમણિ ઘસઘસાટ સૂઈ ગઈ હતી. રુકમણિએ નાખેલી દવાની અસર કદાચ હવે થવા લાગી હતી. નમાઝ પૂરી કરતા સુધીમાં તો એ ઝોકે ચડી ગયો. નમાઝ પઢતી વખતે શાંત થયેલી એની નસોને કારણે કદાચ હવે ઊંઘ એના પર ચડી બેઠી હતી. બેહોશી ધીમા ડગલે એના પર કબજો જમાવી રહી હતી.

નમાઝ પૂરી કરીને સાદીક રુકમણિની બાજુમાં લાંબો થયો. હજી હાથ લંબાવીને રુકમણિને લપેટે એ પહેલાં તો એની આંખો મીંચાઈ ગઈ. ઘસઘસાટ ઊંઘતી રુકમણિને ખબર પણ નહોતી કે સાદીક ક્યારે બાજુમાં આવ્યો અને ક્યારે બેહોશ થઈ ગયો.

★

બધાના ગયા પછી રઘુએ ત્યાં બેસીને ફરી એક વાર નકશાનો ઝીણવટથી અભ્યાસ કર્યો. રેલવે સ્ટેશનથી પચાસ મીટરની રેન્જ ક્યાં આવે - એને માટે એણે પેન્સિલથી કરેલાં ઝીણાં નિશાન પણ તપાસી લીધાં.

માહિમ અને માટુંગા સ્ટેશનની વચ્ચે બોટલ્સનેક જેવી એક નાનકડી ગલી ઉપર એની નજર સ્થિર થઈ. બે સ્ટેશનની વચ્ચેથી જવાનો જે રસ્તો પસંદ કરાયો હતો એ મુખ્ય રસ્તો નહોતો. સાદીકે ગલીકૂંચીમાંથી પસાર

થવાનો એક બીજો રસ્તો શોધી કાઢ્યો હતો. મુસ્લિમ વસ્તીઓ અને માહિમના ચર્ચની વચ્ચેથી પસાર થતો આ ગલીકૂંચીઓનો રસ્તો નાસીરના લોહીથી રંગાઈ જવાનો હતો.

રઘુએ બરાબર સમજી લઈને ત્યાં જ ખુરશી પર લંબાવી દીધું. બંને પગ નજીક પડેલા ટેબલ પર ઊંચા મૂકીને એણે પણ નાનકડું ઝોકું લઈ લેવાનું નક્કી કર્યું.

★

સૌ શાંત થઈને ઊંઘી જવાનો પ્રયત્ન કરતો હતો ત્યારે મુંબઈ શહેર કામે ચડી રહ્યું હતું. ફૂલવાળા, દૂધવાળા, શાકભાજીવાળાઓથી મુંબઈની સબર્બન ટ્રેન ઊભરાવા લાગી હતી. વહેલી સવારે કામે પહોંચવા ઉતાવળા થયેલા મુંબઈગરાઓ સ્ટેશન પર એકઠા થવા લાગ્યા હતા. ૬.૨૦, ૬.૨૪, ૬.૨૯ જેવા આંકડાઓ સ્ટેશનના ઇન્ડિકેટરમાં ઝબકતા હતા. સ્ટેશન પર ચાલતા અનાઉન્સમેન્ટમાં ધીમી ગતિની લોકલ ક્યાં ઊભી રહેશે અને ફાસ્ટ ટ્રેનો ક્યાથી ક્યા સ્ટેશન સુધી તેજ જશે એની માહિતી વેરાઈ રહી હતી.

હજી તો સૂરજ ઊગતો હતો...

પણ શહેર પૂરેપૂરું જાગીને ધમધમવા લાગ્યું હતું.

દોડતા, ભાગતા, હાંફતા, પોતપોતાની દિશામાં નીકળી પડેલા મુંબઈવાસીઓને સ્વપ્નેય કલ્પના નહોતી કે દેશના આર્થિક પાટનગર જેવા આ શહેર મુંબઈની જીવાદોરી સમી સબર્બન ટ્રેન આજે સાંજ ઢળતા સુધીમાં અનેક નિર્દોષ મુસાફરોનાં લોહીથી રંગાઈ જવાની હતી...

સ્ટેશનો પર હકડેઠઠ ભીડમાં શરીરનાં અંગો છૂટાછવાયાં રઝળવાનાં હતાં. મરણચીસો સંભળાવાની હતી...

★

અને ઘસઘસાટ ઊંઘતા નાસીરને હજી ખબર જ નહોતી કે એનો પ્લાન જે બાબત પર આધારિત હતો એવા મોબાઇલ ફોનની સર્વિસીસ ત્રીજા જ ધડાકા પર બંધ થઈ જવાની હતી.

✷

૨૫

બીજા દિવસે બપોરે એક વાગ્યા સુધી સાદીક ઊંઘતો રહ્યો. રુકમણિ વહેલી ઊઠીને પરવારી. એ સાચા હૃદયથી રઘુની મદદ કરવા ઇચ્છતી હતી. એણે સવારના પહોરમાં ઈશ્વરનો દીવો કર્યો. કંઈ ન જડ્યું એટલે નાનકડી વાડકીમાં દુપટ્ટો ફાડીને દિવેટ કરી. નાસીરના રસોડામાંથી ઘી લઈને દીવો કરતી વખતે એના મનમાં એક જ વિચાર હતો, ''હે ઈશ્વર, મારા રઘુને સફળતા આપજે.''

રઘુ આખી રાત ઊંઘી શક્યો નહીં. એક નાનકડું ઝોકું લીધા પછી એનું મન સતત વિચારે ચડ્યું હતું. હવે પછીના પ્લાનિંગ, જો ખરેખર એણે ધારેલાં કામ પાર પડે તો આગળ ઉપર કઈ રીતે ગોઠવવું એના વિચારો એના મનમાં ચાલી રહ્યા હતા. કોણ જાણે કેમ, પણ એને સહેજેય ભય નહોતો લાગતો. સંપૂર્ણ આત્મવિશ્વાસ સાથે બધું બરાબર જ થવાનું છે એવી દૃઢ માન્યતા સાથે એ બીજા દિવસના ઑપરેશન માટે સંપૂર્ણપણે તૈયાર હતો.

અહીં રઘુ આખી રાત નહોતો સૂતો તો પેલી તરફ રિન્કુ પણ આખી રાત જાગી હતી. પિતાના મૃત્યુ પછી નાસીરે એને પ્રેમ અને લાડ કર્યાં હતાં એના અનેક પ્રસંગો એની આંખો સામે આવતા હતા. જે ભાઈએ એનો પડ્યો બોલ ઝીલ્યો હતો, એને ખૂબ પ્રેમ કર્યો હતો એવા ભાઈનું મૃત્યુ માગીને એ શાંત અને સ્વસ્થ તો નહોતી જ. બે-ચાર વાર એને એવો પણ વિચાર આવ્યો કે એ રઘુને ફોન કરીને આખીયે વાત પડતી મૂકવાનું કહી દે. પરંતુ એ પછી પિતાનું શબ યાદ આવતા ફરી એક વાર એનું લોહી ઊકળી ઊઠ્યું.

એણે વારંવાર જાતને સવાલો કર્યા, આમ પણ એના પિતા થોડાક સમયમાં નાસીરને બધું સોંપી જ દેવાના હતા. નાસીર એમનો દીકરો હતો અને એમનો એકમાત્ર વારસદાર પણ. તેમ છતાં નાસીરે એમનું ખૂન શા માટે કર્યું એ સવાલ રિન્કુને આજ સુધી સતાવતો હતો. નાસીરને બાદશાહ બની જવાની ઉતાવળ હતી કે પછી પોતાની મા સાથે લગ્ન કર્યાં બદલ નાસીર એના પિતાને ધિક્કારતો હતો ? નાસીરની માનું મૃત્યુ થયા પછી થોડા સમય સુધી પિતાના પ્રેમનો એ એકલો હકદાર હતો. રિન્કુની માના આવતાં જ નાસીરને કદાચ અવગણનાનો અનુભવ થયો હશે... એ પછી રિન્કુનો જન્મ. એનાથી નાસીર વધુ તરછાડાયો હોય એમ બને...

રિન્કુએ બધી રીતે વિચારી જોયું. ક્યારેક ભાઈની ખુરશીમાંથી, ક્યારેક પિતાની ખુરશીમાંથી તો ક્યારેક માની ખુરશીમાંથી પણ વિચારી જોયું. બધા પછી એને એક વાત સમજાઈ. આ બધા ફસાદની જડ નાસીર હતો. જો એક વાર નાસીરનો કાંટો નીકળી જાય તો બધું જ આસાનીથી ગોઠવી શકાય એમ હતું. રઘુ અંડર વર્લ્ડનો ડૉન બની જાય. એ પછી જિંદગી સાવ સરળ બની જવાની હતી એવું નહોતું, પણ વેર શમી જતાં પોતાને થોડું સારું લાગશે એવો રિન્કુને વિશ્વાસ હતો.

મનથી અમુક રીતે ઉશ્કેરાયેલી અને અસ્વસ્થ રિન્કુ વારંવાર અલ્લાહને યાદ કરતી હતી. એણે પણ સવારની નમાઝ પઢી અને રઘુની સફળતાની કામના કરી હતી.

રુકમણિ જ્યારે દીવો કરી રહી હતી ત્યારે બીજી તરફ રઘુનો ફોન ચાલુ હતો. એ રિન્કુ સાથે વાત કરતો હતો.

‘‘જાનુ, કદાચ મરી જાઉં તો મારે તને કહેવું છે કે આઇ લવ યુ... હું જે કંઈ કરું છું એ તારા સુખ માટે કરું છું એટલી ખાતરી રાખજે.’’

‘‘તને કંઈ નથી થવાનું.’’ ગઈ કાલે જે રિન્કુ ગભરાયેલી હરણીની જેમ વાત કરતી હતી એ જ રિન્કુનો અવાજ આજે સ્વસ્થ હતો...

‘‘રિન્કુ, એક વાત પૂછવી છે, પૂછું ?’’

‘‘પૂછી નાખ.’’

‘‘તું સાચે જ ઇચ્છે છે ને કે હું નાસીરને મારી નાખું.’’

ટેલિફોન પર બંને તરફ મોતનો સન્નાટો છવાઈ ગયો. રિન્કુના

મનમાં આખી રાત ચાલેલી ગડમથલ જાણે રઘુ સમજી ગયો હોય એમ એણે પૂછ્યું હતું.

"કેમ આવું પૂછે છે ?"

"એટલા માટે કે એક વાર ગોળી છૂટી ગયા પછી કશું નહીં થઈ શકે. નાસીરનું લોહી જોઈને તને અફસોસ ન થવો જોઈએ રિન્કુ, આપણે ઘણી વાર આવેશમાં નિર્ણય લઈ લઈએ છીએ. ગુસ્સાની એ પળનો નિર્ણય જિંદગીભરનો જખમ મૂકી જાય એવું મારે નથી જોઈતું. મને એક માણસે કહ્યું હતું - બહુ દુઃખી હોઈએ ત્યારે નિર્ણય નહીં કરવાનો ને બહુ સુખી હોઈએ ત્યારે વચન નહીં આપવાના..."

"તને સાચું કહું ? મેં પણ આખી રાત મારી જાતને આ જ સવાલ પૂછ્યો છે, પણ હવે મને લાગે છે કે મારે એમ જ કરવું છે. નાસીરના મોતનો મને કદાચ થોડોઘણો અફસોસ થશે." રિન્કુનો અવાજ સહેજ ધ્રૂજ્યો, "ભાઈ છે મારો..." એણે ફરી સ્વસ્થતા મેળવી લીધી, "પણ મારા બાપનો ખૂની છે. એણે જે કર્યું છે એનો બદલો એને મળવો જોઈએ."

"અને હું જે કરું છું એનો બદલો ?" ફરી એક વાર બંને ચૂપ થઈ ગયાં. હવે કોઈ પાસે કશું જ કહેવાનું નહોતું. થોડી વાર પછી રઘુએ શાંતિથી વાત પૂરી કરી, "હું તારા સુખ માટે આ કતલ કરું છું. ભગવાન મને માફ કરી દેશે એવી મને ખાતરી છે. કારણ કે નાસીર આજે જે કરવાનો છે એની સજા કદાચ ભગવાન મારા હાથે એને અપાવવા માગે છે."

એ પછી રઘુ શાંત થઈ ગયો. એણે મનમાં શાંતિમંત્રનો જાપ કરવા માંડ્યો. ખૂબ નાનો હતો ત્યારે મંદિરના પૂજારી એને કહેતા, "બહુ ગુસ્સો આવે, બહુ ચીડ ચડે કે બહુ દુઃખ થાય ત્યારે શાંતિમંત્રનો જાપ કરવો." રઘુએ મનોમન સતત કહેવા માંડ્યું, "ઓમ પૂર્ણ મદઃ પૂર્ણ ઈદં પૂર્ણાત પૂર્ણમ્ ઉદચ્યતે પૂર્ણસ્ય પૂર્ણમાદાય પૂર્ણમેવા વશિષ્યતે..."

એના મનનો બધો જ ઉચાટ, બધો જ ઉશ્કેરાટ, અફસોસ અને અપરાધભાવ ધીમે ધીમે શાંત થવા લાગ્યા. પોતે જાણે સોંપાયેલા એક કામને પૂરું કરવા અથવા તો કોઈ ધર્મયુદ્ધમાં જવાનો હોય એવી લાગણી સાથે એ સાંજના કામ માટે માનસિક રીતે તૈયાર હતો.

બીજા દિવસે એક વાગ્યાથી જાણે યુદ્ધના ધોરણે કામ શરૂ થયું. કોર્પોરેટમાં નોકરી કરતા હોય એવા દેખાતા સાત છોકરાઓ વ્યવસ્થિત વસ્ત્રો પહેરીને હાજર હતા. એમના હાથમાં નાનકડી બ્રિફકેસીસ કે લેપટોપ બેગ્સ હતી. ચેક્સ અને લાઇનિંગના શર્ટ્સ, પ્લીટેડ ટ્રાઉઝર્સ, ક્લીનશેવ કરીને અત્યંત સ્વસ્થ દેખાતા આ લોકોના ચહેરા પર કોઈ ભાવ નહોતા.

થોડા જ કલાકોમાં એ અનેક લોકોનાં મૃત્યુનું કારણ બનવાના હતા એનો અપરાધભાવ કે પીડા પણ એમના ચહેરા પર નહોતી. રઘુ નવાઈથી બનતી ઘટનાઓને જોઈ રહ્યો હતો. એ બધા છોકરાઓને તૈયાર કરાયેલાં ટિફિન, પ્લાસ્ટિકની કોથળીઓ અને બેગ અપાયાં. એક-એક રિમોટ સાથે એમણે શું કરવાનું છે અને કઈ રીતે કરવાનું છે એ પણ ફરી એક વાર સમજાવવામાં આવ્યું...

એ લોકોની સામે નાસીર અને સાદીકે આખી કસરત ફરી એક વાર કરી. કોણ ક્યાં જશે, કઈ રીતે જશે, કયા માણસો શું કામ પાર પાડશે એ બધું જ ફરી એક વાર યાદ કરાવી દેવામાં આવ્યું.

એ સાત છોકરાઓના ગયા પછી નાસીર અને સાદીક ફરી એક વાર બધું તપાસી ગયા. ભરેલી રિવૉલ્વર્સ અને નકશા તથા સૂકા મેવાનાં પેકેટ્સ, પાણીની બોટલ્સ, મોબાઇલ્સ અને નાનકડા સર્ચ રડાર્સ સાથે સહુ ગાડીમાં ગોઠવાયા ત્યારે બરાબર ચાર વાગ્યા હતા.

રઘુ નવાઈથી એક જ વાત જોઈ રહ્યો હતો. એમણે ચાર્ટ કરેલી દરેક વસ્તુઓ યોગ્ય સમય અને યોગ્ય રીતે થઈ રહી હતી. આ યુવાનોને જો સાચી દિશા મળે કે એ સારી રીતે કોઈ કામે લાગે તો આ દેશમાં કેટલી પ્રગતિ થઈ શકે એવો વિચાર એક વાર રઘુને આવી ગયો. આટલી બધી બુદ્ધિ અને શક્તિ ખોટી દિશામાં જઈ રહ્યાં હતાં એ જોઈને રઘુનો જીવ બળી ગયો. એણે મનોમન નક્કી કર્યું, ''હું આ લોકોને ખોટી દિશામાં નહીં જવા દઉં. જ્યારે હું આ લોકોની ઉપર બેસીશ ત્યારે એમને સાચી દિશા, સાચો રસ્તો બતાવીશ. આ દેશમાં કામ નથી એ વાત સાચી, પણ દેશદ્રોહનું કામ તો હું નહીં જ કરું...''

રઘુ પણ પોતાની રિવૉલ્વર ચેક કરીને પોતાની બેકપેક લઈને બહાર આવ્યો કે નાસીરે જોરથી કહ્યું, ''તું મારી સાથે.''

રઘુનું હૃદય એક થડકારો ચૂકી ગયું. જે પોતે વિચારતો હતો એ જ જો નાસીર પણ વિચારતો હોય તો શું થાય એ વિચારમાત્રથી એનાં રૂંવાડાં થરથરી ઊઠ્યાં. હવે તો એણે જંગમાં ઝુકાવી દીધું હતું. એટલે લાંબું વિચારવાનો એની પાસે સમય નહોતો. એ ફટ કરતો નાસીરની ગાડીમાં ચડી ગયો.

નાસીર હંમેશાં આગળ બેસતો - ડ્રાઈવર સીટની બાજુમાં. રઘુ, સાદીક અને એનો એક બીજો માણસ મોહસીન વચ્ચેની સીટમાં બેઠા. પાછળની સીટમાં એના બીજા એક-એક માણસો ગોઠવાઈ ગયાં. સૌની પાસે રિવૉલ્વર અને જરૂરી સાધનો હતાં.

ગાડીમાં બેસતા પહેલાં બાથરૂમ જવાના બહાને રઘુ એક વાર રુકમણિને મળવા ગયો હતો. થોડી જ ક્ષણો હતી બે જણા વચ્ચે... રઘુએ રુકમણિના ગાલ પર હાથ મૂક્યો, એની આંખોમાં જોયું, પછી હળવેકથી બીજો હાથ પણ એના ગાલ પર મૂકીને એના કપાળ પર ચુંબન કર્યું.

''મને કંઈ થઈ જાય તો સાદીક સાથે લગ્ન કરી લેજે. સારો માણસ છે. તારું ધ્યાન રાખશે.''

''તને કંઈ નથી થવાનું. તું પાછો આવીશ. હેમખેમ...'' રુકમણિએ બંને હાથે એનાં ઓવારણાં લીધાં અને ટાચકા ફોડ્યા. એની આંખોમાં પાણી આવી ગયાં હતાં, પણ એણે ઉપલા દાંત નીચે હોઠ દબાવીને આંસુને ખાળી રાખ્યાં હતાં. રઘુ જઈ રહ્યો હતો ત્યારે આંસુથી અપશુકન ન થવા જોઈએ એવો એણે પ્રયત્ન કર્યો.

''રુકી, તને વહેલી અક્કલ આવી હોત તો સુખી હોત આપણે બેય જણાં.''

''હજીય સુખી જ થવાનાં છીએ.''

''રિન્કુનું શું ? એનો તો કોઈ ગુનો નથી રુકી, તું હજી એને ઓળખતી નથી. સ્ત્રી નથી, વાઘણ છે એ. એને જો કલ્પના પણ આવશેને કે હું કોઈ બીજી સ્ત્રી સાથે...'' રઘુએ ઊંડો નિ:શ્વાસ નાખ્યો, ''મને મારી નાખતાં પણ અચકાશે નહીં એ.''

''એને ખબર પડશે તો ને ?''

''એટલું સહેલું નથી રુકી, એ ચાલાક છે. વહેતી હવામાંથી સૂંઘી

લે એટલી... મને બહુ સારી રીતે ઓળખે પણ છે. એટલે મારી અંદર કંઈ પણ બદલાશે તો..."

"રઘુ, અત્યારથી એ બધી ચિંતા કરીને શો ફાયદો ? જે થશે તે જોયું જશે." રુકમણિએ આગળ વધીને રઘુના ગળામાં હાથ પરોવ્યા, "હમણાં નજર સામે જે કામ છે તે પૂરું કર. એ સિવાયનો કોઈ વિચાર નહીં કર. પેલી વાર્તા નથી સાંભળી? ઝાડ નહીં જોવાનું, આકાશ નહીં જોવાનું, પક્ષી પણ નહીં જોવાનું, બસ એની આંખ જો..."

રુકમણિ સામે એક ક્ષણ જોઈને રઘુને ગૌરવ થઈ આવ્યું. આ સ્ત્રી કેટલાય પુરુષોની પથારીમાં રગદોળાઈને પણ પ્રેરણા આપી શકે એટલી પવિત્ર રહી શકી હતી. એ વાત જ એટલું સાબિત કરવા માટે પૂરતી હતી કે રુકમણિનો આત્મા શુદ્ધ હતો. એ સાચા હૃદયથી રઘુને ચાહતી હતી.

રઘુ આગળ કંઈ બોલે તે પહેલાં બહાર ગાડીનો હૉર્ન સંભળાયો. રુકમણિના ગાલે ફરી એક વાર ટપલી મારીને રઘુ બહાર નીકળી ગયો. સિંહની જેમ ચાલીને જતા રઘુને પાછળ ઊભેલી રુકમણિ જોઈ રહી. પહોળા ખભા, તણાયેલો સીનો, પાતળી કમર, જીન્સ અને શર્ટ, ગર્ડલમાં ખોસેલી બે રિવૉલ્વર એના ઢીલા શર્ટના હલચલનથી ઘડીકમાં દેખાતી અને ઘડીકમાં છુપાતી હતી. રુકમણિની આંખમાં પાણી આવી ગયાં, "આ મારો ધણી હોત... એને બદલે હવે કોઈ બીજી એનું મંગળસૂત્ર પહેરીને, ઘરવાળી બનીને મહાલે છે ને હું રખાત બનીને રહી ગઈ." સમયસર જિંદગીનો સાચો નિર્ણય નહીં કરી શકવા બદલ એને પારાવાર પસ્તાવો થયો.

★

એક પછી એક આઠ ગાડીઓ નીકળી ત્યારે સૌ બે કલાક પછી બનનારી ઘટનાઓ વિશે ફફડતા હૃદયે, ઉચક જીવે વિચારી રહ્યા હતા. એક નાસીર સીટ ઉપર માથું ઢાળીને, આંખો મીંચીને શાંતિથી બેઠો હતો.

ગાડી હાઈવે તરફ વળી ત્યારે રઘુએ નવાઈથી પૂછ્યું, "આપણે ક્યાં જઈએ છીએ ?"

"મીરા રોડ... સ્ટેશન..." પાછળ બેઠેલા માણસે જવાબ આપ્યો.

"પણ..."

"પ્લાન બદલાયો છે. ભાઈ બધા સ્ટેશને હાજર રહેવા માગે છે."

‘‘રઘુ...’’ નાસીરે બંધ આંખે કહ્યું, ‘‘પ્લાન પહેલેથી આ જ હતો, પણ મારે બાકીની સાત ગાડીઓના માણસોને કહેવું નહોતું કે હું દરેક જગ્યાએ એમનું ધ્યાન રાખવાનો છું.’’

રઘુ કશું જ બોલ્યો નહીં... થોડી વાર ચૂપ રહ્યો. પછી એણે ધીમેથી કહ્યું, ‘‘ભાઈ... સાત ધડાકા દસ મિનિટમાં... આપણે બધે નહીં પહોંચી શકીએ. કોઈ એક જ જગ્યાએ પહોંચો તો નઝારો બરાબર જોવા મળશે.’’

આંખ બંધ કરીને બેઠેલો નાસીર ચોંકીને પાછળ ફર્યો, ‘‘આ તો મેં વિચાર્યું જ નહોતું. આટલી મોટી વાત મારા મગજમાંથી નીકળી કેવી રીતે ગઈ ? અલ્લાહ... એક જગ્યાએથી બીજી જગ્યાએ પહોંચતાં ઓછામાં ઓછી વીસ મિનિટ લાગે અને એ દરમિયાન તો આખો ખેલ ખલાસ થઈ જશે.’’ એણે સાદીકને જરાક કરડા અવાજે કહ્યું, ‘‘પ્લાન બદલતી વખતે તને આ ન સૂઝ્યું ?’’

સાદીક સહેજ ઝંખવાયો, ‘‘ભાઈ...’’

‘‘બેવકૂફ...’’

‘‘આપણે ઓરિજિનલ પ્લાન મુજબ માહિમ અને માટુંગાની વચ્ચે જ ઊભા રહીશું. ચલો...’’ નાસીરે ડ્રાઈવરના ખભે હાથ મૂક્યો, ‘‘માહિમ ચલેંગે...’’

અને ગાડી મૂળ નકશા મુજબ માહિમના રસ્તે આગળ વધી.

રઘુનો ઊંચો થઈ ગયેલો શ્વાસ હેઠો બેઠો. સાદીક એની તરફ કતરાતી નજરે જોઈ રહ્યો હતો.

*

૨૯

માહિમ-માટુંગાની વચ્ચે ગલીમાં ગાડી પાર્ક કરીને નાસીર પોતાની સીટની બૅક ઢાળીને આરામથી બેઠો. એની સામે ખોટા નામે લેવાયેલા સીમકાર્ડ સાથેનો એક મોબાઇલ હતો. સૌથી પહેલો ફોન છ ને વીસ મિનિટે રણક્યો. એનો અર્થ હતો કે પહેલી ટ્રેનમાં આરડીએક્સ ભરેલું ટિફિન ગોઠવાઈ ચૂક્યું હતું. સાદીકે સામે મિસ્ડ કોલ આપ્યો અને ફરી શાંતિથી બેસી ગયો. એક પછી એક ફોન રણકતા ગયા અને સાદીક એક પછી એક ફોનનો જવાબ આપતો ગયો. નહીં સંભળાયેલા ધડાકા રઘુની છાતીમાં કેટલાય લોકોની મરણચીસો અને ક્ષત-વિક્ષત શબોનો ભાર વધારતા ગયા.

દરેક ફોન વખતે એણે મનમાં નાસીરનું મૃત્યુ વધુ એક વાર ઘૂંટ્યું.

લગભગ છ ને પચીસ મિનિટથી શરૂ કરીને દસ મિનિટ સુધી રઘુ નહીં જોયેલા ચહેરાઓનાં મૃત્યુના ભારથી દબાતો ગયો. છ ને ચાળીસે જ્યારે આ આખોયે ખેલ પૂરો થયો ત્યારે નાસીરે હાથ ઊંચા કરીને આળસ ખાધી, ‘‘હો ગયા... હર સ્ટેશન પર અફરાતફરી મચી હુઈ હૈ... લોક ભાગદૌડ રહે હૈં... જાન બચાને કે લાલે પડ ગયે હૈં... પૂરા બમ્બઈ અપને ચક્કર મેં ઘૂમ રહા હૈ...’’

‘‘ઇન્શાલ્લાહ... હર સાલ યહ હોગા...’’ સાદીકે કહ્યું, ‘‘કાફિરોં કો મઝા તો ચખાના હી પડતા હૈ...’’

‘‘જા... કુછ ઠંડા લે આ...’’ નાસીરે સ્ટિયરિંગ વ્હીલ પર બેઠેલા એના માણસને કહ્યું. પાછળની સીટ પર બેઠેલા રઘુએ ગર્ડલમાં મુકાયેલી એની પિસ્તોલ પર હાથ રાખ્યો. એનું મગજ ચાર ગણી ઝડપે ચાલવા માંડ્યું. હવે કોઈ પણ ક્ષણે રુકમણિનો ફોન આવવો જોઈએ, એણે વિચાર્યું.

એણે ખાસ્સી વાર સુધી રાહ જોઈ, પણ સાદીકનો ફોન રણક્યો નહીં. એણે પોતાનો સેલ કાઢ્યો, રુકમણિને ફોન કરીને યાદ દેવડાવવાનો વિચાર આવ્યો.

ફોન જોડવાનો પ્રયત્ન કર્યો ત્યારે એને સમજાયુ કે આ ધડાકાઓને કારણે અને અફરાતફરી મચી જવાને કારણે સેલફોનનાં કનેક્શન્સ જામ કરી દેવાયાં હતાં.

હવે ? જો રુકમણિનો ફોન આવે તો સાદીકને બેધ્યાન કરવો અસંભવ હતો. એ જે ક્ષણે રિવૉલ્વર કાઢે અને નાસીરને અડાડે એની બીજી જ ક્ષણે સાદીક પોતાની રિવૉલ્વર કાઢીને રઘુને ઉડાડી દે એ નક્કી હતું. એ ક્ષણોમાં નિર્ણય લેવાનો હતો. હવે પછીની પાંચ મિનિટમાં જો એ નાસીરને મારી નાખે તો કામ થઈ શકે. નહીં તો આવેલી તક હાથમાંથી નીકળી જવાની હતી.

★

રુકમણિ બેચેન થઈ ગઈ હતી. એણે રઘુને આપેલા વચન મુજબ ફોન થઈ શકે એમ નહોતો. એ સાદીકને ફોન લગાડવાનો મરણિયો પ્રયાસ કરી રહી હતી, પણ સેલફોનનાં કનેક્શન બંધ હતાં. વારંવાર પ્રયત્ન કરવા છતાં પણ રુકમણિ સાદીક સુધી પહોંચી શકી નહીં.

એ અકળાઈ ગઈ હતી, ‘‘આ કમ્બખ્તને પણ આજે જ બંધ થવાનું હતું... શું થશે રઘુનું ?’’ એણે મનોમન કહ્યું અને સતત પ્રયત્ન કરતી રહી, પણ એનો ફોન ન લાગ્યો તે ન જ લાગ્યો. હવે ધીરજ રાખીને રઘુના ફોનની રાહ જોયા સિવાય એ બીજું કંઈ કરી શકે એમ નહોતી.

અકળામણ અને ઉશ્કેરાટને દબાવીને એ વારંવાર સેલફોન પર સાદીકને સંપર્ક કરવાનો પ્રયાસ કરતી સંઘર્ષ કરતી રહી. અકળામણ અને ચીડને કારણે એની આંખમાં પાણી આવી ગયાં. એણે ધાર્યું હતું કે આજે રઘુની મદદ કરીને એ રઘુનું દિલ જીતી લેશે. સાદીકને મારવામાં પોતે મદદરૂપ થશે એટલે પોતાની વિશ્વસનીયતા પણ સાબિત થઈ જશે અને રઘુ જીવનભર પોતાના ઉપકાર નીચે દબાઈ જશે. પોતાને ક્યારેય છોડી નહીં શકે...

એની આ બધી ગણતરીઓ જેમની તેમ રહી ગઈ... ફોન લાગ્યો જ નહીં.

બીજી તરફ રુકમણિના ફોનની રાહ જોતો રઘુ એકએક સેકન્ડ ગણી રહ્યો હતો. જોકે પોતાના ફોનનાં સિગ્નલ નહીં મળવાને કારણે એને એટલો ખ્યાલ તો આવી જ ગયો હતો કે હવે રુકમણિના ફોનની રાહ જોવાનો અર્થ નથી. એનો ફોન આવે અને સાદીક ગાફેલ થાય એ ગોઠવણ પાર ન પણ પડે તોય એણે પોતાનું કામ કરવાનું નક્કી કરી લીધું. જાતને એક વાર ટપારી... નિર્ણય દૃઢ કર્યો અને જીવન-મરણનો છેલ્લો જુગાર ખેલી લેવાનું નક્કી કરીને એણે આળસ ખાવાના બહાને શર્ટ ઊંચું કરીને ગર્ડલમાં ખોસેલી રિવૉલ્વર પર હાથ મૂકી દીધો. એના ઠંડા લોખંડનો સ્પર્શ છેક હાડકાં સુધી ધ્રુજારી આપી ગયો.

એણે આજ સુધી ઘણાં કામ કર્યાં હતાં. નાની-મોટી ચોરીથી શરૂ કરીને અપહરણ સુધી... ખૂન આજે એ પહેલી વાર કરવાનો હતો. જીવતા માણસને લાશ બની જતા જોવાની હિંમત કેળવીને એણે રિવૉલ્વર પર પકડ દૃઢ કરી.

★

''ભાઈ... મને લાગે છે આપણે એક વાર સ્ટેશન જઈને નઝારો તો જોવો જ જોઈએ.'' સાદીકે કહ્યું.

''અત્યારે સ્ટેશન જવું બરાબર નથી. રાત્રે ટી.વી. પર બધું જોવાનું જ છે.''

''હું તો રાત્રે નીકળી જઈશ ભાઈ...'' સાદીકે નિરુત્સાહ થઈને કહ્યું, ''મને જોવા નહીં મળે.''

''અત્યારે સ્ટેશન ના જવાય. ડ્રાઇવર આવે એટલે ઘરભેગા થઈએ.'' નાસીર આસપાસ તોળાઈ રહેલા ભયને સમજતો હતો.

''આપણા માણસો પોતપોતાની દિશામાં નીકળી ગયા હશે. હવે ડરવાની જરૂર નથી.'' એણે કહ્યું, ''રુકીને સમાચાર તો આપી દઉં. આજે રાત્રે એની સાથે દુબઈ જઈને એક-બે દિવસમાં નિકાહ કરી લઈશ. મેં એને વચન આપ્યું હતું કે જો જીવતો પાછો આવીશ તો એની સાથે લગન કરીશ.''

હજી એનું વાક્ય પૂરું થાય એ પહેલાં રઘુએ ગર્ડલમાંથી રિવૉલ્વર કાઢીને નાસીરના કાનની પાછળ નાળચું ગોઠવી દીધું. નાસીર કશું સમજે

કે સાદીક સાવધ થાય એ પહેલાં ટ્રિગર દબાઈ ચૂકી હતી. નાનકડા 'ફટ્' અવાજે સાથે સાયલેન્સર ચડાવેલી રિવૉલ્વરમાંથી પોઇન્ટ બ્લૅન્ક રેન્જ પર ગોળી છૂટી. નાસીર કારની સીટ પર ઢળી પડ્યો. એના કાનની પાછળથી નીકળેલો લોહીનો રેલો કારની સીટને ભીંજવતો રહ્યો.

સાદીક હજી ફોન ટ્રાય કરતો હતો. સિગ્નલ નહીં હોવાને કારણે એનો પણ ફોન લાગ્યો નહીં. એ મથામણ કરતો હતો એ દરમિયાન નાસીરની લાશ ઢળી ગઈ. ડઘાયેલો સાદીક કશું બોલી શકે એ પહેલાં રિવૉલ્વર એની તરફ ફરી. સાવ બાજુમાં બેઠેલા સાદીકના હાંસડીના હાડકાની બિલકુલ વચ્ચે રઘુની રિવૉલ્વર ગોઠવાઈ અને ચાલી...

સાદીક ત્યાં જ ઢળી પડ્યો. પાછળ બેઠેલા બે માણસો ઊતરીને ભાગ્યા. ડ્રાઈવર પાછો આવે તે પહેલાં રઘુ પાછલો દરવાજો ખોલીને ગાડીમાંથી ઊતરી ગયો.

એણે રિવૉલ્વર નિરાંતે ગર્ડલમાં ભરાવી અને મુસ્લિમ વસ્તીથી ભરચક ગલીમાંથી ચાલવા માંડ્યું.

નાનાં નાનાં ટીનનાં છપ્પરવાળાં ઝૂંપડાંઓની બહાર ખાટલા નાખીને બેઠેલા લોકોને સ્વપ્નેય કલ્પના નહોતી કે ત્યાં પાર્ક થયેલી ગાડીમાં આડી ઢળેલી બે લાશ મૂકીને રઘુ ચાલતો જઈ રહ્યો હતો.

રમતાં બાળકો, અનાજ વીણતી સ્ત્રીઓ, ઓટલા પર બેસીને ટોળટપ્પા કરી રહેલા પુરુષો, કલબલાટ અને ટ્રાફિકની વચ્ચેથી રસ્તો કરતો રઘુ લગભગ વીસ મિનિટ સુધી અન્યમનસ્કની જેમ ચાલતો રહ્યો. એ ક્યાં જઈ રહ્યો હતો, શું કરી રહ્યો હતો એવી કશી જ એને ખબર નહોતી.

એ ફક્ત એક જ વાત સમજી શક્યો હતો, નાસીર અને સાદીક હવે આ જગતમાં નહોતા...

રિન્કુનો ફોન પણ ન જ લાગ્યો...

ચાલતાં ચાલતાં પાનના ગલ્લે એકઠી થયેલી ભીડ જોઈને એ ત્યાં જ અટકી ગયો. લોકો ટોળે વળીને ટેલિવિઝન જોઈ રહ્યા હતા. રઘુ પણ એ ટોળામાં ભળી ગયો. ટેલિવિઝન પર સમાચારો શરૂ થઈ ગયા હતા. છ ને વીસે મીરા રોડ પર થયેલા પહેલા ધડાકા પછી સળંગ બોરીવલી,

જોગેશ્વરી, ખાર, બાન્દ્રા, માહિમ, માટુંગાનાં સ્ટેશનોએ અગિયાર મિનિટમાં ધડાકા થયા હતા. સ્વજનોની શોધમાં નીકળેલા લોકો... હૉસ્પિટલો પર ઠલવાતાં જતાં ટોળાં, કુપર, લીલાવતી, સાયન, કેઈએમથી સતત ચાલતા ન્યૂઝ બુલેટિન્સ... સ્ટેશનની બહારથી અપાતા ન્યૂઝ...

સાથે સાથે ક્ષત-વિક્ષત શબો, ઘવાયેલા લોકોને લઈ જતા સ્ટ્રેચર્સ...

રઘુ છેક અંદર સુધી ધ્રૂજી ગયો.

નાસીરે મરતા પહેલાં પોતાનું કામ કરી નાખ્યું હતું. ટેલિવિઝન પર ન્યૂઝ આપતી છોકરી કહી રહી હતી, ''મુંબઈ, થાણે, નવી મુંબઈમાં આશરે વીસ લાખ એકત્રીસ હજાર લેન્ડલાઇન ટેલિફોન છે અને ૮૫ લાખ જેટલા મોબાઇલ... દરેક ટેલિકોન નેટવર્કની પોતાની ક્ષમતા હોય છે. મુંબઈના હાઈવે પર સામાન્ય સંજોગોમાં બાન્દ્રાથી અંધેરી પહોંચતાં પચીસ મિનિટ લાગે, પણ આજે ચાર કલાક લાગવાના છે. એક બેઝ સ્ટેશન કલાકના હજારથી પાંચ હજાર કોલની અવરજવર ખમી શકતું હોય છે. આજે આ સંખ્યા દસ ગણી થઈ ગઈ છે. મોબાઇલ ટેલિફોન બંધ કરવામાં આવ્યા નથી, પરંતુ વધુ પડતા લોડને કારણે સ્ટેશન્સ હૅન્ગ થયાં છે. તમે પ્રયત્ન કરતા રહો, તમારો ફોન કદાચ તમારા સ્વજન સુધી પહોંચી જશે.''

આટલું સાંભળતાં જ રઘુએ ખિસ્સામાંથી ફોન કાઢ્યો. હજી એ નંબર ડાયલ કરે તે પહેલાં જ એની આંખો આશ્ચર્યથી પહોળી થઈ ગઈ. રુકમણિના ફોનની રિંગ વાગી રહી હતી.

''તું કેમ છે ? ક્યાં છે ? બધું બરાબર છે ?'' રઘુએ જેવો ફોન ઉપાડ્યો કે રુકમણિએ બહાવરા અવાજે પૂછવા માંડ્યું, ''ફોન ગમે ત્યારે કપાઈ જશે...''

''હું ઠીક છું. કામ પતી ગયું છે.'' રઘુને પોતાના અવાજની સ્વસ્થતા પર આશ્ચર્ય થયું.

''હે ભગવાન ! હવે મને શાંતિ થઈ.''

''બેઉ જણા નીકળી ગયા છે.'' રઘુના આટલા શબ્દો પરથી રુકમણિ સમજી શકી કે સાદીક અને નાસીર બંનેનું કામ તમામ થઈ ગયું હતું. એણે ઊંડો શ્વાસ લીધો. હજી આગળ કંઈ કહે એ પહેલાં ફોન કપાઈ ગયો. ફોન હાથમાં પકડીને રઘુ નસીબ-વિધાતા જેવી બાબતો વિશે વિચારવા લાગ્યો.

આખું મુંબઈ શહેર એકબીજા સુધી પહોંચવા માટે ઘાંઘુંવાંઘું થઈ ગયું હતું ત્યારે ફક્ત પોતે સલામત છે કે નહીં એટલું જાણવા પૂરતો જ રુકમણિનો ફોન પોતાના સુધી આવ્યો... આ એનો પ્રેમ હતો કે ઈશ્વરનો સંકેત ? આટલી બધી ઊથલપાથલ પછી પણ ઈશ્વર એમને સાથે રાખવા ઈચ્છતો હતો ?

નજર સામે બબ્બે મૃત્યુ જોયા પછી રઘુ એક ફિલોસોફરની જેમ વિચારવા લાગ્યો હતો. નાસીરને એના કામનો બદલો મળ્યો હતો. મનને એમ સમજાવીને એ ખૂન તો ભૂલી ગયો હતો, પરંતુ રુકમણિના ફોને એને ફરી એક વાર જિંદગી વિશે, સંબંધો વિશે વિચારતો કરી નાખ્યો.

એણે રિન્કુને ફોન લગાડવાનો પ્રયાસ કર્યો, પણ એ પહોંચી શક્યો નહીં. ટૂક... ટૂક... ટૂક... જેવા વિચિત્ર અવાજ સાથે ફોન સતત કપાઈ જતો હતો. એણે ફરી આગળ ચાલવા માંડ્યું. ટોળું ટેલિવિઝન પરના સમાચારોમાં ખોવાયેલું હતું.

સુરતની હૉટેલમાં ટેલિવિઝન ચેનલ્સ પર દેખાતા સમાચારો રિન્કુને વધુ ને વધુ અસ્વસ્થ કરી રહ્યા હતા. ગભરાયેલી, અકળાયેલી રિન્કુ વારંવાર રઘુનો ફોન ટ્રાય કરી રહી હતી. પરંતુ રઘુ સુધી પહોંચવાનો એક પણ રસ્તો ખુલ્લો નહોતો.

આ ધડાકા પછી શું થયું ? નાસીર જીવે છે કે મરી ગયો... એ જાણવા માટે બેચેન રિન્કુ જીવ પર આવીને રઘુનો સંપર્ક કરવાનો પ્રયત્ન કરી રહી હતી, પણ સતત મળતી નિષ્ફળતાએ એનો ઉદ્વેગ અને ઉશ્કેરાટ વધતો જતો હતો.

★

ઠંડું લેવા ગયેલો ડ્રાઈવર પાછો ફર્યો ત્યારે એણે ગાડીમાં બે લાશ જોઈ. ઘડીભર માટે શું કરવું એ એને સમજાયું નહીં. ભાગી ગયેલા બે માણસો અને રઘુમાંથી આ કામ કોણે કર્યું એની પણ એને કલ્પના નહોતી. સાદીકના હાથમાં સેલફોન હતો. એની આંખો ફાટી ગઈ હતી. નાસીરનું માથું સીટ પર ઢળેલું હતું. એની ગરદન અને ખભા પર લોહી જામી ગયું હતું. કારની સીટ પર લોહીનું વર્તુળ મોટું થતું જતું હતું...

એણે એક ક્ષણ માટે વિચાર કર્યો અને પછી કારનો દરવાજો બંધ કરીને ત્યાંથી ઊંધી દિશામાં ચાલવા માંડ્યું.

એ જાણતો હતો કે જો ત્યાં ઊભો રહે તો પોલીસની ઝપટે ચડી જવાની પૂરેપૂરી શક્યતા હતી. કશું જ ન બન્યું હોય એમ ગાડીનો દરવાજો બંધ કરીને એણે ગાડીથી ઊંધી દિશામાં ચાલવા માંડ્યું...

માહિમ-માટુંગા પર ફરવા માંડેલી પોલીસની ગાડીઓમાંથી એક નાસીરની ગાડી જોઈને ઊભી રહી.

એમાંથી મળેલી બે લાશ હવે પોલીસના ચોપડે 'ગૅન્ગવૉર'ના નામે ખપી ગઈ. જ્યાં આટલા બધા જીવ ગયા... માણસોના હાથ-પગ કપાયા હોય, હૉસ્પિટલો ઘાયલોથી ઊભરાતી હોય ત્યાં માર્યા ગયેલા અંડરવર્લ્ડના બે માણસોની ચિંતા કરવાનો કોઈ પાસે સમય નહોતો.

★

રઘુ રિક્ષા કરીને નાસીરને ઘેર પહોંચ્યો.

રુકમણિ એની રાહ જોતી હતી. રઘુના દાખલ થતાંની સાથે જ એ એને વળગી પડી, ''તું આવી ગયો... બસ, મારે બીજું કંઈ નથી જોઈતું.'' રઘુએ ખૂબ જ સ્વસ્થતાથી રુકમણિને પોતાનાથી દૂર કરી.

શાંતિથી રસોડામાં ગયો, ફ્રીઝ ખોલીને પાણીની બોટલ લીધી. થોડું પાણી ચહેરા પર નાખ્યું. એનું શર્ટ, છાતી પર થઈને છેક પેન્ટ સુધી ભીંજાઈ ગયું, પછી બોટલ હાથમાં લઈને એ સોફા પર ગોઠવાયો. પાણીના ઘૂંટડા ભરતાં ભરતાં એણે સ્વસ્થતાથી વિચારવા માંડ્યું, ''આજથી જ આખી ગૅન્ગ પર કબજો લેવો પડશે. માણસોના કોન્ટેક્ટ્સ અને કામો સમજી લેવાં પડશે...''

નાસીરે આમ પણ સાંજે સૌને એકઠા થવાનું કહ્યું હતું. એ સમયે નાસીરના મોતની એક કથા સંભળાવીને પોતે ખુરશી પર ગોઠવાઈ જવું પડે એટલું રઘુને સ્પષ્ટ સમજાતું હતું.

✷

'શુક્ર મંગળ'નો ભાગ-૧ સમાપ્ત

હવે વાંચો : 'શુક્ર મંગળ' ભાગ-૨